NGÔN NGỮ
TẠP CHÍ VĂN HỌC NGHỆ THUẬT
SỐ 21 1/9/2022

NHÓM CHỦ TRƯƠNG:
Luân Hoán - Song Thao - Nguyễn Vy Khanh - Hồ Đình Nghiêm - Lê Hân

CỘNG TÁC TRONG SỐ NÀY:
Bảo Giang, Ben Oh, Biển Cát, Cái Trọng Ty, Cao Nguyên, Chu Nguyên Thảo, Chu Vương Miện, Dan Hoàng, Dung Thị Vân, Đặng Hiền, Ever Román, Hoàng Chính, Hoàng Quân, Hoàng Xuân Sơn, Hồ Chí Bửu, Huỳnh Liễu Ngạn, Huỳnh Thị Quỳnh Nga, KC Nguyễn, Khê Kinh Kha, Kiều Huệ, Lâm Băng Phương, Letamanh, Lê Chiều Giang, Lê Hân, Lê Hữu Minh Toán, Lê Minh Hiền, Luân Hoán, Lữ Quỳnh, Lưu Lăng Khách, Lương Thiếu Văn, Minh Ngọc, Ngàn Thương, Nguyên Bình, Nguyên Cẩn, Nguyễn An Bình, Nguyễn Châu, Nguyễn Đình Phượng Uyển, Nguyễn Đức Nam, Nguyễn Hải Thảo, Nguyễn Hàn Chung, Nguyễn Kiến Thiết, Nguyễn Lê Hồng Hưng, Nguyễn Nguyên Phượng, Nguyễn Quốc Hưng, Nguyễn Sông Trẹm, Nguyễn Thị Hải Hà, Nguyễn Thiên Nga, Nguyễn Văn Điều, Nguyễn Văn Gia, Nguyễn Vũ Sinh, Ninh Trần, NP Phan, Phạm Cao Hoàng, Phương Tấn, Quan Dương, Song Thao, Thái NC, Thái Tú Hạp, Thanh-Thanh, Thanh Trắc Nguyễn Văn, Thiên Di, Thục Uyên, Thy An, Tiểu Lục Thần Phong, Tiểu Nguyệt, Tôn Nữ Mỹ Hạnh, Trần C. Trí, Trần Dzạ Lữ, Trần Đình Sơn Cước, Trần Hạ Vi, Trần Thị Nguyệt Mai, Trần Thoại Nguyên, Trần Vấn Lệ, Triều Hoa Đại, Trịnh Bửu Hoài, Trúc Lan, Trung Chính Hồ, Trương Văn Dân, Trương Xuân Mẫn, Võ Phú, Vũ Khắc Tĩnh, Vũ Trọng Quang, Vương Hoài Uyên.

BÌA: Uyên Nguyên Trần Triết

ẢNH BÌA: Uyên Nguyên Trần Triết

DÀN TRANG: Lê Hân

LIÊN LẠC:
Thư và bài vở mời gởi về:
- Luân Hoán: lebao_hoang@yahoo.com
- Song Thao: tatrungson@hotmail.com

TÒA SOẠN & TRỊ SỰ:
Lê Hân: (408) 722-5626 han.le3359@gmail.com

MỤC LỤC

THƯ TÒA SOẠN

Kính thăm và vui chúc tất cả bạn văn, bạn đọc của Ngôn Ngữ những ngày sống tiếp thật an bình vui vẻ, mọi công việc thuận lợi.

Ban chủ trương cùng tất cả các bạn góp bài, xin chân thành gởi lời chia buồn đến gia đình Khoa học gia, Nhà Văn, cựu Đại Tá Không Quân VNCH Toàn Phong Nguyễn Xuân Vinh, đã qua đời ở tuổi 92 vào ngày 23 tháng 7 năm 2022 tại tư gia ở Coste Mesa California USA. Chúng tôi cũng xin trân trọng được tiển muộn vong linh một nhân tài Việt Nam.

Tạp chí Ngôn Ngữ hai tháng một số báo. Thời gian này quả thật dài với những người sáng tác. Mỗi một bài viết xong thường là một ưng ý của tác giả. Tâm trạng chung có lẽ khá giống nhau, đó là muốn được phổ biến ngay với bạn đọc quen lạ gần xa. Việc giữ bài ít nhiều làm giảm đi thích thú khi phải chờ báo in xong, trong lúc trang chơi FB luôn sẵn sàng, tùy nghi tác giả gởi thành quả của mình đến thật nhiều bạn đọc. Đề cập đến điều này, chúng tôi nhằm cảm ơn và ca ngợi những người có lòng góp tay cùng tạp chí mà không được đáp lễ tương xứng. Tạp chí Ngôn Ngữ sinh hoạt ở một vị trí không mấy thuận tiện cho việc gởi ấn phẩm tặng đến tất cả người viết, bởi chi phí bưu điện. Không muốn người này có kẻ kia không, nên chúng tôi không đành xin lỗi tất cả. Thật ra việc tạm trụ được của tờ báo luôn phải nhờ vào đóng góp thêm của người trị sự. Mong rằng được tất cả thông hiểu, nhất là các bạn văn thân mến từ quốc nội.

Hai tháng một số báo. Thời gian vừa đủ hoặc thiếu một chút đối với sự hình thành. Chúng tôi không dám than phiền điều gì, chỉ xin thú thật không thể thực hiện mỗi tháng. Chúng tôi rất mừng còn nhận được bài viết khả quan, nhưng cũng khá lo chưa có được nhiều những cây bút mới. Thể loại nhận định, phê bình, biên khảo luôn rất khiêm nhường. Những cây bút chuyên mục này của chúng tôi cũng đang bị áp lực của tuổi sống cầm tay. Chúng tôi mong đón nhận những bạn viết thể loại này từ khắp nơi.

Xin lặp lại lời thân chúc đầu thư.

Luân Hoán
8-2022

HOÀNG CHÍNH
VIÊN GẠCH VỠ Ở BỨC TƯỜNG BÁ LINH

"Mr. Gorbachev, Tear Down This Wall!"
President Ronald Reagan, West Berlin, Friday, June 12, 1987

"Cái gì? Ông già đòi chôn cục gạch theo mình à? Ông ấy có điên không?" Hắn hỏi, cái sững sờ đeo cứng vào giọng nói như con đỉa trâu hút chặt vào miếng đùi non thiếu nữ.

Ngồi trước mặt hắn người đàn ông nhẫn nha, "Còn phải hỏi. Bộ hồi đó cậu không học ông ấy sao!"

"Thì học, nhưng mà..." Cái gì đó trong cổ họng siết lấy thanh quản, làm giọng hắn như nghẹn lại. Bàn tay quờ quạng trên mặt bàn. Bàn tay đụng nhằm cái tách tráng men trắng muốt. Ngón tay trỏ run run móc vào cái quai cong vòng. Bàn tay vô hồn nâng vội cái tách lên miệng. Cánh mũi phập phồng đánh hơi chút mùi cà phê phảng phất trong lòng tách. Rồi bàn tay hạ cái tách xuống. Hai con mắt nhìn chằm chặp vào khoảng đáy còn vương cái vệt đen vẫn chút cặn sữa trắng.

"Cậu làm gì mà như mất tiền đầu tư thị trường chứng khoán vậy?" Người bạn nhìn hắn đăm đăm. Cái nhếch môi diễu cợt bên cạnh hàng râu mép đen thui của anh ta làm hắn lúng túng.

"Hồi đó ông ấy đâu có điên đến như vậy!" Hắn lẩm bẩm.

"Ông ấy điên nhưng cũng đâu bằng cái thằng nào đó đem cục đá chết tiệt về tặng ông ấy."

Ngực hắn nhói lên như thể trái tim vừa bị ai vầy vò. Người bạn ngồi ngay ngắn trước mặt hắn. Cái mặt xương xương, con mắt mỏng như sợi chỉ sau cặp mắt kính cận. Những vết nhăn xếp hàng trên trán. Tất cả toát ra nét hiền hậu, chỉ bộ râu là ngỗ nghịch. Dẫu được cắt tỉa, chải gỡ gọn gàng trên chiếc cằm nhọn nhưng những sợi râu vẫn vểnh lên châm chọc.

Hắn nuốt nước bọt một cách khó khăn, "Ông ấy chết hồi nào vậy?"

"Tối hôm kia... À không..." Người bạn ngước nhìn trần nhà, như tìm câu trả lời trên ấy, "Hình như sáng hôm qua."

"Bệnh hở?"

"Già!"

Hắn gật gù, "Ồ, vậy thì được!" Rồi giấu vội cái mừng, cái vui thoáng qua trong ánh mắt và đeo ngay cái mặt nạ đặm nét tang thương lên khuôn mặt căng đầy.

"Được cái gì?"

"Chết già thì tốt. Tôi cứ tưởng ông già chết vì..."

"Vì cái gì?" Người bạn nhấp nhổm trên chiếc ghế nệm da mầu nâu thẫm.

Giọng hắn phều phào, như làn hơi èo ọt từ quả bóng bị xì, "Vì cục gạch."

Người bạn mỉm cười, cái cười nhẫn nhịn của kẻ quen chịu thua trước cuộc đời, "Cũng dám lắm!"

"Sao lại dám?"

"Cậu biết ông ấy mê lịch sử phải không?"

"Dĩ nhiên. Ông ấy dạy Sử mà. Tôi còn nhớ hồi đó tụi bạn cùng lớp tôi đặt tên ông ấy là Đao Phủ."

"Đao phủ?"

"Bao nhiêu đứa thi rớt vì ông ấy."

"Nhưng sao cậu lại sợ ông ấy chết vì cục gạch?"

Cô gái chạy bàn tiến đến chỗ hai người, những ngón thuôn dài cầm chiếc quai bình cà phê bốc khói. Hắn gật đầu với hai miếng ngực nhô cao dưới nếp áo mỏng như tơ trước khi cô gái kịp hỏi cái câu quen thuộc *More coffee?* Đôi môi son tím nở ra một nụ cười. Cô gái rót thêm cà phê cho hai người. Người bạn lí nhí cảm ơn.

Hắn nhìn theo cặp mông đội cao nếp váy. Đôi giầy cao gót lộp cộp. Cặp mông biết khoe khoang; biết kiểu kỳ, kiểu cách. Bên phải, bên trái. Lên xuống, lên xuống. Nhịp nhàng như những con sóng ngoài đại dương tít mù trong một chiều biển động.

Chờ cho cô gái khuất sau quầy hàng, hắn mới trở về với cuộc đối thoại.

"Ông ấy mê tất cả những gì liên hệ đến lịch sử. Một lần tôi ham chơi, làm biếng lấy *note*, xé đại một trang trong cuốn sách lịch sử. Ông ấy bắt được..."

Hắn ngưng nói, đưa tay nhón một gói đường, xé một đầu rồi đổ tuột vào ly cà phê.

Người bạn xé mảnh giấy lau tay, chùi cặp mắt kính bị khói cà phê làm mờ, "Rồi sao nữa?"

"Cấm thi một khóa!"

Người bạn cười khẩy. Tiếng cười khô hạn, bật ra từ cái hốc mũi tối tăm, lấp ló những sợi lông đen tua tủa. Trong một thoáng, sự kinh tởm dấy lên trong lòng, nhưng niềm mê hoặc của quá khứ kéo hắn về ngay với ông thầy dạy Sử.

"Tôi vẫn nhớ cái bản mặt thê thảm của ông già lúc cầm tờ giấy lam nham vết xé. Ông ấy áp tờ giấy vào ngực như người ta áp lá thư tình vào trái tim. Rồi ông ấy còn hôn tờ giấy. Cậu biết tại sao không?"

Mặc cho người bạn nhấp nhổm trên ghế, hắn lầm thầm, "Đó là trang giấy tóm tắt bài học về Thế Chiến Hai. Có hình cha gì đó mập ú người Anh, hình cha nội Hitler và thằng cha Nhật hoàng tên gì đó tôi quên mất tiêu rồi..."

"Cậu đúng là thằng học trò vô tích sự. Lúc nhớ cũng lựa cái tên của thằng gian ác nhất mà nhớ. Quá tệ!"

"Ông già lúc nào cũng Napoleon, Alexander the Great, Cleopatre, Hitler. Cả cái tên thằng cha Khô-mê-ni, Khô-mê-niếc gì đó bên I-răng cũng được ông ấy nhắc tới hoài."

"Chuyện đó thì ai không biết. Tới bà vợ còn bỏ ông ấy vì cái tội mê lịch sử của chồng mà. Hồi đó cả trường xôn xao cậu không nhớ sao."

Hình ảnh ông thầy dạy Sử hiện ra thật chậm, thật điềm đạm, thật chững chạc và dần dần rõ nét trong óc hắn. Ông già đầu hói. Những sợi tóc lưa thưa bạc phơ hai bên thái dương. Nửa người trên đổ gập ra phía trước. Cặp mắt kính dầy như đáy chai làm hai con mắt - ngoằn ngoèo tia máu đỏ - lập lờ, lúc to lúc nhỏ. Chiếc áo vét mầu xám nhàu nát như mới lôi ra từ đống đồ chưa kịp giặt. Đôi giầy da nâu cũ kỹ lượm được ở xó xỉnh nào. Sợi dây giầy đôi khi quên buộc. Cái cặp táp đầy giấy vụn. Những mảnh giấy cắt rời từ báo chí. Bao nhiêu là biến cố thời đại. Hắn nhớ cả một buổi chiều đầu mùa thu lộng gió. Chiếc cặp của ông thầy đứt quai. Gió rải tung những mảnh giấy vụn ngập một góc phố. Giấy vụn hí hởn đùa giỡn với những chiếc lá vàng. Hắn vừa tiếp ông già đuổi bắt những miếng giấy biết trò chơi trốn tìm, vừa mong ông già đánh mất luôn cái bảng kết quả điểm thi cuối khóa. Bây giờ hắn còn thấy rõ cái cổ xương xẩu của ông già nghểnh ra phía trước như vừa cố đỡ cái đầu nặng trĩu, vừa cố khò khè câu cảm ơn thằng học trò tốt bụng.

"Hồi đó tôi nhặt dùm ông ấy bao nhiêu là giấy tờ lúc cái cặp táp bị đứt quai, gió thổi giấy tờ bay tá lả. Vậy mà ông ấy vẫn đánh rớt tôi như thường. Đúng là đao phủ!" Hắn rì rầm kể.

"Nhưng rồi ra đời cậu cũng vẫn thành công như thường. Bây giờ nhà cả chục căn, xe hàng chục chiếc; toàn là Lincoln với Lexus." Người bạn nói. Mặt anh ta lạnh như miếng thạch để đông quá lâu trong tủ lạnh, nên hắn không dò được bất kỳ chút dấu vết nào của cả sự thành thật lẫn cái mỉa mai.

Hắn ngước mặt nhìn lên trần nhà. Vẫn cái mầu xám trơ trơ, ngang ngạnh. Rồi hai con mắt bắt qua cái lưng thon của người con gái chạy bàn vừa cầm bình cà phê đi ngang. Giờ này quán xá vắng teo mà cô gái thì lúc nào cũng tất bật, giầy cao gót reo vui trên nền xi măng, ra chiều bận rộn.

Hắn nhắp một ngụm cà phê, liếm láp cái ngọt ngào đăng đắng của chất nước đen sánh còn đọng trên môi, mà hai con mắt thì dán thèm thuồng lên khoảng tối ám phía trên đùi người con gái.
"Thì tôi đã chứng minh là tôi chẳng cần lịch sử; thế giới này chẳng cần lịch sử cũng vẫn sống thoải mái như thường. Nếu cần, chỉ cần tiền!"

Những luống cày trên trán người bạn đan nhíu vào nhau, giọng anh ta cay cú, "Vậy thì hồi đó cậu rán học làm mẹ gì?"

"Thì cũng phải có cái tiếng là đã học đại học thì mới mong lấy được vợ chứ, cha nội!"

Người bạn gõ những ngón tay xương xẩu xuống mặt bàn, "Chính nhờ những đứa không quan tâm đến lịch sử như cậu nên lịch sử vẫn lặp đi lặp lại những lỗi lầm. Nhưng thôi, nói lòng vòng mãi mà cậu vẫn chưa giải thích tại sao cậu sợ ông già Đao Phủ chết vì cục gạch."

Hắn nhìn hai bệt lông mày rậm rạp trên vừng trán hẹp, bên dưới những luống cày, "Cậu biết cục gạch đó ở đâu ra không?"

"Nghe nói ai đi du lịch Âu Châu lấy ở bức tường Bá Linh về tặng ông ấy..."

"Đúng!"

"Nghe nói ông ấy cưng cục gạch hơn cả mạng sống ông ấy nữa."

"Cái đó ai mà không biết. Lúc còn đi dạy, ông ấy luôn luôn mang cục gạch trong cặp. Gặp ai cũng đem ra khoe một cách hả hê. Tôi nhớ cái lần giảng về Thế Chiến Hai, về bao nhiêu triệu người chết ở Âu Châu, ông ấy ôm cục gạch chằm chặp sát vào ngực, tưởng chừng tụi mình ôm vợ mới cưới cũng không được tha thiết đến như vậy. Rồi sơ ý đánh rơi xuống nền nhà, ông già vừa bò lê bò lết để vét cho sạch những mảnh xi măng vụn, vừa khóc sụt sùi. Khóc đến rơi cả mắt kiếng xuống sàn nhà..."

"Tội nghiệp há! Vậy là ông già mê cục gạch hơn bất cứ thứ gì trên đời rồi."

"Cục gạch!" Hắn lẩm bẩm một mình. "Cục gạch giết ông già. Ông già chết vì cục gạch vô tri!"

"Ừ, cục gạch..." Người bạn vừa nói vừa xoay xoay tách cà phê đã vơi quá nửa.

Hắn thì vẫn gay gắt, "Mà sao lúc chết lại phải chôn theo chứ?"

"Cục gạch là một phần của lịch sử. Nó là cái phần ô nhục của lịch sử." Người bạn thao thao như chính anh ta đang gánh trên vai phần lịch sử đẫm máu nhất của nhân loại, "Ông già viết trong di chúc đòi chôn cái chứng tích ô nhục ấy theo mình, cho nó đi theo cái rã mục của thân xác con người."

Hắn nhìn người đàn ông ngồi trước mặt mình, trên chiếc ghế bọc da mầu nâu, như nhìn một sinh vật lạ lùng phía sau những thanh sắt của chiếc lồng vuông vắn. Có phải đây là thằng bạn ngày xưa, thời còn trung học; cái thằng vẫn lạng xe Honda với mình trước cổng trường con gái? Thì vẫn là nó mà. Mới đó mà đã hai mươi mấy năm trời rồi. Nó đó chứ ai. Nhưng sao nó thay đổi, nó nghiêm trang, nó khó tính, nó châm chọc mỉa mai; nó lắt léo đến bực mình. Cái giọng trầm trầm, nghiêm nghị của nó làm hắn muốn lộn ruột.

"Vẫn biết... nhưng mà..." Đột nhiên hắn lắp bắp. Răng cắn cả vào môi, đau ứa nước mắt. Nhưng hắn nén được tiếng chửi thề. Chắc nhờ cô gái chạy bàn vừa mới đi qua, thả vào không gian thoang thoảng mùi nước hoa đắt tiền và mùi thịt da mát ngọt.

"Cậu làm gì mà nhấp nhổm vậy?" Người bạn lên giọng kẻ cả, "Có chôn thêm bao nhiêu cục gạch thì nhà quàn cũng có đòi thêm tiền đâu mà sợ!"

"Chừng nào chôn?" Hắn đột ngột hỏi, tay vơ chùm chìa khóa nằm trơ vơ trên mặt bàn, đôi chân nhấp nhổm như sắp sửa tuông chạy.

Người bạn trố mắt nhìn. Những sợi râu mép rung rung, "Hình như sáng mai."

"Bây giờ ông ấy ở đâu?"

Người bạn đọc cái tên nhà quàn và tên đường cùng những con số. Hắn không cần những con số. Nơi đó, hắn đã tới một đôi lần, cách đây không lâu. Hình ảnh tòa dinh thự xây bằng gạch nâu hiện ra trong óc. Hắn thấy cả bãi đậu xe có những cây phong rợp lá.

Hắn đứng bật dậy, "Tôi phải lại đó liền."

"Tại sao?"

Mặt hắn bừng bừng nắng lửa, "Cậu biết ai tặng ông già cục gạch đó không?"

"Ai?" Người bạn cau mày, ngơ ngác.

"Tôi chứ ai."

Người bạn nghiêng đầu, chút ngạc nhiên nhảy nhót trong ánh mắt, nụ cười nửa miệng vạch trên môi, "Cậu mà cũng có lòng với lịch sử thế sao?"

"Lòng cái mẹ gì!" Hắn nổi nóng, nhưng kềm ngay lại được. "Thôi gặp sau nghe!"

Người bạn cũng đẩy ghế đứng dậy. Tiếng chìa khóa chạm nhau leng keng. Hắn bỏ tờ giấy bạc xuống bàn. Những buổi ngồi cà phê với nhau, hắn luôn không cho bạn trả tiền. Anh ta đang sa cơ thất thế, tiền bạc eo hẹp. Cô gái chạy bàn tóc vàng thong thả bước tới. Nụ cười bẽn bặt môi son. Mình xà uốn éo theo bước chân nhịp nhàng như đang khiêu vũ. Hắn nuốt vội ngụm nước bọt xuống cái cổ họng khô.

Buổi chiều ngày chớm thu, trời mau tối. Cái nhá nhem lẩn quất giữa những vệt sáng nhăn nheo của ngọn đèn đường ẩn sau khóm lá. Nhà quàn vắng teo. Những người sống một mình ở bên này như ông già Đao Phủ thì lúc chết tránh làm sao được cái cô quạnh, lẻ loi.

Hắn chẳng phải mất công tìm kiếm. Ông già nằm trong căn phòng ngay bên lối vào.

Quan tài gỗ màu máu bầm. Nắp áo quan còn mở. Ông già còn đó. Hai con mắt nhắm nghiền, trũng xuống hai hốc xương. Gò má gồ cao. Chiếc cằm nhô ra phía trước. Hắn nghe được từ chiếc cằm lưa thưa râu bạc ấy một câu nói quen thuộc và một giọng điệu hả hê, "Lịch sử mà!"

Ông già chết rồi còn đeo mắt kiếng. Chiếc gọng kiếng xám xì có hai con mắt tròn quay, dầy cộm.

Chiếc áo vét mầu đen hắn chưa bao giờ thấy ông mặc; ngay cả những dịp lễ lạc, hội hè trong trường đại học. Hắn nheo mắt cố nhìn cho rõ cục gạch nằm trên khoảng ngực trái dẹp lép của ông già. Món quà bất ly thân của ông già Đao Phủ. Bỗng dưng trong lòng hắn dấy lên nỗi nhức nhối cùn mằn làm ê chề đến tận đáy tấm lòng tưởng chừng bụi bặm cuộc đời đã làm chai mòn đến tận cốt lõi.

Hắn nhìn trước nhìn sau. Văn phòng làm việc ở ngay cửa ra vào. Gã nhân viên béo phì thấp thoáng trong đó. Người gác dan đang đẩy máy hút bụi ở khoảng cầu thang dẫn xuống tầng dưới.

Hắn đứng sát bên quan tài. Mùi thuốc liệm hay thuốc cạo râu mang mang trong không khí. Hắn lại nhìn trước, nhìn sau. Cục gạch hình khối chữ nhật lốm đốm vết đen như có dầu, nhớt dính lên. Cục gạch chắc hằng đêm vẫn ngủ yên trên ngực trái ông già, chỗ của trái tim. Vết dầu nhớt chạy lăng quăng trước mắt hắn như những giọt nắng thường đùa giỡn bên khung cửa sổ những ngày nắng đẹp. Trong một thoáng, hắn ngỡ chừng viên gạch đang nhấp nhô theo nhịp thở của ông già. Cái lồng ngực lép kẹp hàng đêm phải chịu sự đè nén trĩu nặng của cái dấu tích lịch sử chết bầm!

Lồng ngực hắn nặng nề. Trái tim hắn xôn xao, cuồng loạn. Cánh tay hắn rời khỏi thân mình. Những ngón tay chạm vào cục gạch nhám nhúa. Những ngón tay run nhấc cục gạch đỏ nâu lam nham xi măng màu xám. Cục gạch quá quen thuộc mà sao nặng nề như tảng đá.

"Ông làm gì vậy?" Tiếng nói làm hắn giật bắn cả người. Gã nhân viên hiện ra ngay bên cạnh hắn từ lúc nào. Như ma, như quỷ. Suýt nữa thì hắn đã hét lên vì giật mình. Cánh tay hắn cứng đờ. Những ngón tay cào cào mặt viên gạch sần sùi. Ngôn ngữ hắn không đầu không đuôi.

"Viên gạch Bá Linh. Bức tường phải không. Cộng sản với tư bản. *You know?*"

Gã nhân viên trố mắt nhìn hắn Rồi gật gù, "Ông ấy đòi chôn viên gạch theo. Nhưng anh tính làm gì vậy?"

Hắn vẫn chưa rút cánh tay lại được. Và những móng tay vẫn cào cào trên mặt xi măng nhám nhúa, "Từ Bức Tường Bá Linh. Tôi muốn xem coi có khác gì những viên gạch khác không..."
Gã nhân viên cười khẩy. Tiếng Anh của gã giọng Ái Nhĩ Lan trầm bổng, "Thì cũng là cục gạch như trăm ngàn cục gạch khác ngoài bãi đậu xe phía trước chứ có khác gì."

Bây giờ hắn mới rút được cái bàn tay tê rần rật lại bên thân thể. Trong óc hiện rõ khoảng sân trơ trọi gạch đá và cỏ dại, nơi lổn nhổn những cục phân chó ở góc đường gần nhà. Cái chỗ ngày trước là cây xăng. Sau một thời gian thua lỗ, người ta phá bỏ.

Cục gạch vô danh ở đống đá vụn gần nhà dạo trước ấy bây giờ nằm bên ngực trái ông già. Như một phần của thứ lịch sử không có trái tim của nhân loại.

Hắn nhìn đôi mắt nhắm nghiền của ông già. Khuôn mặt của một con người bị giam cầm, đày ải qua bao nhiêu năm tháng. Ông già không còn là Đao Phủ nữa. Nhưng dù sao ông già cũng hạnh phúc. Ông đi về cõi khác, tin tưởng rằng mình mang được mãi mãi một chứng tích của lịch sử bên cạnh trái tim. Dẫu đó là thứ lịch sử không tim.

Hắn nhìn người thầy cũ lần cuối cùng. Mới đó mà cũng đã chục năm trời rồi. Hình ảnh ông già nâng niu cục gạch lam nham góc cạnh. Bàn tay run rẩy ôm sát cái khối vật chất vô tri giác vào ngực, trên bục giảng đường. Ôi chứng tích lịch sử. *Máu bao nhiêu người đã đổ ra trên cục gạch này. Đây chính là lịch sử. Lịch sử. Các anh chị hiểu lịch sử là gì rồi chứ.* Ông già nước mắt dàn dụa. Bao nhiêu người đã chết. *Please.* Bài học của lịch sử. Đừng để xảy ra thêm một lần nào nữa. *Please. Please. I beg you.* Lũ học trò che miệng cười. Cả hắn hồi đó cũng hể hả đắc thắng suốt những tháng ngày rong chơi, cố vớt vát cái thời trai trẻ.

Giọt nước mắt ứa ra. Hắn không kiểm soát được lòng mình. Hắn thấy ông thầy bị xử bắn. Hắn thấy người ta phá sập cây xăng ở đầu phố. Gạch vụn rào rào đổ xuống chồng lấp lên nhau. Hắn thấy người thày cũ bị chôn thật sâu trong đống gạch vụn lổn nhổn phân chó và rác rưởi.

"Chúng tôi sắp phải đóng cửa, *sir*." Nhân viên nhà quàn nhỏ nhẹ nhắc.

Hắn nuốt vội chất nước mằn mặn trong cổ họng, lặng lẽ gật đầu.

Rồi hắn quay lưng. Ngày mai ông già sẽ về với đất đai, cây cỏ. Với chứng tích ô nhục của lịch sử con người trong cái thế kỷ máu me này.

Thôi thì cũng xong vậy. "Good-bye, Sir," hắn nói vọng lại với người quá cố.

"Bye." Người nhân viên mập mạp trả lời vói theo.

Hắn sựng lại một giây rồi đẩy cửa bước vào bóng đêm. Đầu mùa thu, cái lạnh nhảy múa trên da thịt, luồn qua chiếc áo sơ mi phong phanh, làm những vệt gai ốc đan dầy trên da.

Lẫn trong tiếng gió, giọng nói của người bạn vang vang trong đầu hắn và hắn băn khoăn, phải chăng nhân loại cứ lặp đi lặp lại những lỗi lầm của lịch sử một phần cũng vì những kẻ không quan tâm đến lịch sử. Như hắn.

Hoàng Chính

NGUYỄN THỊ HẢI HÀ
GHẾ ĐÁ CÔNG VIÊN

Khi băng ghế trong công viên của những thành phố lớn từ từ biến mất, tôi nhớ đến mấy câu trong bài hát của Trịnh Công Sơn. *"Ghế đá công viên dời ra đường phố. Người già co ro, em bé lõa lồ."* Trịnh Công Sơn miêu tả hoàn cảnh xã hội của Việt Nam trong thời kỳ chiến tranh, nhiều người bị trôi giạt không chỗ ngủ phải ngủ trên những băng ghế. Ngày nay ở nhiều thành phố lớn, kể cả Hoa Kỳ, tuy không có chiến tranh, nhưng do hoàn cảnh nghèo khó, mất chỗ ở, nhiều người vẫn phải ngủ trên những băng ghế trong công viên. Để bài trừ chuyện này, người ta dời băng ghế đi chỗ khác, dẹp bớt số ghế, làm những băng ghế ngắn lại, hay là gắn những chỗ dựa tay chắn ở giữa chiếc ghế dài.

Chỉ khi đi bộ lâu đã mỏi, tìm chỗ nghỉ chân người ta mới chú ý đến sự cần thiết của băng ghế. Những chiếc ghế dài này, còn là chỗ đọc sách, uống cà phê, ăn bánh, ăn kem, cho chim và sóc ăn, chờ người thân và bạn bè, hẹn hò với người tình và người không quen thân, chỗ trò chuyện bâng quơ về thời tiết với người qua đường, đánh cờ với bạn già, thậm chí nó có thể là chỗ trao đổi tài liệu của các tay gián điệp. Những ngày không biết làm gì hay không có chuyện gì để làm, băng ghế trong công viên là một chỗ có thể ngắm ông đi qua bà đi lại, cùng với quyển sách và cái ipod hay điện thoại là một nơi và cũng là một cách giết thì giờ rẻ tiền và hữu hiệu.

Băng ghế còn là nơi lưu giữ kỷ niệm. Cả vui lẫn buồn.

Phần nhiều, băng ghế được dùng để vinh danh người đã khuất, đôi khi tưởng niệm thú cưng. Ở vùng tôi ở, có lúc muốn tăng ngân quỹ mà không muốn tăng tiền thuế, quan chức kêu gọi người ta "bảo trợ" một chiếc ghế. Đóng một số tiền sẽ được gắn cái bảng có khắc một số chữ ấn định, với nội dung do người bảo trợ chọn. Có người, khi người thân qua đời, không muốn nhận phúng điếu tiền hay hoa, đã đề nghị người phúng điếu bảo trợ một chiếc ghế đặt ở công viên hay một chỗ nào đó được định trước. Số tiền bảo trợ ghế thay đổi tùy nơi chiếc ghế được đặt. Ở công viên Central Park của thành phố New York, những nơi đông người qua lại, hoặc có vị trí "đắc địa" như trước bờ hồ, hoặc những chỗ đẹp và nổi tiếng (thí dụ như dọc theo hai bên quảng trường nơi có tượng của các nhà văn nhà thơ danh tiếng), số tiền không nhỏ, vài chục ngàn đô la là chuyện thường, đã thế mà còn không còn ghế để bảo trợ. Thật là, từ đắc địa biến thành đắt giá.

Một nhà văn trong phim "5 to 7" đã nói: "Một số câu văn hay nhất của thành phố New York, bạn đọc sẽ không tìm thấy trong sách vở, phim ảnh, hay thoại kịch,... mà ở trên những băng ghế trong công viên Central Park. Đọc những băng ghế này, bạn sẽ hiểu những điều có ý nghĩa xảy ra trong mỗi cuộc đời."

Những cái bảng nhỏ gắn trên ghế cho người đọc biết những người được vinh danh là ai, làm nghề gì, tuổi tác, sở thích của họ, có liên quan như thế nào với những người bảo trợ ghế. Họ đã làm gì để được vinh danh? Đa số, họ là những người cha người mẹ làm tròn bổn phận. Đứa con trai cưng qua đời ở tuổi hai mươi. Người anh cũng là bạn tốt và là người cùng chạy bộ.

Có người bảo trợ ghế để ủng hộ tổ chức bảo tồn những cánh rừng đã bị tàn phá. Tấm bảng "Harriet Sat Here. Community Without Walls. House One. 2004" khiến tôi tò mò "Community Without Walls" (cộng đồng không có vách ngăn là gì? Hội này được thành lập với mục đích gì. Đó là hội của các vị bô lão ở Princeton, tổ chức hỗ trợ lẫn nhau để giữ được cuộc sống tự do, có quyền tự quyết cách sống và bảo đảm sự bình an. Có đôi vợ chồng bảo trợ ghế chỉ để tặng cho người đi bộ có chỗ nghỉ chân và thưởng thức cảnh đẹp ven bờ hồ Carnegie. Một băng ghế, thường có hoa trồng chung quanh; Mùa xuân có uất kim hương; Mùa thu có hoa cúc; tưởng niệm một người tên Jeanne, dành tặng cho những người bất hạnh đi đứng khó khăn. Có lần mới đây, tôi tình cờ bắt gặp một chàng trai đang quì gối cầu hôn với cô bạn gái, trong công viên bên cạnh cái băng ghế dưới mái hiên đầy hoa hồng. Mai sau, không biết chừng sẽ có một cái băng ghế tặng cho công viên và người bảo trợ có cái bảng kỷ niệm ngày hai người đính hôn.

Hình như, ngày xưa (trước năm 75) một số ghế trong công viên Tao Đàn được làm bằng đá cẩm thạch mài rất bóng. Loại ghế này khá đắt tiền và khá nặng, do đó từ trong công viên mà đem dời ra đường phố dĩ nhiên là không phải dễ dàng. Và phải chăng những chiếc ghế đá này đã trở thành biểu tượng cho giới sáng tác âm nhạc cho nên các nhạc sĩ Việt đều dùng cả cụm từ "ghế đá công viên" dù không phải băng ghế nào trong công viên cũng là ghế đá. Những bài hát về ghế đá công viên có Mùa Thu Paris, nhạc Phạm Duy, lời thơ Cung Trầm Tưởng, "Mùa Thu âm thầm. Bên vườn Lục Xâm. Ngồi quen ghế đá. Ngồi quen ghế đá. Không em ôi buốt giá từ tâm." Nhạc sĩ Anh Bằng: *"Anh còn nợ em. Công viên ghế đá. Công viên ghế đá. Lá đổ chiều êm."* Đây chỉ là vài thí dụ, còn nhiều nữa, bạn cứ dùng Google search sẽ tìm ra.

Ngày nay băng ghế được làm bằng nhiều loại vật liệu. Có băng ghế vật liệu được chế biến từ những cái đầu lọc phế thải của điếu thuốc. Có băng ghế được ghép bằng những khúc gỗ tròn từ chỗ ngồi đến lưng ghế và chỗ tựa tay. Loại ghế này bắt chước kiểu băng ghế của những người sống ở vùng nông thôn hay rừng núi. Gỗ được tẩm chất bảo quản để tránh mục rữa theo thời tiết. Có băng ghế là hai khúc gỗ tròn, chỗ để ngồi là một miếng gỗ dài và rất dày đặt lên trên hai chân ghế gỗ tròn. Đánh lớp sơn bóng thật dày, băng ghế này có thể là đồ trang trí cho một sảnh đường sang trọng tôi nhiều lần nhìn thấy, gần đây nhất là trong phòng khách của hãng sản xuất rượu bourbon Angel's Envy ở Kentucky. Thời kim khí, băng ghế được làm bằng sắt thép có hoa văn cầu kỳ nay trở thành ghế cổ đắt giá.

Trong Central Park, có một băng ghế vinh danh ông Waldo Hutchins (1822-1891). Băng ghế này làm bằng đá cẩm thạch trắng, cao 1.2 mét, rộng hơn 8 mét và là chiếc ghế đá lớn nhất trong công viên Central Park. Ông Hutchins là nghị sĩ Hoa Kỳ và trong ban Giám Đốc Điều Hành Central Park. Ghế do con trai ông Hutchins tặng công viên năm 1932. Trên lưng ghế có hàng chữ Latin "Alteri Vivas Oportet Si Vis Tibi Vivere," dịch ra tiếng Anh, "You should live for another if you would live for yourself." Câu này của Seneca, triết gia La Mã, có nghĩa là bạn nên đối xử tử tế với người khác cũng như đối xử với chính mình. Nếu ngồi lên băng ghế bạn sẽ nhìn thấy một hàng chữ khác ở dưới chân, "Ne Diruatur Fuga Temporum" tiếng Anh là "Let it not be destroyed by the passage of time." Câu này có nghĩa là "xin đừng để nó bị hư hoại với thời gian" của tác giả vô danh. Có một giai thoại đáng yêu về băng ghế này. Lúc thiết kế băng ghế, người ta vô tình khắc sai một lỗi chính tả, có chữ "T" đằng sau chữ "SI." Năm 2004, một người qua đường nhìn thấy lỗi này đã dùng bút lông bôi đen chữ "T." Một học giả tiếng Latin khác nhìn thấy, viết thư trình bày và giải thích lỗi chính tả này với ban điều hành Central Park và người ta đã sửa chữa. Điều này chứng tỏ là nhiều người đọc băng ghế, kể cả học giả La Tinh.

Một vài câu văn hay tìm thấy trên băng ghế. "Tôi sẽ nâng niu trái tim bạn, nhẹ nhàng hơn cả trái tim tôi." "Em là hình ảnh của đóa hồng ngời sáng trong tim anh như ánh lửa từ bên trong cái đèn lồng" câu này được trích trong quyển "Hoàng Tử Bé." "Chỉ sống thôi là chưa đủ, con bướm nói. Người ta cần phải có ánh nắng, tự do, và những bông hoa nho nhỏ." Câu này của Hans Christian Andersen.

Băng ghế từ từ biến mất trong những thành phố lớn, bởi vì đất là vàng. Băng ghế trong công viên được thay thế bằng những chiếc ghế trước sân hay trên vỉa hè của những quán cà phê, hay nhà hàng. Khi muốn nghỉ chân bạn phải đến các cửa tiệm này và tệ nhất cũng phải mua ly cà phê, ly nước ngọt. Băng ghế cũng biến mất vì từ từ hư hại với thời gian và thời tiết. Câu văn "Ne Diruatur Fuga Temporum" trở nên chí lý hơn bao giờ. Băng ghế cũng biến mất vì bị dời đi trái phép hoặc là đánh cắp. Bạn đừng ngạc nhiên khi thấy nhiều nơi ở Hoa Kỳ, băng ghế và bàn của những trạm dừng chân dọc đường cao tốc, và thậm chí trong công viên lớn, được gắn đinh ốc vào các bệ xi măng, hay gắn xiềng xích dưới chân.

Băng ghế là một nơi rất quan trọng trong nghệ thuật phim ảnh. Đây là một cách dựng cảnh rất dễ làm và ít tốn tiền bên cạnh cảnh ngồi trong xe hơi hay xe taxi. Đây là chỗ lý tưởng để diễn viên độc thoại hoặc là họ phải nói với nhau những điều không dễ nói bởi vì họ không phải nhìn mặt nhau. Bạn chắc không quên cảnh Forrest

Gump ngồi kể chuyện đời mình, bắt đầu bằng câu nói đầy triết lý, "mẹ tôi nói là cuộc đời mình nhiều khi cũng giống như hộp kẹo sô cô la. Mình đâu có biết là trong hộp kẹo có bao nhiêu mùi vị." Tôi thích cảnh băng ghế trong phim "Love, Actually" do Liam Nelson đóng vai Daniel, trò chuyện với cậu bé Samuel, con riêng của vợ. Phải mất một thời gian Daniel mới có thể làm thân với Samuel, và cậu bé chừng bảy tuổi tâm sự, nỗi buồn lớn nhất của cậu, bên cạnh bị mất mẹ, là cậu yêu đơn phương với một cô bé cùng lớp. Vẻ ngây thơ của cậu khi nói về nỗi đau rất người lớn này làm người xem vừa cảm động vừa buồn cười. Dễ thương ở chỗ Daniel quan tâm và thông cảm nỗi buồn của cậu bé khi chính ông cũng mang nỗi buồn vợ chết. Đoạn phim có cảnh băng ghế trong công viên tôi thích nhất là đoạn phim trong "Paterson." Adam Driver trong vai Paterson, anh tài xế lái xe buýt cho New Jersey Transit, ra ngồi ở băng ghế đối diện với thác Great Falls, nhìn thấy con chim cốc đậu trên gốc cây gãy, trong hồ của thác nước. Anh đang buồn vì tập thơ anh sáng tác nhiều năm, chuẩn bị đem xuất bản, đã bị con chó cưng xé tan nát. Nơi đây anh gặp một nhà thơ Nhật Bản đến chơi thành phố Paterson vì ông ta hâm mộ nhà thơ William Carlos Williams. Paterson không thú nhận mình làm thơ, chỉ nói mình làm nghề lái xe buýt. Nhà thơ Nhật là người chủ động cuộc trò chuyện. Ông ta nhắc đến Allen Ginsberg, Frank O'Hara, là những nhà thơ địa phương đều có nghề tay trái. Sự am hiểu về thơ của Paterson khiến nhà thơ Nhật cảm mến, ông tặng Paterson một quyển sổ chép thơ. Nhà thơ Nhật nói tiếp. "Đôi khi trang giấy trống không lại thể hiện những điều có thể xảy ra. Thơ của tôi chỉ viết bằng tiếng Nhật. Không có bản dịch. Đọc thơ dịch, tôi có cảm tưởng như đi tắm mà vẫn mặc áo mưa." Quay lưng đi như chợt ngộ ra Paterson cũng là người làm thơ, ông Nhật ngoái lại nhìn và nói À há! Sau khi nhà thơ Nhật đi rồi, vẫn còn ngồi trên băng ghế trong công viên, Paterson lấy quyển sổ mới được tặng ra và bắt đầu viết một bài thơ mới.

Băng ghế là nơi lưu trữ kỷ niệm cả vui lẫn buồn. Đọc những hàng chữ trên băng ghế bạn sẽ nhận ra nhiều điều đầy ý nghĩa trong cuộc sống hằng ngày.

Nguyễn Thị Hải Hà

SONG THAO
NHẠC BOLERO

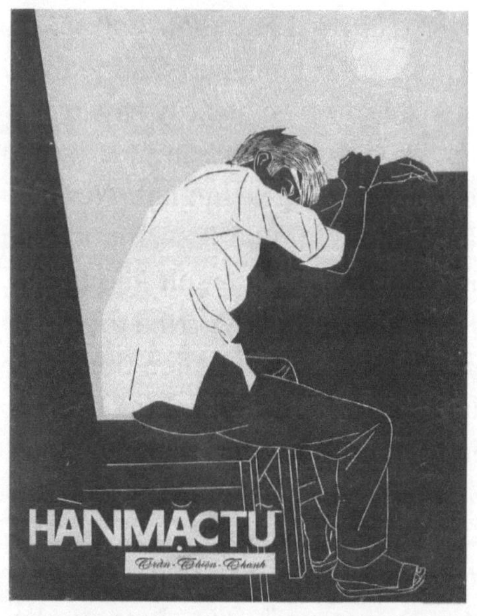

Tôi không nhớ năm nào nhưng trước 1975, khi bản nhạc Hàn Mặc Tử của Trần Thiện Thanh đang phổ biến hết cỡ, một nhà trong xóm tôi ở Thị Nghè ngày nào cũng mở oang oang như muốn có lòng tốt cho cả xóm được nghe ké. Tội cho Hàn Mặc Tử, sáng sớm, khoảng 7 giờ mỗi ngày, đều bị đánh thức dậy đi bán trăng. Có lẽ trăng khó bán nên rao bán cả ngày cũng chưa xong. Ngày hôm sau bán tiếp. *"Ai mua trăng tôi bán trăng cho / Trăng nằm im trên cành*

liễu đợi chờ / Ai mua trăng tôi bán trăng cho / Chẳng bán tình duyên ước hẹn hò".

Tôi không phải là người thích nghe nhạc bolero nên cũng có lúc khó chịu. Nhưng biết nói sao, dân chúng mải mê với chuyện bán trăng, có kêu cảnh sát can thiệp về chuyện làm ồn ào cả xóm cũng không nỡ. Xóm giềng qua lại nhìn mặt nhau hàng ngày, ai nỡ cản chuyện bán buôn của ông nhà thơ Hàn Mặc Tử.

Nhạc bolero ngày đó quả đã lấn át tất cả các loại nhạc khác. Với lời ca trữ tình bình dân, giản dị được viết trên những giai điệu chậm buồn đều đều có pha âm hưởng dân ca, hát bằng giọng thứ quãng âm trung hoặc trầm. Nhạc bolero dễ nghe, dễ hiểu, dễ đi vào lòng người, chất chứa nỗi niềm của lớp người bình dân trong xã hội. Hầu như mỗi người nghe đều tìm được niềm tâm sự hoặc kỷ niệm của mình trong những bản nhạc này. Nhạc bolero có tại miền đất phía Nam trong những năm từ 1955 tới 1975. Theo một tài liệu chưa thật chính xác thì bài bolero đầu tiên của Việt Nam là bài "Duyên Quê" của nhạc sĩ Hoàng Thi Thơ: *Em gái vườn quê /cuộc đời trong trắng/ Dầm mưa giãi nắng mà em biết yêu trăng đẹp ngày rằm / Anh biết mặt em / một chiều bên thềm / Giọng hò êm đềm và đôi mắt em long lánh sau rèm / Ai hát ngoài ao / chừng ngồi giặt áo / Giọng hò êm quá mà anh ngỡ ai rót mật vào lòng / Anh cuốc vườn sau mặt trời trên đầu / Ruộng vườn lên màu vì em ước mong đây đó chung lòng".* Nhưng nhạc sĩ Nguyễn Đức Sao Biển, trong bài báo "Bài Bolero Đầu Tiên Trong Âm Nhạc Việt Nam", đã cho bài "Nắng Chiều" của Lê trọng Nguyễn, được sáng tác vào năm 1952, mới đích thị là bản bolero đầu tiên của Việt Nam. Nhưng có người phản biện là bài "Nắng Chiều" không phải là bolero mà là rumba-bolero! Tôi mù tịt về nhạc nên chẳng dám có ý kiến.

Nhạc sĩ lão thành Tuấn Khanh, chủ nhân tiệm phở Hoa Soan rất nổi tiếng hiện nay ở Nam Cali, nhớ lại: *"Khi ở ngoài Bắc, trước năm 50, 51, 52, 53, 54 bắt đầu di cư vào miền Nam thì chưa có phong trào bolero, hiếm lắm, tìm mãi mới có một bài. Vào đến miền Nam thì thấy bắt đầu từ những người ở Hải Phòng, những nhạc sĩ như Trịnh Hưng, Hoài An, Phó Quốc Thăng, Phó Quốc Lân, rồi Huyền Linh. Khi ở miền Bắc thì chưa nghe được tác phẩm Lam Phương. Ở Hà Nội thì chỉ nghe đài Sài Gòn, chưa thấy Bolero và chưa thấy tác giả Lam Phương. Khi vào đến trong Nam thì những bản nhạc của Trúc Phương nổi lên.”* Hai ca khúc nổi tiếng khắp hang cùng ngõ hẻm tới các phòng trà, đại nhạc hội và ngay cả ở các vùng quê hẻo lánh là “Quán Nửa Khuya” của Tuấn Khanh và Hoài Linh và “Nửa Đêm Ngoài Phố” của Trúc Phương.

Việc nhạc bolero phổ biến trong quần chúng bình dân khiến lợi nhuận thu được của các tác giả rất dễ chịu. Nguồn thu lớn nhất là những bản nhạc được in và bán ra dưới hình thức những tờ nhạc rời với giá ai cũng có thể mua được, ai cũng có thể hát được. Các bản nhạc thành công được các nhà xuất bản săn đón. Người ta có thể kể tới các nhà xuất bản: Tinh Hoa, Sóng Vàng, Khai Sáng, 1001 Bài Hát, Thanh Hương, Nhạc Mới, Diên Hồng, quán nhạc Mỹ Hạnh....và được phát hành tại các sạp dọc đường Lê Lợi, Công Lý với giá 7 đồng mỗi bản. Tác giả được hưởng khoảng 50%.

Đời sống tinh thần của tầng lớp bình dân phong phú hẳn lên. Túi tiền của các nhạc sĩ sáng tác nhạc bolero cũng rủng rỉnh hẳn lên. Một Tuấn Khanh khác, nhạc sĩ Tuấn Khanh “trẻ”, hiện sống ở Việt Nam, cho biết là thời đó các nhạc sĩ Hàn Châu, Đài Phương Trang, Mặc Thế Nhân đã thu vào những khoản tiền như mơ. Các ca sĩ, nhạc công thu âm cho các chương trình của đài phát thanh, và sau này cho đài truyền hình cũng ăn theo một cách sung túc. Nhạc sĩ Tuấn Khanh nhớ lại: *“Chẳng hạn như, lúc đó giá thu âm một bài hát ở đài phát thanh là khoảng 500 đồng, dành cho nhạc công. Nhạc trưởng và ca sĩ thì vào khoảng 700 đồng/bài. Để dễ hình dung, đời sống vật chất lúc đó là khoảng 14 đồng/lít xăng và một lượng vàng núi thì khoảng 15.000 đồng. Tuy vậy, khi thu cho các hãng băng thì giá tiền cao hơn, ví dụ như danh ca số một thời đó là bà Thái Thanh, thu một bài hát là 5.000 đồng. Giai đoạn đó, một chiếc Honda-dame 50cc nếu mua ngay tại salon vào khoảng 25.000 - 28.000 đồng, còn nếu đặt mua bên Nhật chở qua, nguyên thùng có thể lên đến 36.000 đồng. Nhưng chỉ cần có một bài hát ăn khách thì chuyện mua một chiếc xe thời thượng như vậy rất dễ dàng. Huyền thoại trong giới ca nhạc sĩ về thu nhập, phải kể đến con số thu được hơn 2 triệu đồng cho một bài hát là “Nguyễn*

Thị Mộng Thường" (Trần Thiện Thanh), *kế đến là "Chuyện Tình Thiếu Nữ Tên Thi"* (Hoàng Thi Thơ) *với thu nhập 1,7 triệu đồng".*

Nhạc bolero còn được gọi là nhạc phổ thông, nhạc đại chúng, nhạc mùi, nhạc quê hương hay nhạc sến, là loại nhạc làm ra tiền, hơn hẳn loại nhạc thính phòng hay nhạc sang. Điều này làm ngơ ngác các nhạc sĩ viết nhạc sang. Nhiều người đã đổi lối viết nhạc để có chút phần trong chiếc bánh hấp dẫn này. Như nhạc sĩ Trường Sa với các bản "Chuyện Tình Người Đan Áo" và "Hành Trang Giã Từ", Hoàng Trọng với bài "Cánh Hoa Yêu", Phạm Mạnh Cương với "Thế Rồi Một Mùa Hè", và ngay cả Phạm Duy với "Ngày Em Hai Mươi Tuổi" và "Anh Hỡi Anh Cứ Về". Biên giới giữa các nhạc sĩ sáng tác nhạc sang với nhạc sến phai mờ đi. Như các nhạc sĩ chuyên chú vào nhạc bolero cũng có vài bản nhạc khá "sang". Như Anh Bằng với "Nỗi Lòng Người Đi" và "Mất Nhau Mùa Đông", Trần Thiện Thanh với "Người Yêu Tôi Khóc" và "Chiều Trên Phá Tam Giang", Lam Phương với "Cho Em Quên Tuổi Ngọc" và "Chờ Người", Nhật Ngân với "Một Mai Giã Từ Vũ Khí" và "Qua Cơn Mê".

Nhạc bolero nhịp nhàng, dễ hát, dễ nghe, rất gần gũi với đa số quần chúng. Mỗi bản nhạc như một câu chuyện buồn vui, rất quen thuộc với đời sống thường ngày của chúng ta. Nghe bolero là nhắc nhở tới những kỷ niệm buồn vui của đời người. Tác giả Lê Phi Tân, trong bài "Bolero Chợ Nọ", kể lại: *"Hồi sinh viên, có lần cùng anh bạn ở cùng phòng ký túc xá đại học đạp xe về quê mình chơi. Trên đường từ Huế về làng, ghé vô cái quán cà phê chẹp chẹp ở chợ Tây Thành nghỉ chân và từ chiếc loa của quán giọng ca da diết của Quang Lê cất lên: "Đường xưa lối cũ, có bóng tre, bóng tre che thôn nghèo. Đường xưa lối cũ có ánh trăng, ánh trăng soi đường đi. Đường xưa lối cũ có tiếng ca, tiếng ca trên sông dài. Đường xưa lối cũ có tiếng tiêu, tiếng tiêu ru lòng ai"...Anh bạn là người thành phố vỗ đùi cái bép: "Tau nghe bài ni nhiều rồi nhưng chỉ có trong khung cảnh thôn dã như thế này nó mới thấm".* Tại sao lại chợ Nọ? Đây là một ngôi chợ nổi tiếng của làng Dương Nỗ, ven Huế, thuộc Phú Vang. Bolero chợ Nọ ý nói là thứ nhạc quê mùa. Nhưng nhiều khi cái quê mùa của bolero cũng đánh động được tâm hồn của những người thành thị, những người có kiến thức. Thích nhạc bolero nhưng họ mang mặc cảm, không dám cho bạn bè biết.

Tác giả Lý Hữu Phước, trong bài "Nhạc Sến Quê Hương", diễn tả tâm trạng đó: *"Từ năm 1954 đến 1975, âm nhạc miền Nam rất phong phú và đa dạng, gồm đủ thể loại: nhạc tiền chiến, nhạc "sến", nhạc du ca, nhạc phản chiến, nhạc trẻ, nhạc hùng ca tâm lý chiến, nhạc tình... Hồi xưa lúc còn đi học, chúng tôi thường chê bài nhạc "sến", cho là không có đẳng cấp (class)! Học sinh, sinh viên thường thích nghe những bài ca của các nhạc sĩ tên tuổi và các loại nhạc Tây phương bằng tiếng Anh hay tiếng Pháp... Đến nỗi, hồi học trung học tôi thích mấy bài ca của nhạc sĩ Nhật Trường mà không dám công khai thú nhận vì trong đám bạn có đứa cho rằng nhạc của "Kép Nhựt" (xin đừng đọc lái) là loại nhạc demi-sến! Sau này lớn lên, tôi không thể phủ nhận được những giá trị, sự đa dạng và tính sáng tạo của nhạc sĩ Nhật Trường Trần Thiện Thanh: ít nhứt những sáng tác của ông liên quan đến bao kỷ niệm, những địa danh, chiến trận, giai đoạn lịch sử mà thế hệ chúng tôi đã từng. Hồi xưa chúng thôi thường cho rằng các bạn thích nghe nhạc sến, gọi các bạn ấy "cải lương" hay "sến nương". Bây giờ nghe lại những bài ca cũ mà nhớ về những chuyện thời xa xưa, những kỷ niệm cũ và cảm thấy lòng xao xuyến và thấm thía được những giá trị của dòng nhạc boléro xưa và từ nay tôi dùng danh từ "nhạc sến" một cách trang trọng".*

Tôi có thời gian thụ huấn ở quân trường Quang Trung. Quanh tôi là những chàng trai còn rất trẻ vừa dấn thân vào đời lính. Họ có những tâm tư riêng mà tôi không có. Bởi vì khi đó tôi đã trên ba chịch cái xuân xanh, chỉ đi thụ huấn chín tuần rồi trở về nhiệm sở cũ làm việc lại. Thời gian ở quân trường như một giai đoạn ngắn, xa rời công việc thường ngày rồi để lại trở về với đời sống cũ. Trong những dịp đi ứng chiến ban đêm, những chàng trai vừa khoác chiến y thường ngồi hát khe khẽ: *"Bạn ơi, mai này ai hỏi đến tên tôi / thì xin hãy đáp khoác chiến y rồi / Người thư sinh ấy đã xếp bút nghiên giã từ trường yêu với bao nhiêu bạn hiền, có về là khi nước non vui bình yên".* Trong đêm tối, dù không cùng tâm trạng đó, tôi vẫn buồn vô hạn, nước mắt rưng rưng. Bản nhạc "sến" nhưng sao lúc đó đánh động vào lòng người đến như vậy. Chỉ sau ít tuần bộ đồ lính sẽ được tôi trút bỏ nhưng với họ, bộ đồ này sẽ dính vào người họ trong một thời gian dài cho tới khi, nếu may mắn sống còn, họ mới buông bỏ được. Ai bảo nhạc sến, nhất là nhạc lính, không có giá trị của chúng.

Ông bạn Bùi Bảo Trúc cũng có tâm trạng như tôi. *"Lời ca lãng mạn, hơi bầy đặt, rẻ tiền nhưng tội nghiệp vô cùng. Tôi nhớ một tối lén đi uống bia với người bạn tiễn chàng đi lính. Bài hát ấy được hát lên bởi một người bạn bên những chai bia đầu tiên. Nội trong năm ấy, cả hai đều chết trận. Hai năm sau, tôi đi học xa, mấy năm sau mới về. Tôi không nghe những bài hát ấy nữa. Tôi nghe Beatles, rock, nhạc cổ điển Tây phương, nhạc đồng quê, nhạc dân ca Mỹ. Những bài hát như thế phải có cả trăm bài cho đến nay vẫn còn được hát lên. Hát để nhớ lại những bất hạnh của một thời tuổi trẻ. Những chuyện đáng lẽ phải quên đi. Nhưng những chuyện đó cũng lại là một phần của đời sống chúng ta. Chúng ta phải cám ơn những bài hát ấy mặc dù chúng bi thảm, đau đớn. Chúng vẫn nhắc chúng ta về những thương tích không bao giờ lành trên cơ thể của mỗi người... Nhưng ngày nay, còn được mấy người hát những bài hát ấy. Và nếu hát chúng lên thì có được bao nhiêu người xúc động? Cám ơn những bài nhạc lính. Xin lỗi những bài nhạc lính, những bài nhạc có một thời mà không ít người trong chúng ta đã coi thường nó, cũng có thể đã khinh bỉ nó, coi nó là quê mùa, sến... trong khi chúng hay biết là chừng nào. Tôi thành thật xin lỗi những bài nhạc lính, xin lỗi các tác giả, những người hát chúng, một trăm ngàn lần. Mà vẫn thấy chưa đủ".*

Nhạc bolero là thứ nhạc viết cho sự buồn bã, cho những chia ly dang dở. Hơi nhạc não nề, thê lương, nghẹn ngào, đau đớn, tiếc nuối. Nó toát ra nỗi bất hạnh nhưng không hận đời, hận người.

Những bản nhạc bolero đầu tiên xuất hiện sau 1954 tại miền Nam không thê lương như những bản sau này, khi chiến tranh càng lúc càng khốc liệt, số thanh niên phải rời ghế nhà trường, khoác áo lính, tham gia vào cuộc chiến ngày càng nhiều. Họ ra đi vì không thể đứng ngoài cuộc chiến, dù mỗi cuộc ra đi đều mang một thảm cảnh riêng. Mẹ già, vợ dại, con thơ bị bỏ lại. Nhưng vào tuổi vừa rời ghế nhà trường, họ thường bỏ lại những mối tình với những nàng thiếu nữ ngây thơ trong trắng. Nỗi đau rời xa bao giờ cũng là những chia ly rốt ráo. Ngày mai, biết ra sao!

Sau 1975, nhạc bolero vẫn sống với dân miền Nam qua những ca sĩ hát rong tại các bến xe bến cảng. Dân miền Bắc cũng khoái nhạc bolero. Tuấn Vũ và Hương Lan đã về hát tại nhà Hát Lớn Hà Nội vào tháng 8 năm 2010. Trong suốt nửa tháng trình diễn, khán giả nầm nập kéo tới tuy giá vé cao ngất ngưởng, vé có chỗ ngồi tốt nhất lên tới 1 triệu 700 ngàn đồng mà vẫn hết bay. Tháng 6/2022, Trường Vũ hát show "Nhạc Tình Muôn Thuở" tại Hà Nội, Hải Phòng, Sài Gòn và Đà Lạt.

Không biết họ có hát nhạc lính không. Tôi nghĩ là không. Nhưng tôi nghĩ những người lính bên nào cũng có những tâm tình như nhau. Có thể những người lính miền Bắc, khoảng cách của họ với người thân xa vời hơn, đời sống trong rừng núi gian khổ hơn, họ cũng có những tâm tình đậm đà hơn qua những bản nhạc lính đầy tâm sự của miền Nam.

Người lính năm xưa Quan Dương, đang sống ở hải ngoại nhưng vẫn chưa nguôi những khúc nhạc lính.

Nhà vắng chỉ có hai ông cháu mình
Để dỗ Celine ngủ
Ông nội bật tivi mở nhạc lính trữ tình
Điệu bolero vừa sến lại vừa linh
Làm hai ông cháu cùng phê tới bến
Ông nội phê vì nhớ ngày xưa đi chinh chiến
Rừng núi sình lầy nhớ bà nội ở hậu phương
Celine phê vì được ông nội thương
Đầu tựa vào vai ông lim dim đôi mắt

Celine rất ngoan vì Celine không khóc
Ông nội cũng ngon lành giấu nước mắt vào trong
Nhớ một thời mang hoài bão qua sông
Chí lớn không thành Kinh Kha bỏ mình trên đất trích
Ông nội cũng bỏ xứ khi quê hương rơi vào tay giặc
Kiếp lưu vong mới đó đã ba đời
Ai làm cho bolero chơi vơi
Cứ ray ráy xỉa vào tim rợn người không chịu thấu
Ông nội ghì chặt Celine lên bờ vai xương xẩu
Celine cũng lờ đờ như nhạc thấm vào trong
Hai ông cháu mình cứ thế mà lưu vong
Rồi cả hai chìm vào giấc ngủ.

Song Thao
08/2022
Website: www.songthao.com

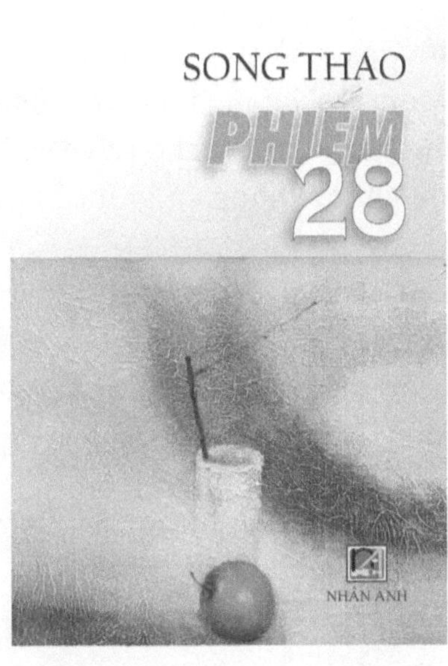

LUÂN HOÁN
TRẦN VẤN LỆ, NGƯỜI GIÀU THƠ VÀ BÚT DANH

Năm 1990, để in thi phẩm của nhà thơ Bùi Giáng từ trong nước gởi ra, một số ít bạn văn ở Montréal chúng tôi cùng đồng ý tạm thời lập một bút nhóm, nhằm đứng tên xuất bản cho ra vẻ có tổ chức chặc chẽ, nghiêm chỉnh. Tên được chọn, không có gì mới lạ với hai từ Việt Thường.

Dùng tên này, ngụ ý nhóm chúng tôi là những người Việt bình thường, nhưng cũng có ý ăn gian, dựa vào tên đã có của một nước, hoặc ít ra là một bộ lạc trước thời các vua Hùng dựng nước. Và hình như đa số bạn đọc, không ai nghĩ đến ý người Việt bình thường cả.

Chúng tôi gồm tám người, thứ tự ghi liền đây theo sắp xếp của nhà thơ Viên Linh, khi trên Thời Tập của ông, đưa tin về cuốn sách: Luân Hoán, Lưu Nguyễn, Phạm Nhuận, Hồ Đình Nghiêm, Hoàng Xuân Sơn, Đỗ Qúy Tòan, Bắc Phong, Lê Quang Xuân. Nhóm cần có dấu hiệu riêng, đủ để phô trương bề thế. Dễ thôi, sẵn có tay tốt nghiệp Mỹ Thuật Huế, Hồ Đình Nghiêm, chúng tôi có ngay một logo vừa nghệ thuật, vừa ý nghĩa, linh hiển nữa là đằng khác.

Tập thơ của thi sĩ Bùi Giáng gồm 198 bài, đa số là lục bát. Ấn hành với bìa của họa sĩ Đinh Cường, một họa phẩm sơn dầu ngời ngời chân dung "trung niên thi sĩ". Sách in xong chúng tôi cho ra mắt tại Centre d'Essai thuộc Đại học Montréal.

Nhà thơ Viên Linh tiếp tay quảng cáo trên Thời Tập, ông nhấn mạnh: "Bùi Giáng là tác giả miền Nam đầu tiên gửi tác phẩm ra hải ngoại bằng tên thật". Về mặt tinh thần, chúng tôi thành công. Nhiều báo Việt ngữ khác cũng đề cập, giới thiệu. Vào một ngày, tôi hơi bực mình một chút tại nhà Lưu Nguyễn. Nhà thơ này đọc cho tôi nghe một đoạn ngắn nhận xét, tuy khen nhưng cũng ngụ ý châm biếm, và tên tôi được nhắc tiêu biểu. Tôi không còn nhớ nội dung, nhưng người đưa lời, tôi nhớ không sai được: Trần Vấn Lệ. Lúc này, tôi chưa được làm quen với nhà thơ này. Có thể đến chín năm sau, khi tôi đã trải Vuông Chiếu rồi, anh mới đặt chân đến và hiểu tôi hơn. Nhanh chóng chúng tôi thân thiện với nhau. Tôi dông dài như trên, để chứng minh trong sinh hoạt thơ văn, không có hiểu lầm, đối nghịch lâu dài, mọi vui buồn dễ xí xóa bằng sự cảm thông những bốc đồng bất ngờ. Tôi thật sự vui có được một bạn thơ giàu tài hoa và thẳng lòng như anh ấy. Tôi sẽ dẫn chứng thêm vấn đề này sau.

Để giới thiệu về một bạn văn thơ, tốt nhất trình ra chút ít xuất thân của bạn ấy trước, tôi nghĩ vậy và thường áp dụng cái sườn này:

Trần Vấn Lệ, là tên thật, hơi khó tin, nhưng hỏi kỹ lại anh, anh gõ trả lời:

"bằng cấp, thẻ căn cước bọc nhựa, khai sinh, huy chương... đều ghi Trần Vấn Lệ".

Hỏi nước mắt cũng là cách hỏi lòng, song sinh anh đã áp đặt như vậy, phải tin thôi. Có bạn, như anh Lê Tam Anh, không nghĩ động tự "vấn" là hỏi, mà là cuộn tròn lại như vấn thuốc, anh Anh cũng gợi ra hình ảnh thật dễ thương: Trần Vấn Lệ vấn những giọt nước mắt thành những sợi dài long lanh rồi rớt xuống cuộc đời thành thi ca. Đẹp, sáng trưng thi vị.

Những bạn trẻ tại miền Nam trước 1975 khi bắt tay vào cuộc chơi sáng tác thường viết rất hăng, và mục đích ai cũng như ai muốn bài được đăng báo ở Sài Gòn. Nói sáng tác cho oai vậy thật ra chỉ lẹt quẹt mươi câu thơ, hoặc vài ba trang văn xuôi gọi là truyện hay tùy bút. Đa số một phần thiếu tự tin, một phần tham lam gởi vung vít nhiều nơi, nên cho khai sinh nhiều bút danh, trong đám này có tôi một thời. Trường hợp của nhà thơ Trần Vấn Lệ lại khác. Anh tùy hứng chọn tên khi đã ra hải ngoại, lãnh địa đăng thơ truyện không còn như xưa, tuy ít hơn nhưng lại rộng hơn, khắp thế giới, quốc gia nào có người Việt định cư. Yếu tố khác, sáng tác nào của Trần Vấn Lệ cũng đã già dặn ý tưởng, vững vàng kỹ thuật. Anh là một nhà thơ thuộc hạng giàu tác phẩm và dồi dào bút danh, xin kể:

Trần Trung Tá, Lê Phụng An, Lê Nhiên Hạo, Lê Bang Ích, Trần Yên Tan, Trương Kỳ Nghĩa, Lê Hành Khuyên, Nguyễn Tấn Trãi, Lê N.Khái, Huỳnh Nghĩa Kỳ… tên nào cũng âm vang vẻ giang hồ, phiêu bạt cả. Trần Trung Tá khiến người đọc liên tưởng, anh đã mang mai bạc trên màu áo binh nghiệp, nhưng hình như là chưa. Anh mới là Đại Úy. Anh trả lời, nguyên văn, lý do anh dùng bút danh Trần Trung Tá:

"vì ai cũng biết Trần Trung Tá là ai, vì: Ông Tô Hiến Thành (đời nhà Lý) nói với bà Thái Hậu, mẹ của Vua: "nếu cần một người giúp việc nhà thì tôi gọi Võ Tán Đường, cần một người giúp việc nước thì tôi mời Trần Trung Tá; Trần Trung Tá chỉ là một Người Lính. Tôi giống anh, anh lấy tên Cha Mẹ để làm bút danh, tôi lấy tên người Lính vì tôi nhớ Lính vô cùng! Xin anh nhớ và thương tôi: Tôi chỉ muốn tôi là người Lính.

Thì ra là vậy, không đơn giản, hạn hẹp như sự hiểu và ngẫm giản dị như tôi. Dĩ nhiên mỗi một danh xưng thường phát xuất từ một kỷ niệm, hoặc mang một ý nghĩa nào đó, nhưng thôi, không thể lần theo từng bút hiệu khác nữa.

Về xuất thân, Trần Vấn Lệ ra đời tại làng Xuân Phong, phủ Hàm Thuận, tỉnh Bình Thuận, thuộc quê Ngoại, vào năm Nhâm Ngọ, tính theo dương lịch, vào ngày 31 tháng 5 năm 1942. Học Tiểu Học và Trung học đệ nhất cấp tại Phan Thiết. Qua đệ nhị cấp (gồm các lớp đệ tam, đệ nhị, đệ nhất) anh chuyển lên thành phố DaLat. Đường học vấn tiếp theo hanh thông qua: Sư Phạm Nha Trang, Đại Học Luật SaiGon rồi theo lệnh Tổng Động Viên, vào chung khóa 24 Bộ Binh Thủ Đức với tôi năm 1966. Khóa này khá đông anh em viết vẽ, có thể kể: Đàm Trung Pháp, Lưu Trung Khảo, Nguyên Sa, Trần Sơn Hà, Cao Thoại Châu, Lâm Chương, Trần Hoài Thư, hs Lê Thanh, hs Phạm Hoàng, Vương Trùng Dương, Trần Vấn Lệ, Luân Hoán...Thành tích ở Thủ Đức của anh: Có bằng Thiện xạ Đại Liên với vị thứ 22/2000 Sinh Viên Sĩ Quan. Chi tiết này khi ở quân trường tôi không được biết. Sau Thủ Đức anh còn theo học quân sự các khóa ngắn hạn như Chiến Tranh Chính Trị, Viễn Thám. Đơn vị chiến đấu đầu tiên của Trần Vấn Lệ: Đại Đội 300 Tiểu Khu Bình Thuận trong hai năm 1967-1969, Từ Trung Đội Trưởng lên Quyền Đại Đội Trưởng khi còn Chuẩn Úy, không giặt hái được Chiến Thương Bội Tinh nào như tôi mà anh có Huy Chương của Mỹ và VN.

Trước khi mặc áo nhà binh, Trần Vấn Lệ hành nghề dạy học. Đời đứng lớp của anh khởi đầu từ 1962, trải từ bậc tiểu học công lập, lên Trung học tư thục (các trường Thăng Long, Quang Trung, Lasan DaLat), Trung học công lập Bùi Thị Xuân DaLat (cải ngạch và hội đủ bằng cấp văn hóa).

Sáu năm tù của chế độ mới, kể từ giữa năm 1975 đến giữa năm 1981, thuộc đội Trung Úy, trại gốc: Tổng Trại Tù Binh 8 và A 30. Đây là một điểm son trong đời của một thanh niên miền Nam trước 1975. Ai được gọi Ngụy, xếp trong thành phần Ngụy đều hãnh diện cả. Ngụy quân, ngụy quyền đến ngụy dân đều sung sướng có tự do và nhân quyền đích thực.

Trần Vấn Lệ đi lính, đi tù 6 năm nhưng đi Mỹ không qua diện H.O. Anh đến đất nước một thời đồng minh của Việt Nam theo diện ODP vào năm 1989, thông qua Bộ Quốc Phòng Mỹ, nhờ có một huy chương của Mỹ tặng như đã nói trên. Diễn tiến cuộc ra đi, Trần Vấn Lệ viết:

"Tôi dạo chơi đường Nguyễn Du SG, có người mách: ai dính đến Mỹ thì làm đơn gửi Tổng Thống Mỹ, kèm theo chứng cớ (hình ảnh hay tài liệu liên quan). Gửi bảo đảm ở bưu điện Sài Gòn; canh từ 9 giờ

tối đến 10 giờ thì họ hốt hết thư lên máy bay khỏi bị kiểm duyệt. *Thư Bảo Đảm, hồi đó hơn 16 đồng. Một ăn, một thua. Ba tháng sau, Công An tới nhà đưa giấy mời lên sở "làm việc" và họ đưa giấy mời của đại diện Mỹ tại Saigon hẹn ngày giờ gặp. Không biết chuyện gì. Đúng ngày, cả nhà tới đó (cũng đường Nguyễn Du), chào hỏi, mời ngồi, hỏi sơ (có thông dịch viên) về giấy tờ... Rồi bảo ra, về, chờ thư tới nhà. Năm 1989, VN và Mỹ chưa quan hệ ngoại giao nên Văn Phòng Đại Diện Mỹ cấp vé qua Bangkok, khám sức khỏe... gần 2 tháng thì qua Philippines. Đi đầu năm 1989, đến Mỹ 17-11-1989 diện tị nạn mà ODP! Tôi còn giữ 1 huy chương Mỹ, 1 cái nữa mất...không giữ huy chương VN vì chữ Việt hủy hết rồi... Hồi đó, máy bay bay vòng ra biển Vịnh Thailand vì Kampuchea đóng không phận..."*

Trước đó, năm 1984, Trần Vấn Lệ cùng đứa con gái vượt biên ở Sóc Trăng, nhưng không thành công, người con gái bị bắt ở tù ba tháng, anh chạy thoát được. Anh cùng vợ hiền và hai cô con gái thành công dân Mỹ từ 1995...

Làm thơ được kể là một sinh hoạt nghệ thuật. Con đường vui chơi này của Trần Vấn Lệ có thể ghi nhận:

Anh cho đăng thơ khá sớm trên các báo Văn, Văn Nghệ Tiền Phong, Thần Chung...Anh sáng tác rất nhiều, nhưng khi ra đi không mang theo bài thơ nào, một số thơ anh gởi nhà thơ Quách Tấn, một số khác bằng hữu giữ giùm. Không cho rõ anh có thu hồi lại chưa. Anh từng hứa với mình, với bạn bè, "qua Mỹ phải tiếp tục làm thơ, nếu không làm thơ là xong đời", Nên anh làm thơ mỗi ngày, và gởi đăng nhiều nơi, nhưng không nơi nào trả tiền. Nhuận bút đặc biệt anh nhận từ nguyệt san Lửa Việt Toronto Canada, do cụ Bùi Văn Bảo, nhà thơ kỳ cựu, cũng là thân phụ ký giả lừng lẫy Bùi Bảo Trúc, gởi cho, đó là hai con tem quốc tế, chỉ vậy thôi.

Nhà văn nữ Ái Khanh (1949 Huế - 2008 Hoa Kỳ), khi làm chủ bút báo Rạng Đông có đề nghị vị chủ nhiệm gởi Trần Vấn Lệ mỗi tháng 100 đô về những bài không phải là thơ. Nhà văn Ái Khanh cũng cho thêm ông 100đô. Tôi nhắc điều này có thể nhà thơ không vui, nhưng vẫn xin phép và xin lỗi, nhắc để thấy cái phần thưởng chua chát của người làm thơ hải ngoại. Riêng Trần Vấn Lệ không vì thế mà không tiếp tay cùng các tạp chí uy tín Văn Học, Văn, Thế Kỷ 21, Thời Tập, Làng Văn... cả những tờ báo phổ thông hơn như Diễn Đàn Phụ Nữ, Diễn Đàn Thanh Niên, Hồn Việt...Thỉnh thoảng báo in sai, in sót, nhà thơ vẫn ung dung, mặc nhiên thơ mình "không có bản quyền" ai làm gì cũng được, chỉ yên tâm viết và in.

Tập thơ đầu được xuất bản do một cô thích ngâm thơ và trở thành ngâm sĩ (TVL cho biết) tên Khánh Hà, tuy nghèo nhưng đã bảo trợ ấn loát. Sách bán được một ít, có duyên được nhận bảo trợ gần 1000 đô nữa, đủ để in tập thơ kế tiếp. Từ đó có vốn gối đầu, cứ thế dài dài in thơ. Điều này rõ ràng nhờ thơ hay và viết thật đều tay của Trần Vấn Lệ. Anh kể lại đường đi thong dong của những thi phẩm anh:

"Từ 1991 tôi in thơ hàng năm, trừ năm 1994 (không có tiền) năm 1995 in lại, mỗi năm 1 cuốn rồi 2, nhiều nhất là 3. Tôi tự làm lấy, đưa nhà in, họ chụp hình và in... (Nói cho "thật lòng", cuốn đầu, Bay Về Đâu Đó Ở Quê Hương, do Khánh Hà muốn có. Cuốn thứ 4, Gửi Em Một Đóa Hoa Hồng, do Sương Mai và chồng là Nghị Sĩ Trương Tiến Đạt muốn cái bìa là tác phẩm họa của con Sương Mai 8 tuổi, Sương Mai ứng 400us\$ để in cái bìa màu (Sương Mai đi khoe là đưa tôi 4,000us\$). Từ 2009 tôi in mỗi năm 1 cuốn (nhà văn Ái Khanh mất 2008), tôi buồn nhớ một người có tài, tôi không yêu đời thắm thiết nữa...

Một thời gian sau tôi lại cho in và in đều trong hai năm 2016, 2017. Nhưng 2018, 2019, 2020... gặp nhiều trục trặc ở người lo in, tôi mất hết vốn, mất hết hứng thú in. Trong khi thơ vẫn mỗi ngày mỗi viết. Nhà in VN mắc quá, xa quá... năm 2020 gặp được Nhân Ảnh, in đều đều lại...Vừa rẻ, vừa vui! Mấy cuốn rồi không đếm!

Trong nước tôi thấy người ta cũng in thơ tôi... hơi nhiều, có giấy phép và cả không giấy phép, tôi được hỏi có yêu cầu gì không tôi nói: Không! Thơ tôi không có bản quyền tác giả. Không ai kiếm lời nhờ in thơ tôi. Tôi có về năm 2016, tôi có bài trên báo trong nước, tôi có nhuận bút bạc triệu nhưng tôi không lãnh để cho ai đó tùy nghi (hình như chỉ 3 bài, 9 ngày tôi về VN). Người trong nước, bạn mà, dễ thương nhưng có cho tôi biết: Tất cả người ông gặp đều là Công An nha!

Cứ 3 tháng là tôi "đầy" 1 tập dày từ 250 trang trở lên vừa tầm tay...

Tôi Chỉ Có Luân Hoán Quan Tâm! (câu này viết Hoa).

Tôi biết ơn anh! Bài tôi gửi qua anh, anh tùy nghi, thích thì...để, không thích thì xóa. Mỗi bài nội dung khác chớ không như bài đã làm".

Tôi mở trang Web Vuông Chiếu trên đất thuê hằng năm, có diện tích rộng, đăng bài không hạn chế. Trang nhà khởi sự từ ngày 19 tháng 3 năm 1999, tính đến nay đã 23 năm. Tuy vậy có sự thay đổi người phụ tá lên bài nửa chừng, nên phần lưu lại bất ngờ mất đi, hiện nay chỉ lưu được từ năm 2011 đến nay, thời gian Lê Hân, em tôi góp tay. Tôi vừa ghé qua năm tháng cũ mong biết Trần Vấn Lệ đã đến ngồi chơi thường trực từ bao giờ. Nhưng rõ là không chính xác được. Dù vậy tôi tin, chúng tôi đã quen nhau qua câu chữ trên 20 năm nay. Trong thời gian này, Trần Vấn Lệ đã có viết về tôi đôi ba lần dưới cả hai bút danh, Với thơ tặng, anh ký trên Trần Vấn Lệ, Văn xuôi dưới tên Trần Trung Thuần. Bài văn đầu có tên "LH Một Nhà Thơ Xưa Nay Hiếm" in trong cuốn Đọc Nhịp Thở Luân Hoán. Bài văn sau với tên "Chút Tình Cho Bạn" in trong cuốn Gặp Luân Hoán Trong Đời Sống Thơ (in trong năm nay) cùng hai bài thơ Mừng Sinh Nhật LH và Mừng Vuông Chiếu 15 Năm. Phần tôi trả lễ anh bằng một phác họa ngũ ngôn, in trong thi phẩm Tâm Chân Dung và vài trang ăn theo thi phẩm... của anh. Xin chỉ nêu mà không trích dẫn. Thân tình giữa chúng tôi vẫn tốt đẹp.

Sau vài trục trặc về trình bày bản thảo để in sách, tôi nghiệm ra Trần Vấn Lệ rất dễ phật lòng khi anh không được vừa ý, anh thường tỏ ý kiến chua chát hơn là bực dọc. Nhưng sau đó thật sớm bình tỉnh nhẹ nhàng, vui vẻ thân thiện như cũ. Như đã nói trên, Trần Vấn Lệ rất thẳng lòng, xin Thêm một dẫn chứng. Trong cuốn 40 Năm Thơ Việt Hải Ngoại do nhà thơ kiêm bác sĩ Nguyễn Tùng thực hiện, có giới thiệu Trần Vấn Lệ. Đọc sách anh gặp một ít sáng tác trong đó gây khó chịu cho anh. Thay vì bỏ qua, anh lên tiếng bằng một bài viết khá dài. Bài nhận định của anh ít nhiều không thể làm vui lòng cho người thực hiện. May anh có lối viết dí dỏm làm sự việc nhẹ ra, đọc khá lý thú.

Ngoài việc nhìn người qua ảnh, cũng rất hiếm. Tôi chưa gặp Trần Vấn Lệ ngoài đời lần nào. Nghe tin anh lớn con, tứ đổ tường có chừng một vài món vô hại. Bởi thuốc lá, rượu bia đa số người cầm bút đều mê. Giá trị thi ca lẫn con người đời thường của anh, cần được nhờ người khác nhìn giúp, nên tôi xin trích dẫn một vài nhận xét của các bạn khác dưới đây:

Trần Vấn Lệ nhìn bởi anh Lê Tam Anh:

"….Trần Vấn Lệ trông bề ngoài rất ngầu, to con, có gương mặt rất nghệ sĩ, miệng hơi trề ra, môi dày, mũi thẳng và cao, mang cặp mắt kiếng to tổ chảng! Nhìn chung, vẻ đẹp trai nhưng hơi có tướng tay anh chị! Anh làm thơ dễ dàng, nhẹ nhàng như hơi thở, không suy nghĩ đắn đo, không cố gắng vay mượn điển tích hay đánh bóng văn phong!

…Trần Vấn Lệ, thoạt tiên, nếu ai mới gặp đều ít cảm tình vì cái "ngông" của một nhà thơ, mang đầy những vết hằn, những uất nghẹn thăng trầm lịch sử. Nhưng gần anh một thời gian, ta sẽ thích thú và mong gặp để nhìn nụ cười khinh đời của anh! Sau nầy chúng tôi đã thân nhau, tôi gọi anh là "Ông Đồ gàn". Anh nghe tôi đặt tên anh như thế, anh chỉ mỉm cười.

….Hình như Trần vấn Lệ đã xa quê hương hơn hai mươi năm, nhưng tâm hồn anh lúc nào cũng vương vấn vào bờ biển cá tôm quê hương Phan Thiết. Qua gần hơn hai mươi (20) tập thơ được ra đời; đây là những đứa con tinh thần của anh và hình như ta cũng cảm nhận được nỗi đau "mất quê hương" của một tâm hồn nhà giáo đã bị "tháo giày" từ cơn hồng thủy năm 1975! Toàn bộ những bài thơ trong tất cả những tập thơ dày cộm là hàng nghìn tiếng thở dài, hàng vạn niềm ước mơ trong chỉ có một con người mang theo cho mình nhiều bút hiệu…"

[Lê Tam Anh]

Một bạn thơ khác, hiện ở miền Bắc Việt Nam, Đặng Xuân Xuyến:

"... Thơ ông viết tự nhiên, chân thực, không câu nệ hình thức, viết như trải lòng, như có gì viết nấy nhưng lại rất tài dùng câu chữ trong những văn cảnh cụ thể, cũng rất khéo ngụy trang cách thể hiện thi ảnh thi tứ để bạn đọc luôn cảm nhận được sự chân chất, tự nhiên mà sâu lắng, tinh tế trong không gian thơ ca đa tầng, đa chiều của thế giới thơ ca Trần Vấn Lệ..."

Một khuôn mặt nữ, Nguyễn Thiên Nga, nhà giáo, hiện ở Đà Lạt viết dẫn rất dài về Trần Vấn Lệ trong thi phẩm Trần Vấn Lệ mới phát hành:

"...Ông cứ đứng ngẩn ngơ bên con đường kỷ niệm. Ông tỉ tê kể về những ngày đã qua mà như đang hôm nay bằng những ngôn từ thật gần gũi, dễ thương và cũng ẩn chứa nhiều cay đắng. Người nghe nghe hoài chuyện cũ kể thành thơ mà không hề thấy cũ. Đó là những vần thơ thật đẹp ghép từ sương chiều phố núi, lãng đãng mây ngàn, chút mơn man của nắng, chút gió như lời yêu mơ hồ thoảng qua. Tôi thấy cả thoáng bâng khuâng tiếc nuối và thật nhiều nhớ thương ông gửi về những ngày xưa thân ái...

Ngày tháng nào đã ra đi khi ta còn ngồi lại ...

Ngồi lại để nghe day dứt, nhớ thương không nguôi.

Ai cũng có một thời để yêu và một thời để nhớ. Dù biết rằng "nói ra nhiều cũng vậy thôi..", *nhưng cứ để nỗi nhớ chìm sâu, khắc khoải thì tim ta sẽ đau hơn. Thi Sĩ Trần Vấn Lệ đã trăm ngàn lần cho nỗi nhớ bật lên thành thơ để tan vào không gian mênh mông; nằm soài trên cát vẽ nỗi nhớ chờ sóng xô bờ rồi cuốn trôi vào biển khơi thăm thẳm, hay cứ lang thang trong nỗi nhớ bằng đôi chân trần để nghe dễ thương lắm một chút gì xa xăm... Và rồi, ông vẫn cứ buồn, nỗi buồn buốt giá.*

"Không có con sông nào đã cạn,
Thơ tôi rồi sẽ cạn nhân tình!
Buồn tay ghi lại dòng năm tháng
Buồn miệng ngâm hoài nghe lạnh tanh !"
(Buồn tay ghi lại dòng năm tháng)"

[Nguyễn Thiên Nga]

Như vậy kể tạm đủ, phải biết tạm đủ, bởi muốn đọc bình thơ Trần Vấn Lệ cho đã con mắt thì sẽ không biết nơi đâu mà dừng lại.

Viết tản mạn về một tác giả nhiều khi tôi thấy có cái gì hơi bá láp, chẳng có chút sáng tạo nào, ngoài chuyện vịn vào câu chữ, tinh hoa của tác giả mà tán theo, thỉnh thoảng đem cái tôi của mình sè sẹ để cạnh đâu đó, vừa muốn khoe khoang vừa muốn kín đáo bởi sợ lố bịch. Mệt như thế sao viết làm gì? Một cái bức rức có thật, đã viết người này không thể lơ người kia. Mong rằng những cố gắng của tôi không đến nỗi làm bạn đọc bực mình. Tôi được nhiều người viết, và vẫn khoái có nhiều người viết về mình, cho dù có những lặp lại, Mười bàn tay vỗ hơn một vài bàn tay, cứ thế tôi ghiền. Và rồi thấy cần tạo cái ghiện cho những bạn khác. Tạ ơn các bạn cho viết lẫn những người dễ tính gián tiếp khuyến khích bằng cách ghé đọc.

Luân Hoán
Tháng 7-2022

TRẦN THỊ NGUYỆT MAI
MÙA THU VÀ NHỎ

Có phải mùa thu về không nhỏ?
Hình như một chút gió heo may
Một chút bâng khuâng, một chút nhớ
Dịu dàng len nhẹ buổi sáng nay

Nhớ nhỏ áo dài ươm trắng mộng
Đôi tà áo bướm rất tung tăng
Hỡi cô thiếu nữ thời mới lớn
Cô đã mộng gì, hẳn đẹp chăng?

Cặp sách vẫn theo cùng với nhỏ
Những ngày tháng ấy đẹp như mây
Như mắt như môi em mọng đỏ
Điểm tô thời tuổi đẹp thơ ngây

Cứ nghĩ tháng ngày êm êm mãi
Thiên đường của nhỏ chẳng trôi xa
Nhưng một ngày kia trời bắt tội
Ai đã làm nên trận phong ba?

Tôi thành kẻ lưu đày viễn xứ
Lên rừng đẵn gỗ núi non ngàn
Nhỏ hết học trò, quên ngôn ngữ
Chợ đời trải nghiệm những gian nan...

Tôi về một buổi thân tàn dại
Gặp lại nhau cùng ngắm xác xơ
Nhưng vui nhỏ vẫn là cô gái
Của những ngày xưa tôi ước mơ

Bây giờ lại một mùa thu nữa
Nhớ nhỏ ngày xưa má đỏ hây
Em giờ tóc trắng thay cho áo
Mà vẫn làm tim tôi ngất ngây...

Hỡi nhỏ dẫu là bao nhiêu tuổi
Vẫn xin nhỏ mãi trong hồn tôi
Vẫn cô thiếu nữ thời mới lớn
Và chúng mình vẫn mãi lứa đôi... ∎

29.7.2022

THỤC UYÊN
MÙA THU CHẾT

Từng chiếc lá uá bên đời cỏ mục
Rã rời trong bóng tối dọi âm thầm
Từng chiếc bóng soi bên đời khuất tịch
Vết tàn thu tím ngắt mảng tri âm

Từng cánh gió lao lung ngày biển động
Lăn lóc đời những ngọn gió lưu vong
Lay lắt tím, ngất hương hồn thạch thảo
Vạt nắng chiều xô dạt những bão giông

Em bước tới đời đã mùa hoang phế
Làn tóc buồn bạt cánh, vết thiên di
Đã võ vàng chút dung nhan đó
Trái tim đau, bớt nhịp đập kiêu kỳ

Mây vẫn phiêu bồng miền cố xứ
Nhánh sông gầy, tan tác chảy bốn phương
Thu hoang dại bùng lên sắc tím
Thạch thảo buồn nhuộm nát ánh tà dương ∎

NGUYỄN ĐỨC NAM
MÙA THU MẠC-TƯ-KHOA

tặng Nguyễn Việt Anh và Anh Hồ Thanh

Từ St Petersburg ta về Mạc-Tư-Khoa,
Hình như bây giờ là những ngày cuối Thu ?
Mạc-Tư-Khoa mờ ảo trong sương mù,
Ta đi tìm hình bóng Doctor Zhivago
Và Người Đẹp Lara Antipova
nhưng chỉ thấy lá vàng rơi đầy lối xưa …

Nhớ người-con-gái-Hà-Nội ở Warsaw,
đã một thời đẹp như trong truyện cổ,
sang Mạc-Tư-Khoa trình tấu Piano
 nhạc phẩm của Chopin Fantaisie-Impromptu,
và Polonaise in A-Flat major,
sau khi nghe nhạc Chopin, đêm về nằm mơ…

Trong cung điện mùa hè của Nga Hoàng,
những chàng trai quý phái và các người đẹp nhẩy valse,
quay tròn, quay tròn thướt tha và uyển chuyển,
ôi sang trọng sao khúc nhạc vàng,
ôi siêu thoát sao tiếng đàn dương cầm !

Em đầu độc ta từ đêm hòa-tấu ấy,
từ ngày ta từ cung điện nghỉ hè về đây.
Em làm tim ta đau nhói,
mỗi khi nghe tiếng dương cầm vang dội
ta không gặp Doctor Zhivago và Lara ở Mạc-Tư-Khoa,
ta sẽ đi tìm Người-Con-Gái-Hà-Nội đàn piano,
Bên Warsaw…■

DAN HOÀNG
CHƯA PHẢI LÀ MÙA THU

Chưa phải là mùa Thu,
Mà sao em buồn thế?
Nắng Hạ còn óng ả,
Sao mây đã buông mành?

Từ buổi em giận anh,
Bầu trời xanh thưa nắng.
Từ buổi em yên lặng,
Hoa cỏ cũng kém tươi.

Mùa này lá chưa rơi,
Gió buốt cũng chưa về.
Anh không bạc lời thề,
Mà mi em nặng hạt?

Trời chuyển mùa man mác,
Dỗi hờn chút nắng hanh.
Sao em đành giận anh,
Lá lìa cành héo úa?

Chỉ em là tất cả,
Nắng hạ bỏng lòng anh.
Thu mơ màng lung linh,
Nụ hôn tình mộng mị.

Đôi mình là tri kỷ,
Tình mình là hương thơm.
Thu vẫn còn trên non,
Xin buồn đừng đến sớm! ∎

Phố biển, 08/01/22

NGUYỄN VĂN GIA
RỒI TAN NHƯ MÂY MÙA THU

Hình như -
> có nhớ có yêu

Làm sao nói hết
> những điều có - không

Dỗ em -
> biết có xiêu lòng

Thơ ơi -
> cứ lén hôn thầm
>> giúp tôi

Cái nhớ -
> giấu tận đẩu đâu

Tình đi
> nhớ cũng ngoái đầu
>> ngó theo

Mây tan trong gió
> rồi thôi

Mà sông chạm biển
> khôn nguôi nhớ nguồn

Tình quên -
> hồ dễ quên luôn

Giấu trong ngực áo
> mai còn nhớ nhau ∎

ĐẶNG HIỀN
MÙA THU ĐÔNG BẮC

Em hứa gởi cho anh mùa thu
Nơi cánh rừng vàng đỏ lá phong
Có căn nhà bên dòng suối nhỏ
Em về nghe gió hát lời xưa

Nơi lá thu và em rất nhớ
Lời ru êm kể những chuyện tình
Phải chi anh mùa lên nắng mới
Đêm trăng về trong mắt hồn say

Ở con đường cong theo nỗi nhớ
Cùng chiều quạnh hiu bên trái mình
Ngày mai em quên bình minh đến
Nghe giọt sầu rơi xuống tay em

Anh như đi qua những cánh rừng
Một mình bên nỗi buồn xót xa
Và nơi đây ngày lên biển sóng
Từng đêm về tiếc mãi mùa qua

Em hứa gởi cho anh mùa thu
Lãng mạng tình tím cả trời mây
Bỗng nhiên đêm theo ngày trẻ lại
Mang thu về tặng người yêu thu ∎

CAO NGUYÊN
CÕI THU

Trời chảy loang ra làm mây đỏ
Lá vô hình ngượng ngập bước ma
Ngửa bàn tay vàng gân lá đỏ
Khói ai dài thở những vòng tro

Chiêm bao lành lạnh gió tây phương
Vương vấn thiên thu một lá vàng
Sao anh hờ hững đời sương khói?
Nửa lá vàng trôi ở suối vàng...■

THANH TRẮC NGUYỄN VĂN
CHIỀU THU

Áo dài em tím làm chi
Nắng vàng tím hết
Còn gì mùa thu?

Đông sang vấp ngọn mù u
Còn tôi vấp vạt sương mù áo em ∎

HUỲNH THỊ QUỲNH NGA
NGHE MÙA THU BAY

Cho tôi làm chiếc lá
Về ngang qua đỉnh trời
Xanh như màu mắt hạ
Rơi xuống cuộc đời vui

Cánh chuồn nào cõng nắng
Về qua mùa tuổi thơ
Hái một chùm hoa tím
Thả bên trời mộng mơ

Hàng cây xưa xanh lá
Xanh như màu mắt ai
Con ve nào gọi hạ
Bói một mùa chia tay

Bói một mùa cuối hạ
Bàn tay đợi bàn tay
Lời tiên tri ở lại
Rơi xuống mùa thu bay! ■

TRẦN DZẠ LỮ
THU NHỚ NGƯỜI XƯA

Biệt- mù- cà- cưỡng em xưa
Sao tôi vẫn nhớ thuở tù ngục nhau?
Hôn lên con mắt dao cao
Nghe thu đắm đuối trong mầu nhiệm yêu...

Vàng nay rơi chốn cô liêu
Một tôi giằng xé hết chiều đi hoang !
Xa nhau là mất thiên đàng
Nhớ đêm tóc rối mà mang mang buồn...

Biết em còn hoài niệm không
Hay lăng lắc một mùa không thèm về? ∎

LÊ HÂN
THU TRONG LỤC BÁT

năm xưa nhặt lá thu vàng
ép vào trang vở mơ nàng hóa thơ
thu nay chợt thấy bất ngờ
gặp lại khuôn mặt hững hờ năm xưa

ngửa tay đựng mấy hạt mưa
xoa lên mặt mũi vẫn chưa tỉnh người
môi thơm ai nói ai cười
cho thu vàng tím và tôi nâu hồng

có em từ đấy trong lòng
đến nay vẫn chỉ một vùng nhớ nhung
trời cao biết có điểm dừng ?
lòng tôi chẳng phút nào ngừng yêu em ∎

TRIỀU HOA ĐẠI
LÊ CHIỀU GIANG:
"KHÔNG ĐỨNG MÃI TRONG TRANH"

Triều Hoa Đại

Lê Chiều Giang

(đối thoại văn học do Triều Hoa Đại thực hiện)

Lâu lắm rồi, từ những năm 1999, có lẽ là như vậy. Kể từ lúc tạp chí Văn Học của nhà văn quá cố Nguyễn Mộng Giác, rồi Thế Kỷ 21, Văn và Hợp Lưu... cho đăng rải rác những bài thơ của một người cứ tạm coi như là ở một "hành tinh" khác chợt bay vào làng thơ hải ngoại với cái tên rất ngắn: "Giang". [Năm 2014, bút hiệu đổi thành Lê Chiều Giang, khi góp mặt trong tác phẩm "Nguyễn Xuân Hoàng Trong Và Ngoài Văn Chương" do Da Màu thực hiện].

Độc giả và văn hữu vừa ngạc nhiên, vừa thích thú Đón nhận những hương thơm trong vườn thơ rất lạ.. Thơ của Lê Chiều Giang đọc lên nghe vừa bương bướng, vừa quyết liệt lại xa xót, ngậm ngùi. Thú vị hơn nếu trên tay có một ly rượu chát với chút ánh đỏ của ráng chiều, và rồi hãy nhẩn nha cùng nhau đọc thơ của Lê Chiều Giang. Hoặc với một ly cafe ngát thơm đầu ngày nắng gọi thì mới thấy, thì mới ngấm Đến tận cùng Cái thú của đọc thơ.

Vậy thì Chiều Giang là ai? Bạn bè trong giới thầm hỏi, và rồi biết được rằng Lê Chiều Giang là hiền thê của cố họa sĩ Nghiêu Đề một hoạ sĩ tài hoa trong Hột Hoạ Sĩ Trẻ.

Những bài thơ của Lê Chiều Giang như những kỷ niệm được cất giấu, như những êm đềm một thuở xa xưa ấp ủ bỗng giờ đây thức giấc với nhân gian. Trong phần mở đầu tập: Không Đứng Mãi Trong Tranh nhà văn Nguyễn Thi Thuỵ Vũ đã viết:" Chúng tôi sẽ đọc Lê Chiều Giang, những dòng chữ chảy lui về quá khứ. Một quá khứ của thời đã " chết đi, sống lại".

Trò chuyện với Lê Chiều Giang hôm nay chúng ta sẽ tìm lại những gì đã mất, chúng ta sẽ với nhau (hy vọng) sẽ cùng hát lên những bài ca của Sài Gòn thuở trước với Nguyễn Đình Toàn, với Nguyễn Thị Thuỵ Vũ, với Nghiêu Đề, với Lê Chiều Giang ở những đêm trăng sáng nơi thuyền trôi tưởng như cùng với Lưu Nguyễn đi vào cõi mộng.

Nắng đã lên cho một ngày mới. Xin mời mọi người hãy cùng tôi, chúng ta cùng nhau vào chuyện với nhà thơ Lê Chiều Giang.

Triều Hoa Đại: Thưa chị khởi đầu cho cuộc trò chuyện này cũng như thường lệ là gia chủ vậy thì không gì bằng xin chị tự giới thiệu về mình đôi chút.

Lê Chiều Giang: "Tiểu sử", với tôi là lan man trong những bài tôi đã viết. Những thoáng qua, những nho nhỏ của một đời người. Có khi chính là tôi đó chứ, lại nhiều lúc chẳng rõ nét chút nào. Thôi, anh cứ nhìn tôi như một bức tranh siêu thực. Mông lung và mờ ảo.

Thđại: Có đường đột lắm không thưa chị khi mà đọc giả nôn nóng muốn được nghe chị kể về cái thuở xa xưa với những kỷ niệm đầy ắp ở những thuyền trôi mà chị đã cùng với những bạn bè "đi" dưới ánh trăng đầy thơ, đầy mộng bên dòng sông Thanh Đa của Sài Gòn xưa cũ.

LCG: "Ôn bài" thiệt khó, nhất là phải ôn lại những cảm xúc. Anh cho phép tôi trích đoạn nhé:

"...Những đêm trăng, chúng tôi xuống hết chiếc ghe nhỏ với cây guitar của Trần Quang Lộc hát hò tới nửa đêm. Nhạc Nguyễn Đình Toàn được hát bởi Khoa, bạn của Trần Quang Lộc. Anh Duy Trác không bao giờ hát... dưới ghe, nên anh Toàn, Khoa, Lộc và tôi thay nhau hát. Hát say mê dưới trăng sáng mơ màng trên sông, hiu hiu chút gió và tiếng khua nước của ghe chèo...

Bóng trăng có khi bị che khuất bởi những tàn cây ven sông, và bóng tối như đã ôm ấp tiếng hát nghìn trùng của chúng tôi, trải dài những âm vang dặt dìu xuôi theo dòng nước.[Trích:KĐMTT]

Thđại: Bây giờ chúng ta nói tới KĐMTT, tác phẩm rất mỏng của chị, Nhân Ảnh in với bìa thật đẹp, tranh của anh Nghiêu Đề.
Bác sĩ, nhà văn Đỗ Hồng Ngọc ông cứ thắc mắc:" không biết nên gọi KĐMTT là gì cho đúng?, Tuỳ bút? Không phải. Tản mạn?không phải. Viết ngắn? không phải. Thơ...ừ, thơ "Đúng là thơ rồi", nó cuốn hút, nó xao xuyến, nó ray rứt..." *[Trích Đỗ Hồng Ngọc]*. Đọc mãi tìm hoài, cuối cùng ông đã tìm ra KĐMTT là thơ. Còn chị thì mọi người nên gọi thế nào cho chính danh?

LCG: *Họa sĩ Trịnh Cung hay anh Phan tấn Hải khi viết bài điểm sách về cách tôi viết. Thiên hạ cứ nhất định cho rằng tôi viết gần như một bài thơ dài.*
Vậy mà tôi vẫn không nghĩ mình đã viết như thơ, hình như nó lại là như...hát.

Thđại: "Không Đứng Mãi Trong Tranh", tại sao lại thế được nhỉ, độc giả thắc mắc là bởi những bức tranh mà hoạ sĩ cố hoạ sĩ Nghiêu Đề đã vẽ ra và hiện nay còn được cất giữ từ những người yêu mến ông thì ở trong đó không một bức tranh nào không có bóng dáng của chị thì sao lại bảo là: KĐMTT?

LCG: *Như một sự phải "Bước ra với đời", nên tôi "Không đứng mãi trong tranh". Trong bài thơ "Đầu hàng", tôi "tâm sự" rằng: Sau những năm dài, vai góa phụ tôi đã "diễn" xong. Hăng hái lắm, tôi trở lại với đời, nhưng tôi lạc lõng, và khi chung quanh chỉ còn là những khô héo, nên tôi lại phải:*

"...Bước lại trong tranh. Và

Diễn tiếp.

Hỡi thế gian. Ta

Bỏ cuộc chơi." [Trích "Đầu hàng"]

Thđại: Thơ chị dọc lên thiên hạ bảo là: sao nghe như có những tiếng thở dài, những nuối tiếc, những muộn phiền cam chịu của một hạnh phúc, một số phận, những mặn nồng chưa thoả chị có đồng ý thế không?

LCG: *Dạ, có thở dài, có tiếc nuối...Nhưng tôi không "cam chịu", bởi thật phi lý nếu tôi cứ nhất định ngồi đó với "Tiết hạnh" rồi "khả phong".*

"...Vai "Đào thương" ta đóng

Đã xong.

Thì đi bước nữa. Rồi

bước nữa.

Bảy tỷ!

Nhân gian chẳng thiếu ai

Chợt nghe trong gió lời bạt mạng

Chẳng thiếu ai, vẫn thiếu ...

Một người." [Trích:"Cinema" KĐMTT]

Thđại: Là vợ của một họa sĩ tiếng tăm chị nghĩ sao khi mỗi lần bán được tranh thì Nghiêu Đề cho rằng: " cứ như là một sự "lường gạt" khi ông trả lời với nhà văn Nguyễn Ngu Í là bởi tiền nhiều quá "Tôi thấy số tiền đó như từ trời rơi xuống", công sức của Nghiêu Đề và cả của Người Đứng Mãi Trong Tranh thì sao lại bảo là "lường gạt", lại bảo là "từ Trời rơi xuống"?

LCG: *Tự cười cợt, chế nhạo mình là cách sống của anh Nghiêu Đề. Như khi Nguyễn Đức Quang phàn nàn, hoạ sĩ mà sao nhà không treo*

*tranh của chính mình? Anh giải nghĩa:" Lừa gạt để thiên hạ treo tranh
mình đã là quá đủ, phỉnh phờ chi nữa với vợ với con?".*

*Đặc biệt nhất anh thường nói với bạn bè, không ai nhận xét tranh
Nghiêu Đề đúng bằng Bé Búp. Khi cô con gái 3 tuổi của chúng tôi nửa
đêm dụi mắt, chập chững ngang qua chỗ anh Nghiêu Đề đang vẽ,
buông lời phê phán:" Bố vẽ con Ma,...". Và anh nhận ra rằng, chỉ Bé
Búp mới là người phê bình tranh Nghiêu Đề chân thực nhất, đúng
nhất.*

*Thú vị hơn nữa, khi anh được Medal cho giải Hội Hoạ năm 1962. Một
bạn thân từ Huế lang thang vô Saigon, Nghiêu Đề đã tặng để bạn bán
đi cho những bữa Cơm Xã hội và những ly nước mía. Với anh, sống là
một cuộc vui chơi cùng bè bạn, Medal hay gì gì đi nữa, cũng chỉ là
những Bọt bèo, phù phiếm.*

Thđại: Cố hoạ sĩ Nghiêu Đề đã từng vẽ ra hằng trăm bức tranh
nhưng ông ấy lại nói : " tôi thích nhất bức"Chân dung của Lê". Của
Lê? Chắc là Lê Chiều Giang phải thế không nào?

LCG: *Ngày anh Nghiêu Đề, mang "Chân dung của Lê" tới phòng triển
lãm năm 1962, tôi còn là một cô bé nhỏ xíu, mới học lớp ba. Thưa
Anh. "Định mệnh" là những rất lạ lùng, và khó hiểu.*

Thđại: "Hội họa là thi ca được nhìn thay vì cảm, và thi ca là bức trnh
được cảm thay vì nhìn" do đó " thi sĩ và hội hoạ chỉ khác nhau về
phương tiện và chất liệu sáng tạo nhưng cứu cánh là một" người ta
cho là như thế, vậy còn với nhà thơ Lê Chiều Giang?

LCG: *Tôi rất đồng ý với anh về: Tranh là một bài thơ để đọc và thơ là
một bức tranh để xem.*

*Nhưng để sáng tạo ra một bức tranh, bên cạnh tài năng, Họa sĩ còn
phải là người kiên nhẫn.*

*Anh Nghiêu Đề khi vẽ xong tranh, nếu không bằng lòng chi tiết nào đó,
có khi Anh cần cả tháng hay lâu hơn thế để vẽ lại. Thơ thì dễ hơn
nhiều lắm, dù như anh nói "cứu cánh" đều như nhau.*

Thđại: Một bức trình đẹp là "hôn lễ của trần gian" thế còn một bài
thơ hay theo chị là gì?

LCG: *Tôi hiểu câu hỏi của anh hoàn toàn theo nghĩa đen, nên Van Gogh, Michael Angelo...Dù tranh, tượng rất đẹp, nhưng họ đã chẳng có một "Hôn lễ" nào như anh định ví von.*

Thơ "hay"? Thôi, tôi đành coi là...Hôn lễ của trần gian như ý của anh vậy.

Thđại: "Văn chương hải ngoại rẻ như trứng gà" nhà văn Tuý Hồng bảo thế, là một nhà thơ chị có cho đó là một điều xúc phạm?

LCG: *Nếu người viết trang trọng đủ với "chữ" và "nghĩa", họ sẽ thấy Chị Túy Hồng không hề xúc phạm và không thể xúc phạm gì đến họ. Thưa anh.*

Thđại: Cũng vẫn theo nhà văn Tuý Hồng thì:" Ở hải ngoại nhiều người viết văn kiêm làm thơ. Tài không? ...tuy đáng yêu, thơ hải ngoại không khỏi vấp phải một khuyết điểm chung: chữ nhiều nhưng nghĩa ít..." là nhà thơ chị có ý kiến gì về vấn đề này?

LCG: *Đó là khi tôi làm thơ, rất ngắn. Tôi viết cũng không bao giờ dài hơn điều cần diễn tả.*

Có thể tôi không có khả năng làm thơ dài, hay viết ra những truyện kể lê thê bất tận. Tôi thích sự vừa đủ.

"-Ta?

-...Tố!

-Ta tố hết:

Đời.

Canh bạc cuối

Người dám cùng ta. Chấp?

cuộc chơi.

Hay thôi,

ngồi lại ta cùng uống

Bàn chuyện nhân gian vá đất trời

Nói về trăng tan và

Tuyết nguyệt

Một chút hoàng hôn

Chút mưa bay..

Chỉ xin đừng nhắc thêm gì nữa

Chuyện ta yêu người hay

Yêu ai?" [Trích POKER]

Thđại: Chị làm thơ có dễ không, tôi biết có nhiều người khi sáng tác họ cần một không gian tĩnh lặng, một chút cafe, một chút âm nhạc, một chút...chị có cần những chuyện như thế để giúp đẩy đưa trong lúc "với thơ"?

LCG: *Tôi không làm thơ trong những giây phút mơ màng, cũng chẳng phải ngay lúc khổ đau.*
Chữ nghĩa chợt đến, như một sáng ngồi trên cỏ mướt xanh, với nắng vàng rực rỡ:
"Ta chôn chồng ta
Một lần.
Duy nhất.
Ở giữa rừng gai
Không hoa trái mọc
Đất.
Đá.
rực cháy những lửa
Điêu tàn.
Ta đứng giữa trời
Lặng thinh.
Không khóc..." [Trích 1998]

Thđại: Hãy kể thêm về những kỷ niệm êm đềm của Sài Gòn năm xưa, những sáng, những chiều trốn lễ nhà thờ, trốn trường lớp để được ở gần CHÀNG và ở gần những bức tranh còn ướt sơn.

LCG: *"... Những lần trốn học, bỏ nhà thờ, tôi hay tìm đến với Tranh, hít hà mùi sơn dầu chưa khô và trầm ngâm bên cạnh những màu sắc, bố cục mà tôi chẳng hiểu chút gì.*
Những lần hò hẹn, phở chỉ một tô, nước mía lễ đường có mỗi một ly. Anh Nghiêu Đề ngồi nhìn tôi uống hồn nhiên như tôi khát đâu từ tháng trước...Dễ thương nhất là có một chiều, chúng tôi và anh Trần Tuấn Kiệt ngồi ở La Pagode. Anh TTKiệt màu mè hỏi nếu tôi muốn uống thêm? Thích sữa tôi "dạ". Đến lúc tôi hối anh NĐề cho về, vì giờ hẹn hò của tôi phải chấm dứt khi Thánh lễ hết, và nhà thờ sắp đóng cửa. Anh chần chờ, lần khân...Sau này tôi mới hiểu chỉ tại ly sữa uống

thêm của tôi, mà anh Nghiêu Đề phải ngồi chờ để anh TTKiệt hớt hải qua bên Khai Trí tìm xem có Văn nhân Thi sĩ nào lảng vảng, hỏi mượn vài đồng trả thêm cho ly sữa... Và nạn nhân hôm đó là Ngọc Thứ Lang, dịch giả đang giàu có với "Bố Già".

Thđại: Có nên không nhờ chị đưa chúng tôi vào "thăm" lại nơi chốn mà CHÀNG cùng những người hoạ sĩ tài danh của hội hoạ sĩ trẻ đã trưng bày tranh của họ, nhưng nay mọi sự đã trễ tràng duy chỉ có một mình chị lả có thể giúp ôn lại "sau, xưa" nơi chốn ấy, chị có thể vẽ" lại cái khung cảnh trước và sau mỗi kỳ triển lãm mà chị hằng có mặt?

LCG: *"Không khí phòng triển lãm Alliance Française tràn đầy những tinh hoa, thoát bay và ấm áp*
Khói thuốc Haft & Haft thơm tho, Basto nặng nồng, hay Lucky mờ mịt. Mắt tôi bốc cay với khói mà tưởng như có thêm cả chút nồng nàn, sướt mướt.
Những bức tranh với tên gọi bàng bạc như Thơ.
Anh Trịnh Cung với "Vương Hương"; "Trăng, Chim, Hoa và Nàng" của anh Đinh Cường; Nghiêu Đề với "Vùng Thanh Thoát"; và Nguyễn Trung của "Đêm Chân Không".Tôi mê những bức tranh cổ điển của anh Đỗ Quang Em. Ánh sáng và bóng tối, lạnh toát hay vắng tanh, anh đã làm ấm lại trong tranh chỉ với chút ánh đèn dầu le lói. Và tranh Cù Nguyễn đẹp như một thinh lặng, gắn bó cùng nỗi chết, đâu đó mãi tận cuối chân trời.
Sài gòn, những ngày xao xác cùng chiến tranh, những lửa đạn kinh hoàng Khe Sanh, Quảng Trị...
Đạn lạc tên bay tận những nơi xa vời để bảo vệ cho Sàigòn. Một Sàigòn không tiếng súng.
Và tôi, trốn hết học hành trường lớp. Tôi mê muội theo những hương thơm ngát của sơn dầu, tôi bàng hoàng bên những nét cọ sắc sảo. Nét cọ mà khi dào dạt cùng tranh, đã phải óng ánh hơn những nét bút rời rạc; chữ nghĩa lơ mơ chợt quên, chợt nhớ của tôi trong trường lớp. Tôi bị cuốn theo những chiều rực rỡ La Pagode, những đêm Givral hoa đèn lấp lánh.

Và cả với những sáng khi Sài gòn còn mờ hơi sương, lúc phòng tranh chưa mở cửa. Nơi đó, có năm bảy chàng họa sĩ trong Hội Họa Sĩ Trẻ, ngồi nghi ngút cùng café bên góc hè của Continental Hotel, ngay cạnh phòng triển lãm Alliance Française.

Hình ảnh mà sau này tôi xem trong phim tài liệu về những Họa sĩ thuộc thế kỷ 19th: Claude Monet, Rodin, Degas, Renoir, Cezanne... Họ đã có những sáng vang vang bốc khói cùng café, những đêm rượu đổ đầy đường trên phố Montmartre. Họ cũng đã ngồi cùng nhau bên những câu chuyện đầy màu sắc, ấm áp và chan chứa nhiệt tình, không khác gì những vị trong Hội Họa Sĩ Trẻ...Từ The Boulevard Montmartre tới Đại Lộ Tự Do Sài gòn.

Trăm giấc mơ đã cùng với khói thuốc mịt mù bay, họ say sưa bàn bàn, nói nói về những tác phẩm tinh khôi, nhằm sáng tạo ra nhiều nét khác biệt hẳn với những tàn dư cũ.

Những bước chân reo cho một ước mơ dài: Làm mới, làm thăng hoa thêm cho nền hội họa của Miền Nam Việt Nam...

"...Tôi cafe mỗi sáng, rượu đỏ mỗi tối bên những tranh của Đỗ Quang Em, Nguyễn Trung, Đinh Cường, Nguyễn Lâm, Ngy Cao Uyên, Nguyễn Phước...Những xanh mượt mà. Những vàng ánh xôn xao. Những đỏ thắm như mặt trời, trắng xóa như chẳng còn thấy gì, âm u lạnh toát trong

tranh Nghiêu Đề...Bắt chước La Dolce Vita, tôi thắp sáng những ánh đèn, tôi tạo ra một không gian ấm áp và bừng lửa. Ánh sáng trầm như nhạc, sắc như gươm đã như ngàn tiếng hét hò trong đời sống tôi. Lặng im

Ánh sáng như giục giã, như gọi mời, để lắm khi dù đêm đã sắp tàn, những nhân vật vẫn lặng lẽ, vẫn mơ hồ bước ra từ tranh. Họ điềm đạm ngồi uống với tôi, nhắc lại cùng tôi những điều rất xa xôi từ trăm năm cũ." [Trích: "Nhớ Về Hội họa sĩ trẻ." KĐMTT]

Thđại: Có lúc chị đã thử cầm cọ như CHÀNG (Nghiêu Đề) nhưng xem ra khung bố cũng như sơn có vẻ như không thích hợp nên chị đành vứt bỏ và chị đã quay sang "thơ" có phải thế không?

LCG: Cái ngây ngô rất dễ thương của tôi khi ghi danh học hội họa, chỉ là vì nhớ như điên cái mùi hăng hăng của sơn dầu, chút hương mà tôi đã hít thở suốt 25 năm dài. Đến khi vẽ tôi mới hiểu ra rằng, để có một bức tranh đẹp, Họa sĩ không thể vẽ bằng khứu giác. Họ cần rất nhiều tài năng, những điều mà tôi chẳng hề có.

Thđại: Chị nói nhiều về TRĂNG tôi chắc là chị "mê" Trăng lắm, " Lune, quel esprit sombre/ Promène au bout d'un fil, /Dans l'ombre..", vậy ngoài trăng, ngoài những bức tranh còn ướt mực sơn ra chị còn thích những thứ gì khác nữa?

LCG: Tôi vẫn muôn đời chỉ mê Trăng. Trăng như thời thơ ấu, vàng soi trên cánh đồng mênh mông sáng. Trăng như dấu chấm trên đầu chữ I của Alfred De Musset, với giọng đọc mơ màng từ người Thày cũ. Trăng vời vợi như một đêm trên cầu Charles Bridge Tiệp Khắc, với tiếng Violin tuyệt vời của người hát rong mà tôi suýt mơ để đi hát dưới chân cầu, góc phố như một Bohemian. Và Trăng thảm thương như nước mắt tôi rơi suốt trên đường về nhà, nơi có anh Nghiêu Đề thoi thóp đợi.

Người ta chọn lớp học, trường thi, chọn người để yêu thương và ngay cả chọn nhà, chọn phố...

Nước mắt tôi rơi như sông như suối, khi tôi đã vừa chọn xong chiếc Quan tài. Tôi đứng chơ vơ giữa chồng chất áo quan, chọn lựa rất lâu trong kinh hoàng, khiếp sợ. Và cuối cùng tôi đã "chọn" xong. Đêm đó, trăng sáng một cách lạ lùng. Trăng của nỗi chết.

Nhưng mới đây thôi, thưa Anh. Đã có Trăng như lửa. Khi nhìn trăng đỏ như máu ai, cũng là lúc tôi nghiệm ra nhiều điều thay đổi, là lúc tôi tập sống với một: Vầng Trăng Mới.

Thđại: Sau cùng một câu hỏi chót muốn được nghe chị cho biết dự tính về những ngày phía trước, những ước mơ và mơ ước chắc là đã có nhưng chưa kịp đơm mầm?

LCG: *Tới một giai đoạn nào đó của đời người, phải chăng chúng ta đã chẳng còn can đảm nào cho một ước mơ? Tôi không còn nghĩ đến, nhưng biết đâu anh Nghiêu Đề vẫn còn nấn ná với nhiều mơ ước, dù rất lâu rồi đã bỏ đời ra đi.*

Kể với anh chút chuyện gia đình. Khi anh Ngô Thế Vinh xuống thăm, nhắn nhủ 3 đứa nhỏ của chúng tôi: đừng theo nhau học ngành thuốc men, như gia đình người bạn trên San Francisco. Gia đình mà 7 người đều là Bác sĩ. Mỹ nó đã chẳng thể nào hiểu nổi. Lập tức anh Nghiêu Đề buông lời bông đùa:" Thôi ông Vinh, 7 đứa bác sĩ trong một nhà thì rất khó hiểu. Nhưng nếu tôi nói rằng:" Thưa bạn, gia đình chúng tôi tổng cộng có 7 Thi sĩ, hay 7 Họa sĩ !". Thì chắc cả thế giới này sẽ đều không hiểu...

Mang trong tâm thức một đời sống nhiều tai ương, nhọc nhằn. Anh Nghiêu Đề chỉ muốn con cái đừng nối điêu theo lối sống đầy va vấp như chính mình. Nhưng cô út của chúng tôi. Sau khi tốt nghiệp Stanford rồi PHD ở Berkeley... Lại chẳng thiết tha gì với những thứ đã học. Khải Thư nghe theo lời kêu gọi của Art. Ngành Đạo diễn!

Art. Âm vang của những gì đẹp nhất, thanh thoát nhất. Nhưng Art là tiếng nói của một đời sống bấp bênh với mọi điều bất trắc. Và chắc là ở nơi xa xăm kia, anh Nghiêu Đề đang lo lắng, đang sợ hãi. Rồi anh cũng đành phải thuận theo để cùng mơ ước, mong Nguyễn Khải Thư thành công trong sự lựa chọn đầy thơ mộng này. Thưa Anh.

Thđại: Xin cám ơn chị, nhà thơ Lê Chiều Giang đã dành cho chúng tôi có được buổi trò chuyện thân mật này, kính chúc mọi điều tốt đẹp ở mãi cùng chị và gia đình.

LCG: *Cám ơn anh Triều Hoa Đại. Nhưng vẫn thắc mắc sao anh nhất định cứ cho tôi thành "Thơ"? Trong "Không đứng mãi trong Tranh", tôi còn có 20 bài viết về "Mơ" nữa chứ. Hay anh nghĩ như anh Đỗ Nghê rằng: Tôi viết như thơ, những bài thơ dài lắm. Và kết thúc cho cuộc phỏng vấn, mời Anh nghe bài thơ mới nhất.*

" Ta mê người

Trái tim liều mạng

Dốc hết giang san:

Một môi cười

Thế giới?

Nhỏ.

Như vài chiếc lá.

Giật mình. Ta

Chắc phải yêu thôi."

[Trích:"Liều mạng"]

Triều Hoa Đại thực hiện.

HOÀNG QUÂN
HÌNH NHƯ LÀ...

Người bạn nàng, bạn thời trung học, ân cần rủ rê nàng sang Mỹ chơi một chuyến. Hắn bảo, nhà cửa hắn rộng rãi thoải mái, không việc gì phải nộp tiền cho khách sạn. Vẫn giọng cà chớn ngày xưa, hắn cười ha hả trong điện thoại:

-Đi cho biết đó biết đây, ở hoài bên Đức biết ngày nào khôn.

Nàng ngoa ngoắt trả đũa:

-Ừa, hồi nào ế độ, tui sẽ qua, chủ yếu thăm bạn bè. Chớ tui đâu mặn mà gì với xứ của mấy người phổi bò như ông.

Thế mà, khi nàng viết điện thư cho hắn, báo ngày giờ nàng cùng gia đình du lịch Hoa Kỳ, hắn xuýt xoa xin lỗi: "Chết dở, trọn mùa hè tui không có nhà. Tui đi làm bên Anh". Quá áy náy, hắn nhờ người quen, thay mặt hắn, đón tiếp du khách, trao chìa khóa nhà hắn cho gia đình nàng trọn quyền sử dụng. Hắn gởi cho nàng mấy dòng, ghi tên người quen, tên Việt hẳn hoi, nhưng lạ hoắc, kèm theo địa chỉ điện thư để liên lạc. Họ hàng, bạn bè của nàng chẳng có ai tên như vậy. Nàng thất vọng, ngại quá. Nhưng đâu còn cách giải quyết nào khác. Nàng tiến hành thủ tục trao đổi thông tin. Nàng kính cẩn thưa gởi "người xa lạ". Chắc "người xa lạ" được nhiều trận cười, khi nhận những lá thư với những câu hỏi lẩm cẩm của nàng. Dần dà, nàng thấy ra, hình như "người xa lạ" không hẳn là người lạ. Theo lời anh ấy kể, anh và nàng có quen biết chung ít nhất một người. Thời trung học, nàng đi học thêm Anh văn ở trường Việt Mỹ. Nàng học cùng lớp với chị hoa khôi của trường. (Anh văn là sinh ngữ phụ của chị. Bởi vậy, chị phải vào lớp chung với mấy đứa nhóc tì thua chị ba, bốn tuổi). Nghe kể, chị hoa khôi hồng nhan đa truân. Thời đi học, ong bay, bướm lượn dập dìu. Thế mà, chị trở thành "góa phụ ngây thơ", khi tuổi chưa đến tứ tuần. Anh ấy bảo, cũng may, mạng anh còn lớn. Hồi đó, anh xin đi học thêm ở trường Việt Mỹ, chỉ vì bị người đẹp hớp hồn. Là học trò, anh luôn tìm cách học bớt, chứ anh bận đi chơi, làm gì có thì giờ học thêm. Nếu ngày xưa, chị hoa khôi nhận đơn của anh, chắc giờ này anh đang bơi lội trong mấy chảo dầu dưới địa ngục rồi. Nàng vẫn chưa nhớ ra anh là ai. Nhưng nghe anh kể chuyện, nàng thấy ngồ ngộ.

Nàng nghe bài hát *Áo Dài Quê Hương*, có vẻ bí hiểm. Dường như là mối tình câm của một văn nhân với sư cô. Lắng nghe hoài, mà có những câu nàng không thông được. Trong thư hỏi anh ấy cách đặt chuyến đi chơi đến công viên quốc gia, nàng viết vào phần tái bút, nhờ anh liếc vào bài hát, xem có hiểu không. Anh ấy trả lời bằng một giọng rất "hình sự", rằng, rất có thể đó là mối tình của trang công tử với bóng hồng... ta- li- băng. Chỉ nghe tả tà áo, gót chân, chứ không thấy nét mặt. Dù những tưởng tượng về mối tình thơ mộng đã tan thành mây khói, nàng đã cười thật lâu, thật giòn. Nàng thích cái dí dỏm của anh ấy. Nàng kể cho nhỏ bạn thân nghe về chương trình của chuyến du lịch và những trục trặc bất ngờ. Nhỏ bạn chăm chú nghe nàng huyên thuyên tường thuật, buột miệng:

-Ê, có gì đâu mà mày cười hoài vậy!

-Ừ, thì tao thấy vui, thấy tức cười thì cười. Đơn giản vậy thôi!

Nhỏ bạn đăm chiêu:

-Thiệt đơn giản như vậy không? Tao thấy có gì là lạ.

Nàng cười lớn:

-Trời đất, mày sao cả lo quá vậy. Khéo lo bò trắng răng.

-Có lẽ tao cả lo. Mà cũng có lẽ không.

-Nghe nè, tao nói chuyện với mày, rất hợp, rất thích, nên tao vui. Vậy, mày có Lo ra, lo vô gì không?

-Không, mắc mớ gì phải bận tâm. Tìm được tri kỷ thì còn hạnh phúc nào bằng.

Nàng mừng rỡ:

-Ý kiến mày hay quá. Đối thoại với anh ấy cũng vui như khi tao tán gẫu với mày. Có gì Đâu mà phải nhăn trán, nhíu mày.

Nhỏ bạn giãy nảy:

-Chết, chết, sao mà mày nói chuyện huề vốn vậy. Như sao được mà như...

Nàng cắt ngang:

-Như chớ sao không như! Mày hay coi mấy phim, truyện tình cảm éo le nên bị nhiễm đó.

Hôm sau nhỏ bạn điện thư cho nàng, công nhận là lo hơi xa. Nhỏ bạn thú tội, kể ra, nhỏ hơi "ép" nàng một tí, chuyện đâu có gì mà ầm ỹ. Chắc là, ở nhà, nhỏ bạn chuyên trổ tài cà chua bảy món, canh cà chua, cà chua nhồi thịt, cà chua xào thịt bò... Cho nên không trách nhỏ bạn cà chua với nàng. Nhưng nàng rất cảm kích cái sự cà khịa của bạn. Chứng tỏ là nhỏ bạn thương nàng, để ý đến nàng, chứ ai mà bận tâm vì thiên hạ vô tình. Thỉnh thoảng, nhỏ bạn thề thọt:

-Đề cao cảnh giác nghen mày.

Nàng cười khanh khách:

-Trời, vậy là mày coi thường tài nghệ của tao. Mày coi, tao đi làm trong cái cộng đồng do phái mạnh làm chủ. Tao làm việc với biết bao đồng nghiệp đẹp trai, học giỏi, con nhà giàu. Họ ăn bơ nhiều, nên khen, tán trơn tru. Đó, tình trạng xe cúp không khóa để ngay bờ hồ bao nhiêu năm. Tao vẫn tỉnh như sáo sậu. Bảo đảm, tao vĩnh viễn miễn nhiễm ba cái bịnh tim lằng nhằng.

Nhỏ bạn lúc lắc đầu:

-Mày ngó bộ giống ếch ngồi đáy giếng. Chưa thấy quan tài, chưa đổ lệ đó thôi. Vậy chớ mấy cha đồng nghiệp của mày có khái niệm gì về... *triệu người quen có mấy người thân...* không?

Nàng nói ro ro như đang thi hùng biện:

-Không. Nhưng lắm khi họ cũng dễ thương, có những thông cảm tế nhị. Ví dụ như anh hàng xóm tao nè. Tao thích hoa lá. Tao diễn tả cây kim tước chi. Chẳng ai hiểu đó là cây gì, chỉ thấy tao chăm sóc chậu cây trông như cái chổi chà dựng ngược. Vậy mà, một buổi chiều, tao đang cặm cụi bón đất, tỉa lá, anh hàng xóm chồm người qua hàng rào, reo lên: "Ồ, em trồng kim tước chi à. Tôi thích cây này lắm." Tao vui vui, hớn hở khoe thêm các cây cảnh trong vườn nhà. Anh chàng nghe đến đâu, hiểu đến đó. Cuối tuần, tao làm vườn, anh chàng đứng bên kia hàng rào, kể chuyện trên trời, dưới đất. Anh ta khoe, mới đặt cây dương cầm. Anh ta mời lúc nào có dịp ghé qua, nghe anh đàn. Đó, mày thấy chưa. Anh hàng xóm của tao có đầy đủ điều kiện nhứt cự ly, nhì tốc độ. Mà có sao đâu!

-Trời, trời. Mày đem so sánh vậy là không được. Tâm hồn như mày, chấp trăm ông tây chẳng nhằm nhò gì.

Nàng vẫn nghịch ngợm:

-Bà chị hủ quá vậy. Tao là một ngoại lệ.

Nhưng nàng xuống giọng:

-Nếu mày nghe tao kêu cứu cháy, thì giúp nhe.

Nhỏ bạn chép miệng:

-Ôi, tao hổng biết sao nữa. Giúp thì tao sẵn sàng. Nhưng cái điệu như mày, tao sợ chỉ có rồng trời mới cứu nổi.

Nàng vẫn vui, vẫn cười. Vui hơi quá, cười hơi nhiều. Nhỏ bạn đôi khi có những lo lắng mơ hồ. Nàng trấn an bạn:

-Tao vẫn thanh lịch trên đường phố, an toàn trên xa lộ.

Bạn mừng:

-Ủa, mày sắm Suzuki hồi nào vậy. Thấy mày vững vàng, tao yên tâm.

Nàng phân tích "tình hình chiến sự". Tuyệt thế giai nhân hoặc phụ nữ đau khổ mới là mối nguy tiềm ẩn. Gái sắc thì có thể làm cho trai tài xao xuyến. Người nữ bất hạnh có sức thu hút bản năng che chở bảo bọc của người nam. Nàng hoàn toàn không thuộc vào những trường hợp nguy hiểm này. Trong mắt nàng, các chị em nàng là những con thiên nga kiều diễm. Nàng là con vịt ngoan trong gia đình. Nhưng là con vịt hạnh phúc vô cùng trong trần gian. Với thương yêu vô bờ của gia đình, nàng vào đời bằng những bước chân rất tự tin. Dù đã có những nhọc mệt làm nàng ngập ngừng, đã có gai góc làm nàng lao đao, nhưng nàng chưa quỵ té bao giờ. Bởi, nàng là nàng. Nàng hài lòng với cuộc sống của nàng, quanh nàng. Nàng đã qua rồi thời gian chạy theo những ước mơ nho nhỏ, vưa vừa, lơn lớn nàng đã vẽ vời rất mỹ thuật. Nàng chỉnh đốn lại cuốn tự điển của đời mình. Nàng vẽ lại những giấc mơ theo những kỹ thuật khác, những giấc mơ vừa tầm tay với, những giấc mơ trở thành những hoạch định cho cuộc sống nặng vật chất thời đại ngày nay. Nàng ý thức rất rõ những may mắn trong đời mình. Mấy ai trong thiên hạ có được cái gần như trọn vẹn trong đời sống như nàng. Nàng vẫn chăm chỉ vun xới hương hoa hình thức. Nàng hoan hỉ tham gia những sinh hoạt thời thượng, mà có lúc lầm tưởng là những ý thích thật của mình. Nàng muốn mình có mặt khắp nơi. Nàng muốn mình được nghe mọi chuyện, được thấy mọi điều. Thỉnh thoảng, giữa những vội vàng của cuộc chạy đua, nàng giật mình, thấy mình càng lúc càng rời xa cuộc sống nội tâm của mình. Nàng cảm thấy chùng lòng. Nhưng dòng đời mải miết trôi, nàng không muốn thấy mình bị bỏ lại sau lưng. Trong nàng, thỉnh thoảng có những giằng co nho nhỏ. Nhưng tiếng nói của cái tôi nội tâm sẽ sàng quá, bị tiếng nói rành rọt của cái tôi hình thức át đi liền. Nàng hài lòng khoác cái tôi hình thức và vòng hào quang vô hình, dù hời hợt, nhưng tự tin, vững vàng.

Những thư đi, tin lại với anh ấy dần dà dắt nàng về chốn cũ, thuở ấu thơ, thời niên thiếu... Nàng vui mừng gặp lại con bé của Thiếu Nhi, Thằng Bờm, Tuổi Hoa xanh, Tuổi Hoa đỏ, Ngàn Thông rụt rè, nghiêm trang hơn số tuổi của nó. Thấp thoáng đâu đó là cô thiếu nữ bước sang Tuổi Hoa tím, Tuổi Ngọc. Thay vì đọc tạp chí *Wirtschaftswoche, Focus...* để theo dõi những biến chuyển kinh tế xã hội, nàng lục mấy thùng thư cũ, soạn lại những số, sách nàng ghi chép lăng nhăng. Thay vì coi ti vi, theo dõi các bình luận gia bàn về phát triển của thị trường chứng khoán, nàng xem chương trình nhạc Việt Nam. Tự lúc nào, không rõ, nàng rộng rãi ban phát thì giờ cho chính nàng. Nàng tận hưởng niềm vui, dù rất nhỏ, nhưng quý báu, mà mới đây nàng xem như những món xa xỉ quá đắt, ngoài khả năng của nàng. Một cuối tuần, trời hè tuyệt diệu, nàng ngồi ở ban công, ngắm những hoa, những lá nàng chăm chút. Ngắm hoa clematis tím ngắt, nàng nhớ đến... *chiều nay dưới giàn hoa thơm ngát hương đời, thầm mơ giàn hoa tím xưa chưa phai...* Nhìn những cánh phong lữ thảo rơi trên sân, nàng thấy giống như xác pháo,... *em đi trong xác pháo, anh đi không ngước mắt, thôi đành, em...* Nàng gối đầu trên tay, ngắm trời xanh ngắt, buổi trưa êm đềm quá. Nàng mơ màng, ngủ một giấc thật ngon ngoài vườn. Khi thức dậy, bất chợt nàng nhớ *Đời sống trôi hoài không nghỉ ngơi, đời sống kéo dài cõi trần ai, anh thôi, anh thôi không làm thơ, em yên em yên vui chuyện nhà...* Rồi đầu óc nàng lại miên man mấy câu hát mà mấy chục năm nàng chẳng nghe... *hay lịm người trong thú đau thương...* Thật lạ lùng, lòng nàng đang vui, tự dưng ở đâu mà mấy lời nhạc buồn rũ đó vào đầu nàng.

Hôm sau, nàng nhận được điện thư của anh ấy, kể, bài thơ *Sinh Nhật*, Phạm Thiên Thư cảm hứng qua bài hát *Tóc mai sợi vắn sợi dài* của Phạm Duy. Ô, lạ quá! Như thể anh ấy đã nghe những suy nghĩ của nàng. Trời nắng đẹp, nàng bỏ bữa cơm văn phòng. Nàng nghỉ trưa nơi băng ghế cạnh hồ hoa súng trong công viên gần hãng. Nàng ngồi ngắm những đóa hoa màu hồng thắm, chăm chú nhìn những con chuồn chuồn bay chờn vờn trên những ngọn cây thủy trúc, nghe cơn gió nhẹ ru buổi trưa êm ả. Lòng nàng tràn ngập niềm vui.

Nàng vẫn dùng tiếng Anh trong việc làm. Nhưng tiếng Anh nàng xài khô khốc: cho hợp đồng tín dụng, cho ý kiến pháp lý... Nói chuyện ngoài lề với khách hàng hoặc với đồng nghiệp chỉ quanh quẩn thời tiết đẹp xấu, nóng lạnh... Nàng chưa biết "trình độ" tiếng Việt của anh ấy, vì chưa nghe anh nói, chưa thấy anh viết. Chắc phải hay lắm. Anh ấy nhận xét, tiếng Việt trữ tình hơn tiếng Anh, ngay trong thứ tự của mẫu tự. Trong tiếng Anh, giữa I và U cách nhau xa tít mù. Trong tiếng Việt, M và N sát bên nhau. Có lần, nàng làm ngon, kể chuyện, tính chọc quê anh ấy. Nàng rất tin vào cái "lanh" của mình, chờ nhìn nạn nhân tối tăm mặt mũi. Nàng chỉ cho anh cách đếm tương. Mua bốn chai tương, xếp hàng ngang, rồi đếm: tương một, tương hai, tương ba, tương tư. Nàng còn cao hứng xưng mình là cô giáo. Gởi thư đi rồi, nàng cười mỉm, chờ thắng lợi. Anh ấy trả lời rằng, là cô giáo giỏi, chắc chắn nàng đã thực hành đếm rồi. Anh tưởng như thấy bốn chai tương nàng thực tập xếp hàng trong bếp của nàng. Anh hỏi, nàng có rảnh không, anh đưa cho mượn cuốn truyện *Vòng Tay Học Trò*. Nàng đọc thư xong, tắt tiếng. Nàng mới là nạn nhân, đích thị gậy bà đập lưng bà. Nàng ngồi thừ, mặt nghệch ra. Giận mình chơi dại. Không tri bỉ, tri kỷ, mà tính chuyện bách chiến, bách thắng. Nàng sùng anh ấy "đánh" nàng thắng tay. Bạn bè biết nàng bị nạn như vầy, mất mặt binh chủng. Nàng sẽ không đọc truyện của Nguyễn Thị Hoàng, mà sẽ đọc cuốn Vĩnh Biệt Chiến Trường,

Farewell to Arms của Hemingway. Nàng quạu lắm, hậm hực ném "bút". Ngày hôm sau, dù vẫn bận rộn với trăm công ngàn chuyện, trong đầu nàng có một cuộc chạy đua của ba ngôn ngữ Việt, Đức, Anh. Đột nhiên, nàng tìm ra câu trả lời cho cái thư "hắc ám" của anh ấy. Những ý tưởng đanh đá ào ào dẫn ngón tay nàng nhấn nhanh trên phím. Nàng nể mình dễ sợ. Nàng nôn nao không biết làm sao mà huênh hoang khoe với đám bạn quỷ của mình, rằng nàng vẫn còn đủ cựa để đảm nhận vai gà đá cho bạn bè. Nàng lim dim, tưởng như nghe tiếng vỗ tay cổ võ của đám bạn. Nàng vui vẻ cả buổi chiều. Trong cơn vui bỗng nhiên nàng khựng lại. Ủa, mình đó sao, nàng nhẩm lại những điều nàng viết, sao mà điêu ngoa dữ vậy. Sao mà chanh chua quá sức. Không, nàng không muốn mình như vậy. Theo thời gian nàng đã không ngừng "trung hòa hóa" lượng sinh tố C của chanh và sinh tố A của ớt trong nàng. Lòng nàng ngổn ngang những nghịch lý, những mâu thuẫn. Tiếng nói nghiêm khắc không bằng lòng nàng xử sự như vậy, và buộc nàng phải viết thư xin lỗi anh ấy. Tiếng nói khác không giấu vẻ vui mừng, bênh vực nàng, rằng nàng đã hồi phục phần nào những cá tính thật của nàng. Trong những đối thoại giữa anh ấy và nàng, nàng đã nhiều lần là trọng tài đứng giữa, nghe những tranh chấp của "người hiền" và "người dữ" trong nàng. Nàng đã nhiều lần phải chịu để người hiền thắng cuộc. Nhưng nàng có nhiều thiện cảm với người dữ và thiên vị khi cần thiết. Nàng đã phải xin lỗi nhiều lần vì những phản ứng quá quắt của mình. Lúc nàng nói: *"Sorry seems to be the hardest word"*, anh ấy cười, trêu ghẹo: *"... means never having to say sorry"*.

Nàng chú ý đến mình nhiều hơn. Nàng bỏ thì giờ làm những việc nàng thích mà không cần phải suy nghĩ là việc ấy sẽ có những đóng góp gì cho đời sống vật chất. Nàng kiểm kho dĩa nhạc của mình, mới hay, mình đã mua nhiều dĩa mà chưa bao giờ nghe thử. Nàng mở thùng ghế, khám phá ra một lô sách truyện Việt nàng đã mua sắm từ thuở còn là hàn nho. Dọn qua nhà mới, nàng định sắm thêm một tủ sách, chưa thực hiện được. Cho nên mấy năm trời, ngồi trên một núi chữ nghĩa mà chẳng biết.

Ban đầu nàng chào hỏi anh ấy trong tiếng Việt thật cung kính. Về sau, nàng bắt chước anh, chào nhau trong thư với chữ *"Hi"* gọn lỏn. Lần này, nàng viết thư, hỏi anh về những danh lam, thắng cảnh quanh quẩn nơi tỉnh nàng sắp đến. Thay vì viết *"Hi"*, nàng đổi sang *"Hello"*. Thư vừa gởi đi, nhanh như cắt, nàng nhận được thư trả lời của anh ấy, chỉ có câu: *"Hello, is it me you're looking for?"* và đường *link* của *YouTube*. Chẳng có thông tin gì cho câu hỏi của nàng. Nàng thoáng ngạc nhiên, mà cũng hơi bực bội, ngẫm nghĩ: "Chắc tại mình hỏi rầy rà, người ta lên mặt làm cao chứ gì." Bỗng dưng, như tia chớp lóe nhanh trong đầu nàng. Đây là một câu trong một bài hát ngoại quốc nàng yêu thích. Ôi, sao nàng vô ý dữ vầy. Thời ở trung học, nàng đã bao lần nghêu ngao theo Lionel Richie: *"Hello..."* Tâm trí nàng bồng bềnh. Nàng bấm nhẹ đường *link*. Giai điệu của bài hát vừa lạ lẫm, vừa quen thuộc. Nàng lơ mơ, nghe ca sĩ thì thầm *But let me start by saying, I love you...* Chợt nàng hốt hoảng. Chỉ còn hơn hai tuần nữa thôi. Khi nàng đến nơi, "người xa lạ" làm tròn phận sự người bạn gởi gắm. Nàng nhận chìa khóa nhà người bạn. Như vậy mọi chuyện thu xếp ổn thỏa. Đâu còn cớ gì để viết thư hỏi này, hỏi nọ. Chẳng có thư hỏi, làm sao có thư trả lời. Hình như nàng hơi buồn buồn. Hình như nàng hơi tiêng tiếc.

Nàng biết, nàng là, đã là, người mơ mộng. Nhưng nàng cũng biết lý trí vẫn luôn tìm cách lấn lướt con tim. Có lẽ, nhờ vậy mà cuộc sống vẫn giữ được nhịp bình thường (và tầm thường) trong hai vạn sáu ngàn ngày không sầu của kiếp người.

Bỗng nhiên, nàng nhớ đến tựa một cuốn truyện thời tuổi ngọc của Hoàng Ngọc Tuấn: *Hình Như Là Tình Yêu.*

Hoàng Quân

Trích lời trong những nhạc phẩm của các nhạc sĩ:
Bài không tên số 4, Vũ Thành An
Dưới giàn hoa cũ, Tuấn Khanh
Tà áo xanh, Đoàn Chuẩn, Từ Linh
Tóc mai sợi vắn sợi dài, Phạm Duy
Thú đau thương, Phạm Duy
Hello, Lionel Richie

LỮ QUỲNH
SÔNG SƯƠNG MÙ

Cuộc chiến Việt Nam đã kết thúc hơn 45 năm rồi, mà lòng người vẫn chưa yên, vẫn còn ngăn cách, nếu không muốn nói là còn thù hận. Trong khi những ngày còn chiến tranh trước đó (ở truyện ngắn dưới đây) một cháu bé tên Phượng cầm tay người lính đi ngang một đám đông đang đứng xem xác địch vừa bị bắn chết đêm qua, đã chạnh lòng cảm thương chú ấy bằng suy nghĩ rất hồn nhiên trẻ thơ của mình.

Bởi không còn cách nào hơn để trấn tỉnh đám trẻ, người đàn bà đã nói vào tai chúng nó mỗi khi nghe tiếng đạn rít qua đầu và nổ chát trên xóm chợ: súng dưới đồn bắn đi đó mà, các con cố ngủ đi đừng sợ. Lâu dần câu nói đó trở thành điệp khúc và không còn hiệu nghiệm để giữ tâm hồn đám trẻ yên ổn như những lần đầu. Bé Phượng bắc đầu thắc mắc, khi nhận ra sự hốt hoảng của mẹ. Mỗi lần nghe tiếng đạn réo, môi mẹ run rẩy những lời cầu nguyện, hai cánh tay vội vàng ghì lấy chị em nó vào lòng. Người đàn bà lúc đó, vì bản tính tự vệ, đã cố thu rút mình và đám con lại thật nhỏ, vô tình quên đi sự ngột ngạt và đau đớn của chúng nó. Đám trẻ vì sợ hãi quá, không dám khóc, nhưng vẫn cố đưa hai bàn tay nhỏ bé ra gỡ dần vòng tay mẹ để có thể ngẩng cao cổ thêm một chút cho hơi thở được nhẹ nhàng. Bé Phượng lớn hơn cả, thỉnh thoảng bị mẹ bỏ quên được ngồi thư thả trong một góc hầm, tuy thế nó cũng không dám có một cử động nhỏ nào, nó phải ngồi ôm gối và gục đầu xuống mỗi lần nghe tiếng đạn bay qua và nín thở chờ tiếng nổ vang lên tức ngực, mới đưa mắt lấm lét nhìn mẹ, bây giờ chỉ còn là một khuôn mặt tái xanh với đôi mắt như lồi hẳn ra ngoài chân mày vì khiếp đãm. Những lần đó trông mẹ tội nghiệp quá chừng, và nó muốn khóc.

Đã nhiều ngày qua, không có đêm nào là không nghe tiếng nổ rền trong khu vực quận, do đó trong lần nghỉ hành quân mới nhất dù không tới nửa ngày, người chồng cũng đã loay hoay mang những tấm ván xuống đặt dưới hầm để tránh hơi đất cho lũ trẻ. Người đàn bà rất hài lòng vì nghĩ rằng nàng và đám con có thể ngủ luôn dưới hầm, tránh được những lần hốt hoảng đến ẩm đứa này quên kéo đứa khác mỗi lần choàng tỉnh giữa tiếng đạn pháo kích, chạy từ nhà trên xuống chiếc hầm ở cạnh bếp.

Bé Phượng lúc đó có vẻ thích thú với chỗ ngủ mới, nhưng dần dà rồi nó cũng bực mình vì mỗi lần súng nổ là mỗi lần cát từ trên hầm rơi xuống mắt nhức nhối. Đã xót mắt đến không ngủ được, mà xuýt xoa thì bị mẹ mắng tại sao ngủ không chịu nằm nghiêng nằm sắp. Trong bóng tối của chiếc hầm, con bé không dám hé răng. Nó trở mình quay mặt vào thành đất, những giọt nước mắt lặng lẽ lăn trên má làm dịu lòng nó lại.

Công việc mỗi ngày của bốn mẹ con thật giản dị. Sáng sớm bé Phượng mang áo quần dơ của các em xuống bến sông giặt, trong khi người đàn bà loay hoay nhóm bếp nấu một nồi khoai lớn cho đám trẻ ăn lai rai cả ngày thay quà vặt, và một nồi cơm dành cho buổi trưa vì nàng thường ở chợ về trễ. Khi nào bé Phượng ở bếp lên, cũng là lúc người đàn bà sửa soạn xong quang gánh để ra chợ. Nàng dặn con, câu nói mọi ngày tưởng như không thay đổi, dù chỉ một tiếng:

- Nhớ chơi với em ngay miệng hầm, đừng đi đâu xa nghe Phượng ?

Con bé vâng lời mẹ. Nhưng có nhữmng buổi sáng trời tốt, không gian im tiếng súng, nó vẫn thèm dẫn em ra bến sông chơi. Ở đó nó có thể ngồi trên một thềm đá, nhìn sương mù trên mặt sông và chờ đợi những chuyến đò ngang xuất hiện, lúc đầu chỉ nghe tiếng chèo khuấy nước, tiếp theo là nửa con đò rồi người lái với vành nón mờ nhạt hơi sương. Bé Phượng cảm thấy thích thú khi nhìn cảnh vật bên sông dần dần hiện ra trong sương mai mỗi lúc một tan dần. Sự xuất hiện của cảnh vật như một khám phá riêng của nó. Kìa ngọn cây, kìa mái nhà, kìa người gánh nước...

Nhiều lần bé Phượng muốn hai đứa em mình cùng tham dự vào trò chơi đó, bằng những câu đố: "sau cây bàng là cái gì?" rồi chờ một chút cho sương loãng dần để nhận ra "là cái nhà" và đố tiếp "sau cái nhà là cái gì?" cho đến khi nắng đã lên rực rỡ giữa sông, và trò chơi trong sương mù chỉ còn như giấc chiêm bao. Nhưng những đứa em của Phượng có vẻ không khoái trò chơi ấy. Chúng nó thích khom lưng lăn những trái vông trên cát để tưởng tượng đến dấu xe hoặc xé những ngọn lá chuối vấn kèn thổi te te bắt chước người dân vệ gác cầu. Đám trẻ có đời sống riêng thật vô tư. Trong những lần pháo kích, chúng nó đã sợ hãi vì tiếng nổ vang dội khủng khiếp, chứ chưa biết sợ hãi về những gì xảy ra đằng sau tiếng nổ ấy. Người đàn bà thường cẩn thận bắt chúng ngồi dí dưới hầm, cho đến khi nàng biết chắc những chiếc xe cứu thương đã chở hết nạn nhân ra khỏi khu vực. Người đàn bà quen dần cảnh đổ nát của chiến tranh, nàng không còn sợ hãi và lo lắng quá về cái tai nạn từ trời cao trút xuống ấy nữa. Thật khó mà trốn thoát. Sống phút nào hay phút đó, người đàn bà nghĩ thế, và cảm thấy bình tỉnh lại. Điều lo lắng nếu có ở nàng là sự lo lắng đôi khi như mối bận tâm thường trực, về người chồng mà những cuộc hành quân liên miên đã giữ chân chàng tận vùng đồi núi phía bắc quận ly từ nhiều tuần lễ nay.

Không nhìn hết được mặt sông vì sương mù dày đặc, nhưng bé Phượng cũng biết mặc sông sáng nay thật phẳng lặng. Trời lành lạnh. Trong không khí như có bụi nước. Con bé không để ý nó đã dậy sớm hơn mọi ngày. Dòng sông yên tĩnh trắng ngần sương mù nhìn xa như một giãi lụa. Những giọt sương còn rơi tóc tách thật nhỏ và êm đềm từ những ngọn lá cao xuống các tàu lá thấp. Bé Phượng bước xuống bến sông đặt nắm áo quần dơ trên một tảng đá, rồi khom mình đưa tay khoáy nước. Nước lạnh quá làm nó rụt tay về, nhưng rồi lại nhúng xuống, lần này sâu hơn và nó mỉm cười nhìn theo sóng nước phía sau bàn tay di động. Nó im lặng với sự nghịch ngợm đó được một phút thì ngẩng mặt lên, bỗng dưng có cảm giác phía sau mình đang có người nhìn trộm. Nó e dè thoáng chút sợ hãi, từ từ quay mặt lại. Vẫn sương mù dày đặc trong các cành cây. Con bé yên tâm ngồi nhìn ra sông và bắt đầu nhúng mớ đồ dơ xuống nước. Nó không biết rằng cái cảm giác có người nhìn trộm chẳng nhầm lẫn chút nào, bởi người đàn ông đang ngồi thu mình dưới một gốc cây bên mé nước lúc đầu đã đứng dậy định tiến về phía nó nhưng sau nghĩ thế nào lại ngồi xuống như cũ, ánh mắt đăm đăm nhìn ra mặt sông có vẻ ngóng đợi. Gã cho tay vào túi áo móc bao thuốc lá lấy một điếu gõ gõ xuống mặt đồng hồ rồi gắn lên môi.Gã cho tay vào túi quần để tìm hộp quẹt, túi bên trái rồi túi bên phải.Gã quên hộp quẹt đã hết và chiếc vỏ không đã bị gã ném xuống dòng sông từ bao giờ.

Cuối cùng người đàn ông gỡ điếu thuốc ra khỏi môi lăn lăn giữa hai ngón tay trỏ và cái, rồi có lẽ như không dằn được sự thèm một hơi thuốc, gã đành đứng dậy một lần nữa nhếch bước lần về phía con bé xin lửa.Tuy những ngọn lá khô đã ướt đẫm sương đêm không gây ra tiếng động nào dưới mỗi bước chân người đàn ông, con bé vẫn linh cảm thế nào một lần nữa quay trở lại và ngỡ ngàng đứng dậy, trong tay còn nguyên nắm áo quần đang giặt dở.Người đàn ông đưa một bàn tay ra phía trước như muốn trấn tĩnh sự kinh ngạc của bé Phượng. Gã nói:

- Bác cần một que diêm.

Con bé vẫn đứng lặng, trong khi gã tiến thêm vài bước. Bấy giờ Phượng có thể nhìn rõ người đàn ông.Đó là một kẻ lạ, quá lạ đối với nó trong khu vực này. Gã đội một chiếc mũ lưỡi trai bằng nỉ xám, áo quần màu cứt ngựa nhưng không giống như đồ lính mà cha nó thường mặc. Cách phục sức đó làm cho người đàn ông có vẻ gọn gàng và nhanh nhẹn ra. Bé Phượng vẫn nhìn sững gã cho đến khi gã mỉm cười nhắc lại câu nói cũ:

- Bác cần một que diêm, cháu có mang theo đấy không?

Con bé lắc đầu. Nó đứng yên một lúc mới nói:

- Bác đợi cháu chạy về nhà lấy ra cho nhé?

Người đàn ông đưa tay cản:

- Thôi, cám ơn cháu. Bác đâu cần lắm.

Rồi đưa mắt nhìn ra mặt sông vẫn còn dày đặc sương mù, gã hỏi:

- Sáng nay cháu dậy sớm hơn mọi ngày hả?

Bé Phượng có vẻ lúng túng:

- Sáng nào cháu cũng ra đây, thế sáng nào bác cũng có đây để thấy cháu cả à?

Người đàn ông mỉm cười với nó không nói gì. Tự nhiên con bé thấy sự xa lạ lúc đầu đối với người đàn ông không còn nữa. Nó hỏi:

- Bác ra đây làm gì thế bác?

Đưa tay chỉ ra sông gã nói:

- Bác đợi đò.

Con bé cũng nhìn ra sông nghĩ ngợi một lúc rồi ngẩng mặt lên:

- Cháu cũng thế. Sáng nào cháu cũng đợi đò. Trước khi nhìn thấy chiếc đò, cháu đã biết nó sắp tới bờ nhờ tiếng chèo khuấy nước...

Người đàn ông chợt cười thành tiếng.

- Thế bây giờ...

- Bây giờ thì đò chưa sang đâu, bác ra bến sớm quá. Hay bác thử gọi đi.

- Gọi đò trong lúc không nhìn thấy gì bên kia sông cả, bác chẳng muốn chút nào. Trời sương mù nhiều quá.

Bé Phượng ngẩng lên nhìn người đàn ông.

- À, bác có thích sương mù không bác?

Người đàn ông vẫn nhìn ra sông ậm ừ một lúc mới trả lời:

- Ờ thích, thích ghê đi chứ.

Con bé ngồi xuống nhưng chưa vội nhúng mớ áo quần xuống nước. Nó hỏi:

- Thế bác ở bên kia sông hả?

- Ờ...

- Nhà bác chỗ nào nhỉ. Khi hết sương mù rồi, cháu có thể nhìn thấy không?

Khuôn mặt người đàn ông bỗng nghiêm lại. Gã đưa mắt nhìn xuống con bé và ngay lúc đó cả hai người cùng nghe tiếng chèo khuấy nước.

- Không, nhà bác ở sâu bên trong nữa . Đò sắp vào bờ rồi phải không cháu?

- Dạ.

Bé Phượng đứng dậy nhích sang một bên chờ cho mũi đò cặp bến. Khi người đàn ông bước xuống lòng thuyền rồi, nó mới giật mình hỏi:

- Sáng mai bác có ở đây nữa không bác?

- Có.

Gã đáp gọn nhưng giọng gã làm cho con bé cảm thấy buồn buồn. Đò quay mũi, nó thấy người đàn ông đứng bất động giữa lòng thuyền. Con bé nhìn theo cho đến lúc con đò, cả vành nón của người lái nhạt nhòa trong sương trắng. Tự nhiên nó cảm thấy ngậm ngùi.

oOo

Một đêm thật yên tĩnh. Người đàn bà sửa lại thế nằm cho hai đứa con nhỏ, rồi ra trước miệng hầm ngồi nhìn vẩn vơ khu vườn trăng. Thật ra thì nàng nhìn mà chẳng thấy gì hết.Có chăng, ánh trăng chỉ làm tăng thêm trong lòng người đàn bà nỗi nhớ nhung chồng cọng với sự lo lắng đến chảy nước mắt. Bé Phượng vẫn chưa ngủ, suốt buổi tối nó cứ bị hình ảnh người lạ mặt buổi sáng ám ảnh hoài. Chiếc mũ lưỡi trai màu xám che đôi mắt thật trìu mến của gã làm nó cảm thấy bâng khuâng như chưa bao giờ có cảm xúc đó. Thấy mẹ đang sụt sùi trước miệng hầm, nó nhổm dậy khom lưng bước ra ngoài ngồi xuống cạnh. Người đàn bà vuốt tóc con gái:

- Sao chưa chịu ngủ?

Con bé im lặng một lúc, rồi trả lời mẹ bằng một câu hỏi khác:

- Sao mẹ ngồi đây mãi thế?

Rồi cũng không đợi câu trả lời, nó nắm tay mẹ hỏi tiếp:

- Sao mẹ lại khóc?

Người đàn bà nhìn qua một phía khác dấu nước mắt, nhưng những giòng nước mắt lại tuôn nhanh khi nàng đột ngột hỏi con:

- Phượng có nhớ cha không?

Con bé trả lời bình thản:

- Cha đi hành quân để làm gì vậy mẹ? Cha lâu về quá, có lẽ cha chẳng nhớ gì tụi con cả.

Người đàn bà gõ nhẹ lên đầu đứa bé.

- Đừng nói bậy. Dễ dầu gì cha về được khi mặt trận còn sôi động hoài.

Dĩ nhiên là bé Phượng không hiểu gì lắm, nhưng nó giữ im lặng. Người đàn bà nói:

- Ngày mai con ở nhà trông hai em, mẹ sẽ nấu sẵn cơm và thức ăn cho các con trọn ngày. Mẹ đi thăm cha. Mẹ sẽ bảo với cha Phượng ở nhà rất ngoan, rất giỏi....

Bé Phượng ngẩng mặt nhìn mẹ. Dưới ánh trăng khuôn mặt con bé mũm mĩm khác mọi ngày.

- Mẹ nhớ bảo cha cố về cho được nhá.

Người đàn bà gật đầu. Hai mẹ con ngồi bên nhau một lúc, rồi người đàn bà đẩy con xuống hầm. Bấy giờ trời đã khuya. Trước khi thiếp ngủ, bé Phượng còn nghe mẹ dặn:

- Sáng mai khi hai em còn ngủ, con chịu khó đem chiếu ra sông giặt nhé. Nhà chỉ còn một chiếc mà tụi trẻ đái dầm bấy nay...

Con bé không nhớ mẹ còn dặn gì nữa không vì ngay lúc đó nó đã ngủ vùi trong hơi đất quen thuộc.

oOo

Lúc bé Phượng thức dậy thì người đàn bà không còn ở đó. Nó nhìn vào những thức ăn và nồi cơm nấu sẵn, nghĩa là mẹ phải dậy sớm lắm và giờ này đang đứng bên quốc lộ chờ xe. Bé Phượng nhớ lời mẹ dặn đêm qua, sáng nay phải mang chiếu ra bến giặt. Nó vội đắp lại chiếc chăn trên bụng cho hai em rồi ôm chiếu ra bến sông. Đi được một quãng, nó tần ngần đứng lại vài giây rồi quay trở về.

- Tại sao mình không mang theo hộp diêm nhỉ? Biết đâu bác ấy chẳng cần tới?

Con bé nghĩ thế và cảm thấy lòng vui lạ lùng. Một sự náo nức xuất hiện trong tâm hồn, lúc đầu thì không nhận ra nhưng sau đó nó hiểu.

- Hẳn giờ này bác ấy đã có mặt ở đấy rồi. Không biết bác thức dậy lúc nào mà có mặt ở đây sớm thế...,

Bé Phượng tự hỏi nữa mà chẳng thèm đến sự trả lời nào. Nó bước thoăn thoắt về phía bờ sông. Trời vẫn như mọi hôm, đầy sương mù và dòng sông vẫn là giãi lụa trắng bát ngát.

Vắt chiếc chiếu lên một tảng đá, bé Phượng đưa mắt nhìn quanh tìm kẻ lạ. Vẫn những ngọn cây sương mù ôm kín, vẫn gốc cây quen thuộc bên mé sông nơi người đàn ông xuất hiện hôm qua, vẫn bến nước tĩnh lặng này, nhưng kẻ lạ thì không thấy. Con bé thất vọng ngồi xuống một tảng đá. Tự nhiên nó cảm thấy thiếu vắng một cái gì trong tâm hồn. Kẻ lạ đã sai hẹn với nó.

Bé Phượng ngồi im như một pho tượng không biết trong bao lâu cho đến khi nó sờ phải hộp diêm trong túi áo và sực nhớ tới câu nói dịu dàng của người đàn ông khi hỏi xin một chút lửa, cũng là lúc nó cảm thấy nước mắt mình chảy vòng đôi mi và dòng sông trước mặt mịt mùng hơn bởi sương mù. Trong sự yên tĩnh đang có của buổi sớm, bỗng con bé nghe tiếng đạn réo qua đầu rồi tiếp theo những tiếng nổ dữ dội chung quanh. Bé Phượng nằm ngay xuống một kẻ đá, cố thu mình thật nhỏ. Tảng đá còn ướt đẫm sương. Hơi lạnh từ đất tỏa lên thấm qua lớp vải áo làm nó run cầm cập.

Chờ cho trái đạn sau cùng nổ dứt một khoảng lâu, bé Phượng mới ngồi dậy. Hình ảnh đầu tiên trong tầm mắt nó là dòng sông rực rỡ ánh nắng. Sương mù chỉ còn vương vất trên những vòm cây cao bên kia sông. Con bé nhìn chăm con đò đang neo trong bờ dưới một khóm tre. Con đò sáng nay đã không sang ngang, mà kẻ lạ cũng không có mặt để chờ đợi.

Bé Phượng đứng dậy uể oải kéo chiếc chiếu thả chìm xuống nước. Nó nhớ lời mẹ dặn đêm qua và giặt vội vàng khi chợt nghĩ giờ này hai em nó hẳn đã thức dậy. Hẳn phải thức dậy ngay, khi có tiếng nổ đầu tiên rồi chứ. Nó nghĩ vậy và cảm thấy nóng lòng quá đỗi. Bỗng có tiếng người nói phía sau:

- Thôi đừng giặt nữa cháu à...

Con bé hớt hãi quay lại. Người lính bước xuống những bậc cấp bằng đá. Nó nhận ra người lính có vẻ quen thuộc, hình như là bạn của cha. Người lính nói:

- Giặt chiếu làm gì sớm thế?

Con bé ngửa mặt lên nhìn người đàn ông:

- Mẹ cháu bảo nhà chỉ còn một chiếc mà tụi em đái dầm...

Người lính cười buồn:

- Thôi vứt chiếu đi, theo chú về nhà...

Con bé tần ngần mở to mắt nhìn người lính:

-Mẹ cháu dặn...

Người lính quay mặt đi:

- Chú biết rồi, nhưng bây giờ không cần thiết nữa.

Con bé hớt hãi và nước mắt nó bắt đầu chảy nhanh xuống má.

- Nhưng còn các em cháu...

Người lính nói chậm rãi:

- Cháu dại quá. Cháu nhớ loạt đạn pháo kích vừa rồi chứ? Thôi về nhà chú đi...

Bé Phượng ngồi thụp xuống đưa hai bàn tay bưng mặt khóc thét lên. Trong khi người lính kéo thấp mũ lưỡi trai xuống và khịt khịt mũi.

oOo

Người lính nhất định không cho bé Phượng trở lại chiếc hầm cũ. Anh nghĩ con bé sẽ khóc thật nhiều trong những ngày đầu nhưng rồi nó sẽ nguôi quên và nhất là khi quốc lộ được khai thông và mẹ nó có thể trở về với nó. Mỗi buổi chiều người lính thường dẫn con bé ra sông chơi, nhưng nó có vẻ thích đến đó vào buổi sáng hơn. Buổi sáng thì người lính dậy muộn, hơn nữa cũng không mấy khi anh được ở nhà ban đêm. Bé Phượng sau ngày hai em chết không có dịp để nhìn sông sương mù, không còn dịp để nhớ lại hình ảnh kẻ lạ mà nó gặp buổi sáng nào trên bến nước.

Một buổi chiều người lính dẫn bé Phượng đi dọc theo bờ sông. Con bé tung tăng như một chú sóc nhỏ. Tóc nó bay rối trong gió. Thỉnh thoảng nó ngồi thụp xuống một bãi cỏ để chờ người lính lừng khừng đi tới. Nó bắt đầu nguôi quên thật, tâm hồn trẻ thơ có khác. Lúc hai người đến một khúc quanh của dòng sông, người lính dừng lại. Anh lấy thuốc lá gắn lên môi, rồi cho tay vào túi quần lấy hộp quẹt. Hộp quẹt chỉ còn một que diêm. Người lính đưa que diêm và hộp quẹt trống ra trước mặt bé Phượng , ý chừng cho nó cùng hồi hộp vì chỉ còn một que diêm cuối cùng. Anh thu đốm lửa giữa hai bàn tay xòe ra, nhưng đốm lửa đã tắt khi sắp kê vào đầu điếu thuốc. Người lính không có vẻ bực mình ném vỏ diêm xuống cỏ, lấy điếu thuốc ra khỏi môi rồi buông thõng hai tay nhìn con bé mỉm cười.

Con bé cười trả người lính, đoạn chạy đến đám cỏ nhặt chiếc vỏ hộp quẹt mân mê trong lòng bàn tay. Nó nghĩ sao chú này giống bác ấy thế. Tự nhiên nó cảm thấy lòng lâng lâng buồn.

Hai người, một già một bé đi bên nhau, không nói với nhau một tiếng. Bỗng họ dừng lại khi thấy đám đông trước mặt. Bây giờ con bé mới hỏi:

- Cái gì thế chú?

Người lính nghĩ ngợi một lúc, rồi nói:

- Hình như xác địch ấy mà, hắn bị bắn chết đêm qua...

Bé Phượng tần ngần một chút rồi không tránh được tò mò, nó kéo tay người lính chen vào đám đông. Bỗng con bé dừng hẳn lại. Nó vừa nhìn thấy chiếc mũ lưỡi trai bằng nỉ xám, rồi chỉ trong một giây sau thảng thốt nhận ra xác chết là người đàn ông, kẻ lạ mặt mà nó đã gặp một lần trên bến sông. Nó bỏ đám đông nắm tay ngươi lính kéo đi. Nó buồn bả, lấy làm tiếc là lần trước không có sẵn hộp diêm cho bác ấy mồi điếu thuốc./.

Lữ Quỳnh

run tay cầm cần trúc
gió đẩy nhẹ dây câu
mồi móc chùm mây nổi
treo tầng xanh trên đầu
   nước thở khói trắng phủ
   trăng vào song ngồi chầu
   hoa cũ gợi thi hứng
khiêm nhường hạnh ngươi sau | theo cụ Nguyễn Khuyến qua Thu Vịnh, lhoán

TIỂU LỤC THẦN PHONG
GÃ KHỜ

Thế là gã tỉnh ra, tỉnh hẳn như người lim dim chợt thấy kẻ trộm vào nhà, tỉnh tợ như chơi xì ke vừa vã thuốc gặp cảnh sát. Nói theo lối thiền gia thì gã ngộ, đã một thời gian dài gã cứ thấy cái gì ngộ ngộ là vác, giờ thì khác rồi, không vác nữa nên ngộ hay là ngộ mà không vác nữa thì gã cũng chẳng phân biệt được! Đời vốn đã ngộ mà gã còn ngộ hơn đời, bởi thế mà bạn bè thân sơ đều gọi là gã khờ.

Gã sanh ra và lớn lên trong một gia đình tiểu thương ở Phù Dung trấn. Mẹ quanh năm mua bán chỉ quen với hàng họ và những con số tính toán chứ không quan tâm chuyện văn chương chữ nghĩa. Cha thì nho nhã, chữ viết đẹp như rồng bay phượng múa, yêu văn chương thơ phú đàn địch nhưng sinh bất phùng thời, lại phụ thuộc kinh tế vợ nên sanh nhiều bất mãn. Tuy vậy cha mẹ vẫn sống hòa thuận nhau, nuôi gã và mấy anh em ăn học một lèo từ đồng ấu đến đại học. Ông bà hy vọng sau này con cái nên ộng nên mụ để mà nở mặt với xóm giềng, mai kia về già cũng có chỗ nương nhờ. Nào ngờ y chẳng học những gì thiết thực, cũng chẳng làm được ông nọ bà kia như bạn bè. Y lại vướng vào nghiệp chữ, mê văn chương ấm ớ hội tề vô tích sự lắm thị phi.

Lúc ban đầu y chưa biết dính vào mấy cái vụ này mệt cỡ nào, sau mới ngộ ra vì những lời ong tiếng ve, giọng bấc giọng chì... và cũng nhờ thế mới biết thế nào là " Ta tiếc cho em, một cành hoa thạch thảo". Dạo ấy y viết hăng lắm, cả tháng năm chăm chăm viết với nhiệt huyết tràn trề và hy vọng rồi đây sẽ bước vào hàng sĩ, cái danh sĩ đầy huyễn hoặc nhưng cũng mê hoặc không biết bao nhiêu người. Cũng có người lại cho đó là cái nghiệp, nhưng mà mê hay nghiệp thì cũng đã lỡ nhúng chàm rồi. Bài y gởi đi khắp nơi, chẳng thấy chỗ nào hồi âm cả. Y thấp thỏm hy vọng rồi lại chề ề thất vọng, riết rồi chổng gọng luôn. Có lần y tâm sự riêng tự tình thật với một người bạn đồng trang lứa nhưng không vướng vào nghiệp chữ như y. Người bạn ấy cười rũ rượi ra, nhìn cái mặt khờ khờ của y, vả vào má y và phán: "Này gã khờ, khờ sao mà khờ thế! Thiên hạ bảo khờ quả chẳng sai, có ruồi nào mà chê mật? Có đất nào dư chỗ cho thằng tứ cố vô danh tiểu tốt?"

Y vẫn ngờ nghệch đực mặt ra nhìn thằng bạn mà lòng ngổn ngang. Thằng bạn dứt cơn cười, nó nhìn y như thể một người từ hành tinh xa lạ đến quả địa cầu:

"Cậu thật sự không biết sao? Tớ nói cho mà nghe, chỉ có hai trường hợp này: Một là phải thắng giải ở một cuộc thi văn thơ ấm ớ nào đó để người ta biết tên, hai là phải có người quen ở trong ban biên tập hoặc có ai đó giới thiệu cho một vị cụ thể trong ban biên tập thì bài mới được đăng. Hàng ngày họ nhận cả một khối lớn điện thư, chẳng ai rỗi hơi đi đọc thư lạ, Họ chỉ xem những thư quen biết thôi!"

Nghe thế y đâm nghi ngờ, chất khờ bộc phát mạnh hết cỡ, bấy giờ trông y không khác thằng đần là mấy. Thằng bạn nhìn bản mặt đầy ngây dại của y và tủm tỉm cười, tìm lời dễ hiểu để biểu tỏ: "Ngoài hai điều kiện trên, còn có một trường hợp này nữa, nếu là người tai to mặt lớn, quyền vị hơn người, vai vế ông nọ bà kia, trước cái tên có ghi thòng lòng chức tước, phẩm hàm, danh vị, học hàm, học vị... thậm chí pháp danh hay tên thánh thì bài của người ấy lập tức được đăng và đăng ngay ở trang đầu, cho dù bài ấy có viết giăng viết cuội, viết lụi viết lờ..."

Thằng bạn thấy y buồn so, không một lời to nhỏ bày tỏ ý kiến, nên khiến lòng thương hại. Ý của thằng bạn cũng tốt nên thốt lời thật như thế, thằng bạn cười hề hề: "Cuộc chơi chữ nghĩa là cái nợ dở hơi ở đời, dưới gầm trời này người lậm chữ cứ như giời đày vậy! Thời vàng son của các cụ văn chương chữ nghĩa xôm tụ đông đủ người mến yêu, nhất kêu bá ứng, tung hứng cực vui, nhuận bút đầy túi, tên tuổi xênh xang, bọn sĩ rộn ràng, sống hoang đàng lắm! Ngày nay chữ nghĩa văn chương ẩm ương ấm ớ như chợ chiều nhiều khế ế chanh, những kẻ nứt mắt nảy nòi như cậu quẩn quanh cứ như là đèn cù kéo quân ấy!"

Nghe lời thằng bạn như thế, y hoảng hồn bồn chồn khôn tả, thằng chả được thế dạy khôn:

"Có điều này nữa cũng cần phải biết, dù thiệt hay hơn phải nhớ lấy để đời đỡ rắc rối đôi co. Ở cố quận mình, khi bài được đăng thì ít nhiều cũng có nhuận bút đút túi rủ nhau lúi húi cà phê cà pháo hót láo đấu xạo vài lần. Hải ngoại thì một xu cũng hổng có nhưng đừng nhăn nhó khó chịu hỏi tới hỏi lui, họ không vui không đăng nữa thì buồn như mưa nguồn gió núi."

Nghe thằng bạn nói mà muốn ngất ngư con tàu đi, y suy nghĩ một tí rồi so bì:

"Hình như bọn sĩ tây và sĩ ta có khác?"

Thằng bạn cười nhạt, phẩy tay:

"Bọn sĩ tây có khác, tiền bạc mạch lạc rõ ràng, sống sang sống chảnh sống bảnh viết mạnh..."

Gã nghe thế lòng lung lay định bụng giải bày lời ngay ý thật nhưng chật vật chẳng tìm ra lời. Y chưa bao giờ dám nhận mình là sĩ, dù là văn sĩ, thi sĩ, hàn sĩ, cuồng sĩ... tu sĩ thì lại càng không Vì chẳng dám nhận là sĩ nên ý nghĩ gia nhập băng với bọn sĩ cũng bàng bạc mơ hồ. Thiên hạ xưa nay vẫn bảo chốn ấy đệ nhất thị phi, trường văn trận bút cũng tràn gió tanh mưa máu. Các vị sĩ cái tôi to như núi Tu Di, cứ khen tít cung mây, khen lấy khen để, áo thụng vái nhau hì hà hỉ hả thì không sao. Nếu lỡ khờ khạo thật tình chỉ ra chỗ vụng, chỗ sai, chỗ vô lý hay nói sự thật thì lập tức nhận búa rìu giáng xuống, gạch đá ném vào, tình nghĩa cũng bay như gió núi mây trời. Cũng vì thế mà bọn sĩ ta thường bảo nhau:" Văn mình vợ người", văn mình nhất thiên hạ, bọn thần lằn cắc ké kỳ nhông làm sao sánh bằng. Vợ người thì đẹp hơn vợ mình, cỏ hàng xóm bao giờ cũng xanh hơn cỏ trong vườn là vậy! Vì chữ sĩ, nhân danh chữ sĩ mà Lắm khứa lão gần đất xa trời cứ đem hình con gái lõa thể tuổi bằng cháu chắt của mình ra khoe, rồi làm thơ yêu hàm thụ, tưởng tượng tình như thế này thế kia hít hà hơi hám...Từ tình yêu hàm thụ mà viết nhăng viết cuội rồi bảo đấy là lãng mạn, là sĩ nên phải sống thế!

Y chợt tỉnh ra, thấy tinh thần mình không ổn định, suy nghĩ linh tinh, cứ vướng vào ba cái chuyện tào lao không đâu vào đâu. Y định bụng thôi nhưng lại chạnh lòng khi nhớ có vị sĩ kia than:
"Tôi ngán nhất là được tặng thơ"

Lúc đầu y phản ứng cực đoan:
"Lão sĩ kia hợm mình quá đấy nhé! Có thân, có quý người ta mới tặng, hơi đâu bỏ tiền ra in để tặng khơi khơi"

Sau đó thì y nghĩ lại thì thấy lão sĩ ấy có lý. Thời đại hôm nay lạm phát thơ, ăn thơ, ngủ thơ, thở thơ. Thơ tràn ngập mọi nhà, thơ cóc nhái ễnh ương tràn ngập thị trường, bước ra ngõ là gặp thơ, mỗi nhà có một nhà thơ, nhà nhà in thơ, người người làm thơ. Ngay cả y cũng thế, in xong mấy tập thì thấy xấu hổ quá, đọc qua một lần không dám đọc lại, vì đọc lại e không khỏi buồn nôn, đánh rắm thì tội ai chịu thấu!

Bọn sĩ ta lại học theo bọn sĩ tây, phải canh tân, cách tân cho thơ nó theo kịp trào lưu hiện đại, hậu hiện đại. Thơ thời đại hôm nay phải là thơ siêu tưởng, siêu thực, trừu tượng, đa chiều, đảo cách...Bọn sĩ ta rần rần lao theo cơn sốt, đã cách tân thì phải khác người, khác đời, ngữ pháp nhất loạt phế bỏ, dấu câu muốn quệt chỗ nào thì quệt, tên riêng không cần viết hoa, viết in hay viết hoa bất cứ mẫu tự nào thấy hứng, ngắt dòng linh tinh cho nó ra vẻ hiện đại. Mấy nay trên mạng xã hội bọn sĩ ta truyền nhau ca tụng bài thơ:

"con cóC KhỎa tHân
 nó ở tRong hang, NhảY ra. NgồI c.hẽM
 Chệ, tảNg
 Đá Xanh; dA mÀu xác
 Chết. Em kHỏa tHân anh ngạt
 Thở Tim, bồi. Hồi Rung
 Động, đẬy tình ta
 YêU kHông. Thể. Chết
 COn cóc kHỏA thân
 anh chưa, từng Yêu, quên

những Đêm tRườNg hì hục lÀm tình
anh ĐiNh. Ninh
con cỐc chƯa từNg biết
yÊu..."

Bài thơ gây tiếng vang khắp cả giới sĩ, bọn sĩ ta không tiếc lời ca ngợi tán tụng thổi ống đu đủ đưa lên tận mây xanh, dùng tất cả ngôn từ cao siêu ảo diệu để tâng bốc té nước theo mưa nào là: Đỉnh cao của nghệ thuật ngôn từ, sự cách tân rốt ráo đầy tính nghệ thuật, thi ca đạt đến một thành tựu vượt thời đại, Tài hoa đã vượt qua rào cản ngôn ngữ và ngữ pháp, sự thông minh xuất chúng đã biến cái tầm thường thành phi thường, cái xấu thành cái đẹp vĩnh cửu, bài thơ đánh dấu sự lớn mạnh của thơ ca hiện đại, hậu hiện đại, lập thể, siêu thực, siêu thuật... và đã vượt qua sự soi xét của bọn sĩ tây, bài thơ đã chứng tỏ cái vượt trội của nghệ thuật siêu hiện đại đã đè bẹp thơ cũ kỹ lạc hậu...Và còn vô số những lời bình luận khen chê đọc muốn cấm khẩu luôn.

Đọc xong bài thơ và những lời bình phẩm, y ngẩn ngơ không biết mình đang tỉnh hay mơ, đang sống trên mặt đất hay đang ở cảnh giới của quốc độ nào. Y tự vả vào má, véo vào đùi, vạch mí mắt soi vào kiếng. Y thấy một bộ mặt của thằng người nào đấy sao lạ lẫm quá chừng. Tuy nhiên y cảm thấy đau nên biết mình đang sống, chẳng qua bài thơ làm cho y sảng thần phiêu hốt, trong cái phút giây bất ổn định ấy, y chẳng biết là đang ở thực tại hay mơ? Cái phút giây huyễn hoặc phi cảnh giới trong đất trời. Bất giác y ngửa mặt lên trời cười sằng sặc một tràng dài, đoạn cúi gằm mặt xuống nhìn đất khóc tu tu:

"Nghệ thuật ơi nghệ thuật, khổ thân cho ngươi quá! Bị hiếp dâm tơi tả hoa lá, đa yêu đa trá!"

Thằng bạn bá vai, vỗ lưng bộp bộp rồi xoa đầu:

"Cậu đúng là một gã khờ, khờ thứ thiệt, khờ bền vững, khờ lâu, khờ khó chữa! Hơi đâu ôm rơm cho nặng bụng? Chuyện của thiên hạ liên can gì đến anh? Thân anh vốn chưa nên hình nên dạng, tánh tình khờ thế mà đòi dạy khôn thiên hạ à? Có đời nào thiên hạ nghe lời thằng khờ? Đời dẫu có quái gỡ đến mấy cũng chẳng thể nghe thằng khờ dạy khôn!"

Những tưởng thế thôi, nào ngờ nó còn lên lớp:

"Thơ hay cốt nội dung, hay hay dở đọc lên biết liền, thật giả nhận ra ngay. Thơ hay sẽ đọng lại trong lòng người, gây cảm xúc và để lại dấu ấn trong tâm trí, còn cái hình thức chỉ là cái vỏ, cái giấy bọc quà... hình thức này nọ có thể kích thích mắt nhưng khi đọc lên lôm côm rệu rạo như cọp nhai đậu phộng thì cũng chỉ vứt đi, chẳng ai rỗi hơi dư sức rảnh tâm để nhớ cái loại thơ ấy! Những danh xưng hình thức tân tiến này nọ, chạy theo phong trào rồi cũng sẽ đến lúc xẹp xuống và sẽ lãng quên theo dòng thời gian, chỉ có những loại thơ gây được cảm xúc cho người đọc thì mới tồn tại theo thời gian. Anh thấy đấy, có vô số những bài thơ xa xưa nhưng đến giờ vẫn hay, vẫn quyến rũ được người đọc, dẫu cho hình thức những bài thơ ấy thuộc loại lão làng cổ lỗ."

Nghe thằng bạn làm một hơi như thế, y bèn lên thẹn với bạn và mắc cỡ với chính mình, đoạn y rù rì thủ thỉ chuyển đề tài:

"Tôi đã bỏ công viết sách, bỏ tiền ra in, lại chịu cước phí gởi tặng chỗ này chỗ nọ. Có vài người nhắn tin cảm ơn, một số lặn bặt tăm như chưa hề tồn tại trên cõi đời, mặc dù ngày ngày họ vẫn lên mạng xã hội chém gió như điên, nghĩ mà buồn, một lời cảm ơn xã giao khách sáo cũng không có, có lẽ họ xem thường kẻ hậu sanh, người mới chưa có tên tuổi, không xứng đáng ngồi cùng chiếu. Có lẽ họ chẳng thèm giở ra xem hay là vứt vào sọt rác không chừng.

Thằng bạn trố mắt nhìn y, đoạn nó sờ từ đầu đến chân y, rồi nó đứng như trời trồng, ngửa cổ lên trời cười sằng sặc giống hệt như y vừa cười lúc nãy, cười khan xong nó chụp lấy vai y lắc thật mạnh, vừa lắc vừa khóc tồ tồ:

"Khổ thân bạn tôi, khờ đâu mà khờ thế! Đời có ai tổ chức thi khờ đâu mà cậu tính tranh đoạt giải đệ nhất khờ? Thời buổi này viết sách là đại khờ, viết xong đem in là khờ trong khờ, in rồi mang đi tặng thì vơ hết cái khờ trong thiên hạ! Trời cao đất dày có thiêng xin ngó xuống, sao tôi lại có thằng bạn khờ đến độ không thể có ai khờ hơn được!"

Y lấm lét nhìn thằng bạn mà lòng xốn xang vô hạn, giả tảng làm lơ nhưng đâu có ngờ nó vẫn khơi khơi mắng khờ này khờ nọ. Tuy nó chửi vậy cũng còn dễ chịu hơn là chửi chó mắng mèo, tánh nó xưa nay vậy đó, có sao nói vậy. Gã khờ chịu thằng bạn ở cái điểm đó, y với nó vốn là bạn nối khố từ hồi còn gian khó, sau này ra đời nó làm đến ông nọ bà kia nhưng không đến nỗi bôi nhọ mặt mà chảnh chó như tụi bạn xanh vỏ đỏ lòng. Tuy hổng thích gì cái biệt hiệu gã khờ đó nhưng thằng bạn nó có lý do của nó. Nó giờ làm to nhưng tánh tình phóng khoáng tự do, lại biết lo cho tiền đồ, lại yêu văn chương chữ nghĩa, mấy quyển sách của y nó đều đọc qua hết ráo nhưng chẳng cho ý kiến ý cò gì. Y có ướm hỏi thấp cao thì nó thẳng thừng bảo:

"Nói thật mất bạn sao? Mà nói láo, nói xạo thì tao không thể nào, mầy đừng hỏi tào lao!"

Một ngày kia có hội văn nghệ văn gừng chi đấy đứng ra tổ chức cuộc thi thơ văn để tìm ra những tài năng mới. Y hứng khởi dễ sợ, trong lòng vui như phất cờ, đinh ninh rằng mình chẳng phải tay mơ, nhất định phải đoạt giải thơ để thằng bạn thấy mình không khờ như nó ngỡ. Y cũng thầm mơ thắng giải thơ để kẻ chợ nhà quê đều biết tên tuổi. Từ đó ngày đêm sáu thời đi, đứng, nằm, ngồi y đều suy nghĩ tìm tứ thơ, chia chẻ đề tài và chữ nghĩa, thử sáng tác các thể loại mới từ hiện đại, hậu hiện đại, cách tân, trừu tượng, siêu tưởng, siêu thực... tìm những vần điệu trúc trắc trục trặc nhất, ngôn từ khó hiểu và ngây ngô nhất, nội dung quái lạ nhất, y tự nhủ lòng:" Thơ phải khó hiểu mới hay, mới đánh thức tư duy và tưởng tượng của người đọc..." Bởi vậy thơ y dự thi là loại thơ mà hiểu được là chết liền! Vì quá háo hức thi thơ, quá hám danh mong muốn đoạt giải thơ này nọ mà y đã quên những lời tâm huyết của thằng bạn nói với y hôm nào. Y viết cấp tập, viết dồn dập rồi gởi bài đi và thấp thỏm chờ đợi. Người ta nói

"Nhất nhật tại tù thiên thu tại ngoại" nhưng với y thì trong những ngày chờ đợi đến lúc công bố kết qủa thì một ngày chờ đợi còn dài hơn cả nghìn thu. Sự chờ đợi và mong mỏi thiêu đốt tâm can y. Từ lâu y ngỡ bỏ được cái tâm mong cầu, bây giờ nhờ đụng chuyện này mới thấy nó còn nguyên, nó lù lù một mối lớn trong tâm hồn, xem ra ở đời nói là một chuyện còn làm là một chuyện, khi đụng chuyện mới biết thực hư thế nào.

Cái gì đến nó cũng sẽ đến, ngày công bố kết quả cuộc thi Thơ được tổ chức ở một hội trường lớn, người ta trang trí hoa lá tùm lum. Các nhà sản xuất, mua bán tài trợ cho giải thưởng được quảng cáo rùm beng, nhãn hiệu in tờ rơi, băng rôn nhiều lắm. Rồi những tờ báo sống nhờ quảng cáo cũng nhảy vào đưa tin lung tung. Bọn họ tán thưởng thơ thì ít mà nhắc tên nhà tài trợ và sản phẩm là chính, nhiều người thấy lố bịch, trơ trẽn nhưng chịu thôi, thời buổi kinh tế thị trường theo định hướng nó vậy! Ban giám khảo lăng xăng tíu tít, cười cầu tài đón các nhà tài trợ ngồi vào những chiếc ghế danh dự, cứ như những nhà tài trợ là nhân vật chính của buổi lễ này.

Y ngồi phía dưới hồi hộp vô cùng, mong sao cho đến cái giờ phút khai mạc và xướng danh. Y cố điều hơi thở không để lộ nét căng thẳng, giờ phút này thật quan trọng với y. Tuy nhiên với người tinh ý sẽ nhận thấy y đang hồi hộp cực độ. Sau khi ông chủ tịch hội văn thơ đọc diễn văn dài lòng thòng vuốt mặt không kịp và toàn lời lẽ đao to búa lớn xong. Người giới thiệu bước ra với những cái bao thơ, anh ta tuyên bố cuộc thi không có ai xứng đáng giải đặt biệt hay giải nhất, chỉ chọn được giải một giải nhì, một giải ba và năm giải khuyến khích. Tên người giải nhì được xướng lên, tiếng vỗ tay rào rào, tiếng huýt sáo tán thưởng huyên náo cả hội trường. Ông chủ tịch choàng chéo vào người đoạt giải một dải lụa kiểu như các cô chân dài thường đeo. Kế là ông chủ hãng thuốc trừ sâu lên trao giải thưởng gồm một cái bằng khen, kèm theo hiện kim và hiện vật lên đến năm mươi triệu đồng. Món quà và tên tuổi nhà tài trợ cũng được đọc rõ ràng rành mạch cùng với tên người đoạt giải và tên bài thơ. Y lúng túng thấy rõ, y cứ ngỡ là mình nào ngờ một cái tên lạ hoắc. Kế đến một cô MC khác õng ẹo bước ra xướng danh tên người đoạt giải ba, vẫn không phải tên y. Trán y lấm tấm mồ hôi, tay run run, dù cố trấn tĩnh nhưng vẫn không sao che giấu được cảm xúc. Y thất vọng lắm nhưng vẫn vớt vát ở giải khuyến khích. Y đinh ninh thế nào cũng nằm trong năm người ở giải khuyến khích. Y căng mắt nhìn lên sân khấu, lần này bà phó chủ tịch hội nhăn nhở cười, bắt tay và choàng chéo vào người đoạt giải ba một dải lụa như người đoạt giải nhì nhưng khác màu. Ông chủ xưởng nước mắn danh tiếng của đất xứ Hòn lên trao bằng khen, tặng phẩm gồm hiện vật và hiện kim chẵn mười lăm triệu. Cũng như người đoạt giải nhì, tên tuổi và bài thơ đoạt giải được xướng lên cùng với tên hãng nước mắm và sản phẩm của hãng.

Y cảm thấy bụng dạ dường như đang sôi lên, thần kinh căng thẳng tột độ, miệng lẩm bẩm:

"Cực kỳ quan ngại, tình hình như thế này là không thể chấp nhận được! Hy vọng là mình sẽ được xướng danh ở giải khuyến khích, cho dù là khuyến khích nhưng cũng được, dù sao cũng có tên trong danh sách là tốt rồi. Hy vọng là ban giám khảo không đến nỗi khờ để sót tài năng thơ".

Y căng mình ra, tai dỏng lên để chờ nghe xướng danh. Cô MC khác lại bước ra, cũng dáng đi như lập trình sẵn, vừa bước đi vừa nhún nhún lắc lắc giật giật. Cô ta chả chớt đọc cả năm cái tên của giải khuyến khích một lần. Y chết trân, không có tên y, sự chua cay dâng lên đến cổ làm cho y nghẹn cả họng. Y thầm trách ban giám khảo có mắt mà không có con ngươi, không có khả năng thẩm định văn thơ, không có khả năng phát hiện ra tài năng... Năm người đoạt giải khuyến khích được thưởng năm triệu tiền mặt và một số sản phẩm của công ty sản xuất phụ kiện cho chị em phụ nữ. Ông tổng giám đốc công ty sản xuất những món đồ cho chị em phụ nữ bước lên sân khấu với nụ cười hãnh diện tột bậc cứ như thể là người đoạt giải. Ông ấy ôm hôn năm người được giải khuyến khích, trao quà và chụp hình kỷ niệm. Năm người ấy giơ cao giấy khen và những món quà mà ông tổng giám đốc công ty vừa tặng cho.

Cả hội trường náo nhiệt tưng bừng, người ta đi lại lăng xăng rộn ràng, kẻ này bá vai người kia kề cổ chụp hình lưu niệm, lời chúc mừng hì hà hỉ hả xôm tụ làm vui vẻ vô cùng, mặt người nào cũng hớn hở. Vui nhất là ban tổ chức, họ đã thành công rực rỡ trong công việc và trách nhiệm của mình. Họ đã tổ chức thành công hơn mong đợi một cuộc thi thơ, chọn được những người xứng đáng đoạt giải và chọn đúng những nhà tài trợ đầy lòng yêu nghệ thuật. Quan chức, doanh nhân và các thi sĩ rạng rỡ hạnh phúc vì nghệ thuật và kinh tế thị trường kết hợp nhuần nhuyễn, hài hòa đến độ không thể nào hơn được nữa.

Thằng bạn làm to nhưng không chảnh chó lại yêu nghệ thuật của y vì bận công việc phải lo nên đến dự trễ nãi, nhìn vẻ mặt bần thần của y nó lập tức hiểu ra tất cả. Nó vốn thông minh nên nhận thấy tâm và thân của thằng bạn thân đang tản thần. Nó đến bên vỗ vai, lắc lắc mấy lần rồi phân trần:

"Đừng bận tâm, lần này không có phần vì số phận, cứ chuyên cần thì lần sau ắt thắng trận! Thơ văn, danh phận vốn phù vân, vật chất nặng mấy đồng cân? đừng để nó xoay vần mình!"

Nói xong nó kéo y đứng dậy và bảo:

"Cậu không được giải nên buồn, riêng tớ thì tớ mừng cho cậu! Đi nhậu với tớ, bữa nay tớ bao cậu nhậu cho lòi tứ thơ luôn, cuộc chơi này còn dài hơi, nay nhậu cho đã đời, dân chơi sợ gì mưa rơi!"

Tiểu Lục Thần Phong

Ất Lăng thành, 07/22

nhà lá giữa hoa cỏ
ngõ vào đom đóm bay
chạng vạng phơi lưng giậu
khói nhạt hòa màu mây
mặt ao trăng óng ánh
soi da trời, da tay
mắt nhìn cùng rượu ngó
vài chén rủ thơ say

lh theo cụ Nguyễn Khuyến đế Thu Ẩm

NGUYỄN THIÊN NGA
DỐC

NGUYỄN THIÊN NGA

Ngôn bảo con trai dừng xe, cô kéo cao cổ áo len và bước xuống, đứng lặng ngắm con dốc cao trước mặt.

Nghe nói đây là một trong những con dốc đẹp nhất của Đà Lạt, Ngôn có chút tò mò dù đoán biết đó là con dốc rất quen thuộc với mình với cái tên thú vị, đầy biểu cảm: "Trời Ơi".

Mất một lúc lâu, Ngôn mới có thể định hình lại vị trí con dốc xưa cao vời vợi trong ký ức 37 năm trước của mình.

Một trong những ngày cuối cùng của năm 1985, cầm quyết định của Sở Giáo Dục Lâm Đồng, Ngôn đi bằng xe lam từ bến nhỏ sau khu Hòa Bình đến nhà thờ Tùng Lâm rồi tiếp tục cuốc bộ thêm 6-7 cây số gì đó đến trình diện tại Phòng Giáo Dục huyện Lạc Dương.

Sau vài lần tới lui, khi đã kịp quen con dốc dài mấy cây số đầy đá sỏi nối liền Đà Lạt với Xã Lát (trung tâm du lịch Langbiang bây giờ), Ngôn được phân công về dạy học ở trường Phổ thông Cơ Sở Đạ Long – một trong ba trường thuộc vùng sâu Đầm Ròn.

Mẹ và gia đình kịch liệt phản đối. Ngôn có chút giao động nhưng rồi vẫn giữ nguyên quyết định ra đi. Thật ra, Ngôn có hơi bướng bỉnh và chẳng còn sự lựa chọn nào tốt hơn.

Ngày đó, "Trời Ơi" này chỉ là một trong những con dốc mà Ngôn cùng các đồng nghiệp gặp phải khi đi tắt từ Cây Số 9 của thành phố Đà Lạt để vào trường. Nói một cách văn hoa hơn, cô giáo Thụy Ngôn cùng đồng nghiệp phải đi hết đúng một ngày đường rừng để mang cái chữ đến với học sinh nghèo vùng dân tộc ít người.

Dốc hồi đó chẳng có ai đặt cho nó cái tên nào cả, chỉ biết nó khá cheo leo và cũng gian nan lắm mới vượt qua được với những tiếng than "Trời ơi" cùng cái miệng há to hết cỡ để hớp không khí.

Ngôn nhớ, mình tròn hai mươi tuổi.

Cô giáo trẻ lặng lẽ theo chân các anh chị đồng nghiệp cùng là dân Đà Lạt lên đường. Trên vai, chiếc ba lô cũ chứa vài bộ quần áo giản dị, mấy đồ dùng sinh hoạt cần thiết nhất, vài loại thuốc cảm cúm và chai dầu gió nho nhỏ; cuốn nhật ký dày cộm nằm khiêm nhường tận đáy. Chiếm nhiều chỗ nhất là gói thuốc rê to đùng Ngôn mang vào để đổi với người dân lấy gạo ăn. Các anh chị bày sao thì Ngôn làm theo vậy, như một cái máy và không cảm thấy háo hức gì. Tất cả "gia tài" trên lưng Ngôn được đổi bằng chiếc đồng hồ rất đẹp được anh Hiển tặng hôm sinh nhật lần thứ 20 (Ngôn đã mang đi bán ở một tiệm nhỏ ngay khu Hòa Bình để có chi phí trang trải, khi gia đình tỏ ý "trừng phạt" nếu Ngôn không nghe lời).

Từ sáng sớm, Ngôn cùng các anh chị đi xe lam lên tới nhà thờ Tùng Lâm rồi bắt đầu lội bộ từ đó. Cả nhóm đi cắt qua những băng Légumes thuộc vùng Phước Thành, vượt qua nhiều đồi thông xanh mướt rồi mới tới dốc Trời Ơi bây giờ.

 Cuối chân dốc, hoa dại nở đầy hai bên đường. Mùi thơm của cỏ dại thoang thoảng, gió lùa qua rừng cây tạo những âm thanh xôn xao. Lúc này, Ngôn đã cảm thấy xốn xang đến lạ. Ngôn nghe tiếng lá khóc và mồ hôi mình rơi mằn mặn.

Sau khi ngồi nghỉ, được nhấm nháp chút nước từ chiếc bi đông cũ của người anh trong nhóm, Ngôn thấy khỏe lại. Tuy nhiên, từ lúc đó trở đi, các anh chị thay phiên nhau khoác ba lô giùm Ngôn. Ngôn chỉ việc nối gót cả nhóm cắt rừng; leo, trượt nhiều đèo dốc và cố gắng không để tuột lại phía sau.

Hiện nay, dốc Trời Ơi này được xác định thuộc thôn Suối Cát, Xã Lát, Lạc Dương, Lâm Đồng. Đây vẫn là con đường đầy gian nan dẫn đến Làng Cù Lần – một trong các địa điểm du lịch nổi tiếng Đà Lạt, thu hút rất nhiều dân phượt. Chinh phục con dốc cũng là một trong các hoạt động vô cùng thú vị dành cho mọi du khách ghé thăm ngôi làng này.

Nhìn từ phía dưới lên, con dốc khá cao, vì thế mà khá nhiều người cảm thấy e ngại. Để chinh phục con dốc dễ dàng hơn, người ta đã làm những đường dây nối từ chân dốc lên đến đỉnh. Đứng từ trên đồi cao nhìn xuống bên dưới, một khung cảnh thiên nhiên đẹp lãng mạn bày ra trước mắt. Ngôi làng Cù Lần nho nhỏ, cổ xưa ẩn hiện trong rừng thông xanh bạt ngàn, mở ra một khung cảnh bình yên, tĩnh lặng khiến các du khách cho dù mệt nhưng vẫn rất thoải mái, thư giãn.

Còn Ngôn, ngày xưa bao nhiêu lần vượt qua dốc Trời Ơi bằng chính đôi chân mình, cô không còn nhớ nữa. Có lẽ, với bản tính khá lãng mạn của mình, cũng có lúc Ngôn đã nghe lá hát, tóc hát, thậm chí nghe cả dàn đồng ca bốn mùa của rừng thông xanh mướt, trập trùng ...

Ngay sau khi ngồi nghỉ, ăn vội miếng cơm trưa bới theo trong lon sữa Guigoz, theo chân mọi người, Ngôn phải chinh phục một con dốc khác cao hơn dốc Trời Ơi, đó là dốc Cổng Trời. Sau này dốc này được gọi gọn hơn: dốc Trời. Có nghĩa là khi tới đây rồi, mình chỉ còn sức để thốt lên một tiếng duy nhất: TRỜI!

Vâng, nếu đi theo hướng từ Đà Lạt vào thì phải trượt dốc Trời và khi nào được về thăm nhà thì phải leo lên Cổng Trời, hiểu như vậy.

Trước khi trượt dốc, Ngôn và mọi người đều ngồi nghỉ lại trên đỉnh. Ở đó có một thảm hoa dại màu vàng rất đẹp. Nằm dài trên cỏ, gối đầu lên ba lô, Ngôn tưởng chừng đưa tay sẽ chạm được áng mây trắng đang lững lờ trôi ngang đầu và bật lên vài vần thơ ngộ nghĩnh. Ngồi dậy, phóng tầm mắt xuống xa xa, buôn làng ẩn hiện với những làn khói đốt rẫy xám buồn. Đó là vào ngày có nắng đẹp.

Ngày mưa, Ngôn và đồng nghiệp chỉ ngồi nghỉ qua loa lấy sức để trượt dốc. Những lúc đó, thảm hoa vàng dưới chân bỗng như rưng rưng khóc, bàn chân có gót hồng xinh sẽ bật máu khi ráng víu dốc trơn dựng đứng để không ngã xuống đầu người đi trước. Nếu như vậy thì cả nhóm sẽ hết sức nguy hiểm. Phải kể đến cả việc đối phó với những con vắt đói đang đợi ở khu rừng le nứa cuối dốc; đối phó với cả những con ruồi vàng chích vào nhức nhối, những con muỗi Anopheles truyền bệnh sốt rét luôn rình rập xung quanh...

Dốc Trời, con dốc để lại nhiều ấn tượng, lúc xuống khoảng 50 phút nhưng khi lên mất khoảng 90 phút. Dốc dựng đứng, nhiều đoạn phải bám vào cành hay rễ cây rừng mà leo, người đi sau chỉ thấy chân người đi trước vì quanh năm sương mù dày đặc... Lúc này, Ngôn không còn biết rằng leo lên dốc mệt hơn hay xuống dốc mệt hơn, chỉ thấy miệng đắng chát, ráng mở hết khẩu độ để hớp không khí và kêu Trời trong làn nước mắt đang ràn rụa.

Rời dốc Trời, lại qua dốc Đá, rồi vượt qua dòng suối sâu lạnh buốt. Men theo con đường mòn khá xa, ngôi trường làm bằng gỗ lợp tôn nằm gần suối nước nóng nồng mùi lưu huỳnh đang đợi thầy cô giáo sau một ngày cắt đường, trèo đèo, lội suối.

Nhìn lên đỉnh dốc Trời tuốt đằng xa, chỉ còn mờ mờ sương khói.

Nhìn lại khuôn mặt mình trong cái gương tròn bé xíu, Ngôn phờ phạc, tái mét như không còn sức sống

oOo

Ký ức trở về thật gần, thật rõ nét.

Tiếng reo hò của nhóm du khách trẻ tuổi đang thi nhau nắm chiếc dây thừng dài để leo dốc Trời Ơi khiến Ngôn bừng tỉnh. Quay sang, cô nhìn thấy họ đầy sức sống và yêu đời.

Minh Quân khều nhẹ:

- Thua mẹ ngày xưa, mẹ nhỉ?

Ngôn mỉm cười:

- Mọi sự so sánh là khập khiễng con à!

Bất chợt Ngôn nhớ tới câu nói ở đâu đó, đại khái như vầy: *"Cuộc sống luôn là những vòng xoáy trôn ốc bất tận. Mỗi khi cảm thấy mệt mỏi trước những áp lực của cuộc sống, bạn hãy lấy làm vui, bởi vì bạn vẫn đang ở trên hành trình leo dốc. Bạn sẽ có những khoảng nghỉ xuống dốc, nhưng cuộc đời sẽ lại đưa đến những con dốc mới để bạn chinh phục."*

Tuổi của Ngôn, cô có còn con dốc nào để chinh phục nữa không nhỉ? Cuộc đời cô đã có những khó khăn và cũng có những giây phút vỡ òa hạnh phúc.

Bây giờ, nghĩ xa hơn, cô chỉ muốn cùng các con mình leo dốc với cách thở sâu, bước chậm và vững chãi; xuống dốc, cũng phải làm chủ được tốc độ. Giúp các con nhận thấy rằng mọi hành trình của cuộc sống đều có một đích đến giống nhau: là hạnh phúc, sự bình an trong chính bản thân con người và tâm trí mình.

Hôm nay, Ngôn có một thoáng bâng khuâng khi nghĩ đến những con dốc gian nan cô đã vượt qua.

Những con dốc có thực trong đời.

Nguyễn Thiên Nga

TRẦN VẤN LỆ
MỘT BÀI THƠ CHO CÓ

Bầy bồ câu bay ngang, chúng không đậu xuống được! Thành phố không có nước, chỗ nào cũng khô khan...

Bầy quạ cũng bay ngang: những cục than có cánh! Thành phố nắng ơi nắng...không một bóng người đi!

Mỹ, mình gọi Hoa Kỳ, mà nó kỳ thật chớ? Những chùm hoa mới nở...mới sáng đã như trưa!

Tôi thả một câu thơ. Thơ bay không có gió, nó rơi nằm trên cỏ, nó buồn...Đúng là Thơ!

Em ơi em thấy chưa? Một câu đã muốn khóc. Hai câu nhớ Tổ Quốc, nếu là chim, chắc về?

...mà bồ câu bay kia,...mà quạ cũng bay đó...ở đâu có đồng lúa để cho chúng dừng chân?

Tôi làm thơ, phân vân: sao mình nhớ ruộng thế? Sao mình muốn chữ nghĩa cái gì cũng Quê Hương?

Chắc em sẽ giận hờn: "Anh Làm Thơ Cho Có!".

*

Dám lắm em, Nhỏ ạ...để cho em thấy anh...giống như con bướm xanh / bay trong vườn hoa đỏ...

Anh biết anh còn thở, hứa với em: còn thơ! Anh nói vậy, bao giờ, mà bây giờ ứa lệ!

Ngộ nha, hai Thế Kỷ, chẳng là Hai Trăm Năm...nên anh nhìn xa xăm / thấy bồ câu và quạ...

Thấy em nghiêng nón lá...Nắng ơi và nắng ơi! Anh nhớ em quá thôi, nắng bờ vai tóc gió... ∎

CHU VƯƠNG MIỆN
GẶP LẠI

sương mai một nắm hao gầy
tuyết sương một mái đã đầy tuyết sương
[thơ Tản Đà]

muội hẹn kiếp sau ? mình gặp lại
nhưng mà không nói hẹn nơi đâu ?
dọc ngang không biết bao nhiêu nước
đủ thứ mầu da đủ thứ châu

huynh nghĩ kiếp này ? mình thất lạc
kiếm nhau đến nỗi trắng cả đầu
kiếp sau ? lại càng thêm khôn khó
chả lẽ tìm em khắp địa cầu ?
Chế Vũ chết từ bao năm trước
Đinh Hùng sót lại nấm mộ sâu
người xưa lỡ hẹn nên khó gặp
để lại ngàn sim tím một mầu

muội hẹn kiếp sau ? mình gặp lại
mấy vùng trà trộn biển nương dâu
huynh nghĩ thác thân người dân tộc
dọc trường Sơn mưa nắng phủ đầu

muội chỉ quấn yen không mặc yếm
để ngàn gió thổi lúc thêm mau
huynh chỉ ở trần thân đóng khố
nhìn nhau cho dập một mâm trầu

ôm nhau lăn lóc bên bờ suối
kệ đời ngó mãi mụn trăng thâu

Trường Sơn hai phía thoai thoải xuống
thác ghềnh nước đổ lút vực sâu

tình ta vất vả mà xum họp
nóc sàn phơi lủng lẳng chuối cau
nước khe chảy xiết bên buôn vắng
thôi kiếp này đây ta có nhau ?

muội khất kiếp sau ? mình gặp lại
cũng đành biết vậy chớ noí sao ?
kiếp này huynh làm dân mất nước
còn muội đầu thai tận xứ Miêu

hai xứ vốn nuôi thù truyền kiếp
ải Nam Quan Chi Lăng ải địa đầu
nị ngộ lắng nghe mà đứt ruột
oán thù kéo mãi đã xong đâu ?
Bản Dốc vốn xưa là dòng thác
Đồng Đăng Tô Thị trấn Lạng Châu
xưa thế bây giờ cam đổi khác
càng nhìn non nước thắt lòng đau

muội khấn kiếp sau mình gặp lại
kiếp này đứng ngó ở bên cầu ?
Vạn Ninh Móng Cái thôn Trà Cổ
Đông Hưng trấn nới Quảng Loan Châu

đứng dơ tay vẫy lòng chia cắt
muội ơi ? hai kẻ mấy giang đầu ∎

PHƯƠNG TẤN
CHÈO QUEO GIỮA PHẬN ĐỜI

Này những kẻ đi qua
Cùng những người ở lại
Đừng cho tôi giết tôi
Tôi còn tôi còn người
Đừng cho tôi giết người
Tôi còn người còn tôi.

Hỡi một tôi một người
Hỡi những người những tôi
Sao nhặt nhạnh khốn khổ
Phủ lên cùng thân tôi.

Tôi lận theo tiếng nói
Theo hoài dấu chân tôi
Từng quả tim cắm ngược
Mọc trên những dấu chân
Từng lưỡi dao cắm ngược
Mọc trên mỗi trái tim.

Kéo trên bờ đá nhọn
Tuổi trẻ đen đêm đen
Sao tóc đà bạc phếu
Vẫn chưa hết cô đơn
Sao râu đà trắng héo
Chèo queo giữa phận đời.

Tôi ra khỏi tay chân
Nằm trên thân trí não
Đêm lăn đi là là
Lăn một vòng rồi thở
Thở một vòng rồi lăn
Lăn cùng bầy bóng vỡ
Thở một vòng rồi lăn ∎

NGUYỄN AN BÌNH
KHI EM LÀ NGỌN GIÓ

Khi em là ngọn gió đi qua cuộc đời tôi. Đâu phải làn hương thịt da em một thời thiếu nữ. Đâu phải tóc hoàng kim ướp sen bao mùa tôi ấp ủ. Cái thuở tình đầu ngọt ngào màu mận chín trên cây.

Khi em là ngọn gió thì thầm nhẹ tựa sương mai. Ru tôi thức giấc giữa đêm khuya thơm vàng quả thị. Vườn cổ tích riêng mình còn không em nhỉ? Ánh mắt cô học trò hồn nhiên lấp lánh tiếng cười vui.

Khi em là ngọn gió cuốn hạt bụi lên trời. Có người ngồi ngắm thời gian trôi qua dâu bể. Có người đọc bài thơ viết từ thời tuổi trẻ. Đánh rớt dọc đường khi chơi trốn tìm chú rể cô dâu.

Khi em là ngọn gió đi qua khoảng đời nhau. Ai nhả sợi tơ vàng cho mùa thu thay áo. Đậu trên vòm lá xanh non hàng cây long não. Có cuộc tình nào tựa như khói như sương.

Khi em là ngọn gió trôi xa giấc mộng thiên đường. Thành trái cấm vườn địa đàng nhớ thương tha thiết. Thành dòng sông tím bông lục bình một chiều ly biệt. Cứ ngỡ mùa thu thao thức từ thuở má em hồng.

Khi em là ngọn gió bay theo lời chim sáo qua sông. Ai se sợi chỉ kết trầu cau xanh màu diệp lục. Để có lúc người quắt quay tìm về bật khóc. Ngọn gió vô tình nào trở về níu lấy giấc mơ xưa. ■

TRẦN ĐÌNH SƠN CƯỚC
MỘT THỜI

Tuổi già, sao đến quá mau
Gặp nhau. Không nhận ra nhau nữa rồi
Thời gian. Xin chậm chút thôi
Cho tôi nhìn lại một thời tóc xanh

Một thời. Của em và anh
Của bè bạn. Của loanh quanh phố phường
Một thời. Để nhớ để thương
Gom đầy kỷ niệm lên đường từ ly... ∎

(Chicago 7/2022)

LÊ CHIỀU GIANG
BẢN THẢO

Thơ rất thiếu. Mà
văn chương chưa đủ
Ta ôm chồng giấy trắng
hoang mang.
Bôi xóa hết. Chuyện
của ngàn năm...
Ta đốt Điếu Văn thay
Tiền âm phủ

Có những nỗi oan
Tính viết lời chống đỡ
Mà mực khô, mà
Ý cạn.
Tay run.

Chẳng nói gì đâu
Chẳng viết gì hơn
Ta cứ trắng. Như
một tờ giấy mới.

Đời cứ thương yêu. Dù
có ngàn năm đợi
Ta hiến dâng người
Trang:
Bản thảo tinh khôi ∎

THY AN
NHỮNG DÒNG THƠ GOM LẠI

mùa hạ nắng nóng
cây phong chuyển mình đầu gió
như áo sậm của em sắc đỏ
nơi hiên cửa không người qua
nhăn nheo năm tháng
nhạt màu theo thời gian phôi pha
*

xuyên qua núi đồi
ánh sáng mặt trời chiếu lên những bầu ngực
mùi thơm thoang thoảng
bản năng của những con ong
đem mật ngọt làm thơm cuộc đời
(mà không cần sự trả ơn)
buổi chiều, bay về phía sau thung lũng
những áng mây vàng như thịt da
*

đưa tay vốc nước dòng sông
uống một ngụm bỗng như say
cảm hứng quay tròn tâm thức

Tô Thùy Yên bóng ngã trên đường lớn
Bùi Giáng nghiêng ngửa ta bà
Du Tử Lê miên viễn sầu ca
tóc mềm xưa cũ Phạm Thiên Thư
áo xanh trên đồi Tuệ Sỹ
Luân Hoán lãng đãng khề khà
Cao Thoại Châu ưu tình lận đận
Kha Tiệm Ly nói lời ân oán
Lê Giang Trần rỉ rả phù sinh
Từ Kế Tường mẫu chuyện đời mình

Trần Trung Đạo đau buồn sông núi
Phan Bá Thụy Dương la đà tâm thức
Ngô Nguyên Nghiễm mấy chữ thiền thơ
Trần Mộng Tú quê hương nỗi nhớ
Hoàng Xuân Sơn rung động
Phạm Quang Trung thấm lòng

và biết bao người nữa...
Đông Tây, già trẻ
như lá rừng, sóng biển
kẻ sinh sau người đi trước
làm sao kể hết
lãng đãng núi đồi
bên kia đại dương xanh thẳm
là trăm ngàn chia sẻ, cảm thông
*

thơ như hơi thở, thơ như tấm lòng
thơ mỉm cười bao dung
thơ đớn đau thương xót
thơ hát ca lãng mạn
một bàn tay vẫy lung linh trong gió
tri kỷ tri tình
-chừng ấy thôi –
mỉm cười qua chữ
biết bao giờ hạnh ngộ nhắp chén tương phùng
đối ẩm thiên thu...
*

những dòng thơ trôi mãi
vào tận cõi mông lung... ∎

tháng 07-2022

THÁI TÚ HẠP
PHỐ HẸN TA VỀ

Phố xưa tâm tưởng nhớ về
Bóng chim quan ải sầu tê tái lòng
Thương em mùa động thu phong
Đào hoa Hương Tích mây hoang vắng chiều

Về qua sông quạnh cô liêu
Tìm trong huyền sử hắt hiu bụi mờ
Trăng khuya vạn cổ nên thơ
Lắng nghe gió hát liễu ngơ ngẩn sầu

Ngựa hoang du mục về đâu
Trần gian hư ảo sắc màu nhớ thương
Xưa sau viễn mộng tà dương
Thiên thu nguyệt dấu canh trường xót xa

Tiếng chim Quốc gọi ta bà
Hẹn về từ cõi mù sa ngậm ngùi
Chiều gọi nắng giữ nụ cười
Phố Hoài thệ nguyện nhớ người viễn phương ■

BEN OH
LẶNG NHÌN MỘT CÕI HƯ KHÔNG

Chân đứng yên lao xao tiếng động
Vào cửa thiền có thấy gì không?
Trong tâm can ngủ mê đánh thức
Nơi khổ đau chuỗi hạt hanh thông

Tiếng kinh kệ thanh thản xua mây
Hóa thân giọt nước dửng dưng đầy
Giữa chốn hư không đời cát bụi
Ta đi tìm một kiếp nơi đây

Chân bước lên non gối mỏi mòn
Người đi chưa đến vẫn chờ mong
Lòng thực hư chỉ là cảnh tựa
Hóa tan hư ảo với cõi lòng

Tìm về chân thật của mênh mông
Cơn gió chiều thoang thoảng chốc buồn
Bên dòng nước khúc quanh khúc gãy
Sông dùng dằng buông bỏ mưa tuôn

Đếm thời gian chỉ thoáng mờ sương
Hai giọt nước rơi xuống buồn thương
Dẫu điều này nhỡ mai có trễ
Cho ta mới ngộ giữa vô thường ∎

DUNG THỊ VÂN
ĐÊM VÀ CHIẾC GIƯỜNG...

1-
Mẹ ơi!!!
Con thấy người ta đi mua
- Những chiếc giường
Mà không ai trả giá - mà chẳng ai bán buôn

2-
Những chiếc giường ở đây
- Thiếu gối
- Thiếu chăn mền
Nhưng đầy những trái tim yêu thương của gia đình và bè bạn

3-
Mẹ ơi đêm nay
Con mới hiểu những chiếc giường
Người ta bị bắt buộc mua
Đầy đủ thủ tục - Nhưng không có giá

4-
Những chiếc giường ở đây
Người ta chỉ bán bằng tiền tạm ứng
Tạm ứng ngày một - Tạm ứng ngày hai...
Và cứ chờ khi nào có tên thì lại đóng tiền tạm ứng tiếp...

5-
Ôi những chiếc giường người ta đi mua bằng tiền tạm ứng
Mà khi thanh toán tiền mới biết
Cái giá mà họ phải chi trả cho một chiếc giường
- Là bao nhiêu...Mà chẳng ai giống ai

6-
Đêm nay chẳng có tiếng côn trùng hợp khúc
Đêm không tối - Đêm sáng choang ánh đèn bệnh viện
Chỉ có tiếng vận hành máy móc ở đây
Chảy vào tim tôi giọt nức nở vô lời!!! ∎

Saigon, ngày 01/7/2022

CÁI TRỌNG TY
ĐÊM LUYỆN NGỤC

đêm luyện ngục nghe thời gian đá tảng
sói hôn mê ràn rụa nỗi niềm đau
em qua đó vết chân tình hệ luỵ
mới đây thôi cát bụi đã lưu vong

Linh hồn sóng cưỡi bao niềm tuyệt vọng
mãi miết xô bờ réo gọi hang sâu
đời lầm lũi đã lắm lần ly biệt
ngơ ngác chiều hôm về muộn lưng đèo

Đêm nguyệt gác đầu non buồn lạnh lẽo
đêm nghe kinh lão thạch sùng chắc lưỡi
âm thanh lạnh hồn tự do bọc lưới
rách rưới ma hời vác rựa chiều hôm

Môi em nở đoá hồng dương phún thạch
anh khát khao ngoài khung hẹp lao tù
hạnh vô uý thuở buồn thương úa rũ
mắt dặm trường cháy đỏ lửa dung nham
ôi tha thiết những cung đường hương cũ
gió muôn phương quần tụ nén tim đau
lời vô thuỷ sợi bấc tàn khuya rộ
lời trăm năm thờ thẫn bến sông sầu
thời lang bạc đôi mối tình kẻ chợ
lê lết sông hồ ta biết về đâu?
về đâu em hỉ về mô rứa
em dựa lưng đồi vọng cảnh muôn đời ∎

4 of july 2022

TRƯƠNG XUÂN MẪN
BẠN TÔI

*tặng hương linh nhà thơ A Khuê**

Thằng bạn tôi,
Không biết làm gì chỉ biết… làm thơ
Gom được chút tiền nó chẳng mua Tiên
Mua đàn bò dăm ba con làm giống
Về tận B'Lao lộng gió thảo nguyên **

Sáng thả bò đọc sách
Chiều bỏ sách làm thơ

Thằng bạn tôi trông "khó coi": trán dồ,
Rậm râu, tóc xù, da ngăm, mặt mụn…
Bù lại vài cái hay ít ai có
Dáng dấp "có hồn" của kẻ lảm thơ…

Thằng bạn tôi "xấu trai", không xấu tính
Gởi gói thuốc lào "mua chịu", tặng tôi
Lại gởi thêm mấy bài thơ mới viết
Muốn tôi là người khai phá riêng thôi …

Thằng bạn tôi

Trưa nằm mở bụng hứng gió trời
Tối nghểnh đầu nghe trăng sao hát
Ngất ngây tận hưởng mùa giao hưởng
Rồi rót vào thơ nỗi nhớ thương

Thằng bạn tôi báo tin vừa lấy vợ
Chị " bỏ" cha già theo nó lên non
Nhưng riết rồi không thể nào chịu nổi…
Vì cứ suốt ngày chỉ biết …có thơ.

Tôi nhớ bạn - khăn gói lên thăm
Cuộc sống thâm sâu, lập dị lạ kỳ
Bao lời khuyên giải đều …vô lý
Rượu cạn rồi nó vẫn chưa say :
"Niềm vui là nằm trong …cái có,
Hạnh phúc đang là…chẳng phải mơ ."

Thằng bạn tôi mang căn bệnh nan y
Từ giã trần gian chẳng trối trăn gì.
Nghe tin bạn mất, lòng tôi đắng liệm
Chẳng biết làm gì - nhắm mắt lặng im…

Bạn tôi ra đi, để lại bao điều
Bao điều rồi cũng chỉ mấy bài thơ
Có bài đọc nghe rêm rêm tóc gáy
Chữ nghĩa mơ hồ chẳng biết dở, hay.

Bạn tôi ra đi mây mù buông xuống
Trăng sao trên trời lấp lánh thắp hương
Nhiều người yêu thơ cúi đầu bên mộ
Có cả chim muông thiêm thiếp… chia buồn ■

* A Khuê (1948-2009) là bút hiệu của Hoàng Văn Phúc,
tác giả nhiều bài thơ hay nhưng chưa được phổ biến rộng rãi…
Bài thơ "Về Đây Nghe Em" là một bài thơ hay
mà Trần Quang Lộc đã phổ nhạc 1970
** Thị trấn Bảo Lộc, tỉnh Lâm Đồng

NGÀN THƯƠNG
MIỀN GÁI ĐẸP

miền náo có gái đẹp
ở đó có sông trong
dòng Hương quê tôi đó
nức tiếng lắm mỹ nhân
trót mang niềm thương nhớ
đêm nao "trẫm đi liều

ngày nay sao thưa thớt
dáng xưa dạt phương nào
khách về thèm chiêm ngưỡng
lặng lờ nước trôi mau

thượng nguồn chiều mưa đổ
thuyền qua bến đò Tuần
chân cầu con sóng vỗ
lòng người chợt bâng khuâng

một góc trời êm ả
không em càng thêm buồn
có chút gì trống vắng
tâm hồn người Huế thương... ∎

MINH NGỌC
CÔ ĐỘC

Mỗi sáng sớm, ông ra coi sóc vườn rau sau nhà, kiểm tra kỹ lưỡng coi có hư hại mất mát gì không.

Sau khi bà mất hai năm trước, ông chán nản, hưu trí, đóng cửa phòng khám bác sĩ thú y mà ông đã tưởng sẽ ngày ngày ra đó tìm vui trong việc chữa trị lũ chó mèo, chim chóc cho đến khi không còn ngồi dậy được nữa. Bán ngôi nhà lâu năm đầy ắp kỷ niệm, ông chia tiền cho thằng con độc nhất ở tiểu bang khác, mỗi năm vợ chồng con cái dắt nhau về thăm ông một hai lần cho đủ lễ. Dọn về căn nhà nhỏ ở vùng ngoại ô có đất rộng rãi, ông nghĩ ngay đến việc làm vườn giải khuây vào mùa hè.

Bà rất thích làm vườn, đọc đủ loại sách báo về trồng trọt. Mùa xuân vừa ấm lên, khoảng tháng Tư, tháng Năm, bà đã gieo hột lên cây con để đem trồng. Bà rành rẽ loại cây nào bón phân gì, tưới nước ra sao, ông chỉ theo làm đúng lời bà sai bảo. Rồi thình lình, bà than đau lưng, hóa ra đau đã lâu nhưng bà chỉ than khi không còn chịu nổi. Vào bệnh viện, chụp scan đủ loại, phát hiện ung thư giai đoạn cuối. Bà chịu nhiều đau đớn, hóa trị, xạ trị, rồi ra đi nhanh chóng trong vòng mấy tháng.

Năm chục năm ông quen sống với bà, bỗng dưng bơ vơ trơ trọi. Buổi sáng ông vẫn còn thói quen quay sang bên cạnh tìm tấm lưng mảnh mai quen thuộc, chỉ thấy giường trống trơn, nệm gối phẳng phiu không hơi ấm. Ông lui cui tự pha cà phê, ngồi ăn sáng một mình, vừa ăn vừa nói chuyện bâng quơ với con chó già nằm dưới chân (nó cũng rầu rĩ, ít ăn, bỏ chơi từ ngày bà chết), rồi ông dắt chó đi dạo một vòng quanh xóm. Một hôm nó không dậy nữa. Ông run run vuốt ve tấm thân cứng đờ của nó, chảy nước mắt. Ông ra nhà kho cuối vườn lấy cuốc xẻng, hì hụi đào cái huyệt nhỏ, ngừng tay nghỉ mấy lần, thở dốc, mồ hôi chảy ướt áo. Ông gói nó trong tấm đệm nó hay ngủ mỗi tối, vác nó ra vườn, nhẹ tay đặt nó vào huyệt.

Ông lẩm bẩm: "Tới mày cũng bỏ tao mà đi. Thôi mày nằm đây, mỗi ngày tao ra làm vườn mày thấy tao." Ông lấp đất kỹ lưỡng, lấy gạch đá sót lại khi sửa sân trước hồi mới dọn về, lát chặt bên trên để phòng hờ chim thú tới bới phá.

Ông dẹp cuốc xẻng, vào nhà rửa tay chân sạch sẽ, ngồi xuống bàn ăn trưa, đụng chân trên nền gạch mát lạnh trống trải. Tới lúc đó ông mới thấy cô độc hoàn toàn trong căn nhà vắng ngắt. Ông ngồi khóc rấm rứt như con nít trước dĩa sandwich.

Tối hôm đó, ông ngủ lơ mơ, giật mình mấy lần, lo lắng cho ngôi mộ của con chó. Khu vườn rộng, um tùm cây cối. Ông rào một khoảnh vuông vức, trồng rau cải linh tinh, cà chua, cà tím, đậu que... Rào kỹ như vậy, mà thỉnh thoảng ông lại thấy dấu đào bới sau khi ông trồng xuống cây mới hay bón phân, tưới nước. Ông rắc bột ớt, tỏi chẳng ăn thua gì. Đi Home Depot ông thấy một bao bột thầu dầu để đuổi các loại thú, ông mua về rắc xung quanh vườn rau, quả nhiên không bị đào bới trong vườn rau, nhưng chúng lại bới lỗ chỗ thảm cỏ sau nhà. Bọn này không biết là loài gì, chỉ hoạt động về đêm như du kích "lấy đêm làm ngày", sau khi ông tắt đèn đi ngủ, và rút lui vào sáng sớm trước khi ông ra vườn. Ông và bọn thú ngấm ngầm nhưng quyết liệt tranh giành lãnh thổ sau nhà. Thật khó nói ai xâm chiếm đất ai, vì rõ ràng bọn chúng đã đóng đô ở đây trước khi ông dọn về, nhưng ông đường đường chính chính đứng tên trên giấy tờ thì ông có quyền trồng rau đất nầy.

Ông đã quyết định bỏ mặc bọn thú, miễn là chúng sợ mùi thầu dầu mà để yên vườn rau của ông, tuy lắm lúc ông thôi thúc muốn biết chúng là loài gì, nghĩ đến việc đặt máy quay hình ban đêm để rình chúng. Bây giờ, với con chó chôn sau vườn, ông phải quyết liệt diệt trừ bọn này kẻo chúng sục sạo bới xác lên.

Ông đi mua một cái lồng bằng sắt, bỏ một ít hạnh nhân vào giữa, gài cửa lồng để khi con thú chui vào cửa sẽ sập xuống. Buổi sáng ra xem, ông thấy cái lồng lật nghiêng, hạnh nhân bị ăn sạch. Thử lại hai ba lần, bọn chúng vẫn tìm cách lấy thức ăn mà không sập bẫy. Ông bèn tìm mua cái lồng cỡ to nhất, bỏ một nhúm hạt vào trong. Sáng hôm sau, ông thấy hạt bị ăn sạch, cửa sập nhưng không có con thú nào. Ông bèn đổi sang chocolate, nghĩ rằng có thể bọn thú lấy được hạt từ ngoài lồng. Kết quả vẫn y như hôm trước. Ông xem xét cái chốt và nhận thấy bọn thú biết cách mở chốt chui ra sau khi sập bẫy. Ông lấy dây thép cột cái chốt thật chặt, thử lại đóng chắc mới yên tâm.

Buổi sáng, ông ra vườn. Từ xa ông thấy cửa lồng đóng, hồi hộp lại gần, ông thấy "nó".

"Nó" là con raccoon nhỏ bằng con mèo nhà, lông màu hung và nâu óng mượt, nằm gác mõm buồn bã. Nghe ông đi tới, nó ngóc đầu dậy ngó ông bằng cặp mắt to tròn màu nâu có quầng đen rồi lại đặt đầu xuống.

Ông ái ngại phân bua: "Tao xin lỗi mầy. Tao đâu có muốn nhốt mầy làm chi. Tại mầy phá quá mà."

Nó không nhúc nhích, chỉ đưa mắt ngó ông như oán trách: "Tôi đi kiếm ăn, sao ông lại nhốt tôi?"

Ông thở dài, nghĩ tới việc phải gọi sở quản lý thú vật tới đón nó, chín giờ sáng mới gọi được, chưa chắc họ tới liền, mà hôm nay nắng nóng chín mươi độ, làm sao giữ nó cả ngày? Ông nói với nó: "Thôi, tao biết tao tự thả mầy là phạm luật, nhưng mà giữ mầy cả ngày tao không đành, để tao chở mầy đi."

Ông lấy nắp thùng bìa cứng lót trong xe, xách cái lồng ra xe. Nó coi nhỏ mà khá nặng, ông phải đứng lại nghỉ, đổi tay mấy lần. Nó ngồi yên trong lồng ngoan ngoãn. Trên đường đi, ông ngó vào kính chiếu hậu, nói chuyện nhỏ nhẹ với nó, nó ngó ông bằng ánh mắt thông minh như nghe hiểu. Ông nhớ con chó, mỗi khi ông đi đâu hay chở nó theo, nó cũng nằm yên ngó ông bằng ánh mắt đó.

Tới khu rừng cách nhà mười phút lái xe, sáng sớm vắng tanh vắng ngắt, ông xách cái lồng để xuống đất, thận trọng mở cửa lồng. Nó rón rén chui ra, ngồi xuống ngó đăm đăm vào mặt ông. Ông hơi hoảng, nghĩ nó sắp cắn hay tát mình, vì biết giống này có thể nổi nóng bất tử, nhưng ánh mắt nó ngây thơ hiền lành khiến ông yên tâm. Ông chưa kịp nghĩ thêm, nó quay lưng lúi húi chạy thẳng vào rừng, cái đuôi xù cong lên.

Biết loài này hay sống thành bầy, chiều hôm đó ông lại bỏ chocolate vào lồng. Chocolate độc với chó mèo nhưng raccoon xơi tuốt chẳng sao. Sáng hôm sau, ra vườn ông thấy cái lồng rung bần bật. Lần này là con raccoon khá to, bụng tròn như có chửa, đang giận dữ xoay xở tìm cách phá lồng. Thấy ông, nó hả họng "khẹt, khẹt" hung tợn, thò tay ra ngoài quơ quơ như muốn tát ông. Ông nghĩ chắc nó là mẹ của con kia, nên phải đưa ra đó ở cùng chỗ. Vì nó to hơn nhiều, ông lấy chiếc xe cút kít để đẩy ra xe. Trong xe, nó cào cấu, gầm gừ không ngớt. Tim ông đập lô tô, ông định nếu nó phá lồng ra được thì ông tấp xe vô lề rồi bỏ xe mà chạy. May sao, cửa lồng khá chắc chắn đủ giữ nó suốt đoạn đường. Tới nơi, ông mở cửa lồng, nó chỉ chờ có vậy, cắm đầu chạy thẳng không một lời từ giã.

Rút kinh nghiệm con vật hung dữ này, mỗi chiều trước khi bỏ vào lồng, ông nhét vào thỏi snickers hai viên gabapentin mà ông thỉnh thoảng uống khi bị đau lưng nặng không thuyên giảm với thuốc khác. Thú y dùng thuốc này để giúp các con thú bớt hoảng sợ. Trong vòng hai tuần, có khi bọn chúng tìm cách lấy được chocolate không sập bẫy, ông tiếp tục bỏ vào. Bọn chúng rất hảo ngọt. Ông bắt thêm ba con nữa. Ba con này đều hiền lành dễ thương, không biết có phải vì thuốc, chúng chỉ nằm cuộn trong lồng như mèo, ngó ông bằng cặp mắt to tròn màu nâu có quầng đen. Mỗi lần bắt được một con, ông lựa lúc vắng người, chở ra chỗ cũ để thả cho chúng đoàn tụ, mà phập phồng lo sợ lỡ có ai thấy, gọi cảnh sát biên phạt.

Sau con thứ năm, buổi sáng ra kiểm tra lồng như mọi hôm, ông thấy thỏi snickers vẫn còn đó. Ông nhẹ người, nghĩ thầm vậy là hết cả nhà bọn nó. Rồi ông chợt buồn buồn vu vơ, nhìn cái lồng trống không có thỏi snickers nằm lăn lóc, cửa mở giăng sẵn chờ đợi. Vậy là bọn chúng đã đi hết, ông thật sự hoàn toàn một mình một cõi cô độc này với vườn rau xanh tốt và ngôi mộ con chó lát gạch nguyên vẹn.

Ông tìm đọc trên internet về raccoon. Bọn chúng thường quay về nơi ở cũ. Ông lại mong trông thấy cái bóng dáng phủ lông mượt nâu đen nằm khoanh trong lồng, ngó ông bằng cặp mắt to tròn có quầng đen, trách móc. Lần này có lẽ ông sẽ thả nó ra, nói với nó: "Thôi mầy cứ ở đây, miễn là chừa vườn rau và mả con Shane. Tao chỉ còn có tụi bây làm bạn, mà tụi bây thì thích chocolate."

Minh Ngọc

VÕ PHÚ
RỔ TÔM ĐẤT

Tâm vác cần câu lên vai đi về hướng láng nước để câu cá. Thường thì Tâm câu ở bờ sông con Cóc gần nhà với mấy đứa trẻ trong xóm. Rất ít khi nó qua láng nước bên kia bờ. Để tới được láng nước, cách nhanh nhất là bơi qua sông. Còn không thì phải đi đường vòng băng qua vườn trái cây nhà ông Tư, qua cái rẫy mía nhà ông Chín, rồi lội qua con lạch nhỏ mới tới được. Hôm qua, Tâm rủ bạn đi câu cùng, nhưng đứa nào cũng lắc đầu từ chối khi nghe Tâm nói đi câu ở láng nước.

Buổi sáng không khí trong lành và yên tĩnh. Mùi sapôchê chín thoang thoảng bay theo cơn gió nhẹ. Tiếng chim hót líu lo gọi nhau ra rả trong khu vườn nhà ông Tư làm Tâm thấy vui trong lòng. Tâm mê câu cá hay nói đúng ra là nó mê tất cả mọi thứ liên quan đến sông nước. Nó mê thả thuyền làm bằng vỏ dừa, lon sữa, hay tờ giấy vụn. Nó thích ngụp lặn giữa biển trời sông nước. Còn gì buồn bằng việc phải ở nhà vào những ngày hè gió hiu hiu, nắng nhẹ, có chim hót líu lo kêu gọi. Có gì vui bằng được ngồi trước một con sông, một hồ nước nào đó để buông cần giật những con cá rô phi, cá bống cát, mắc câu đem về chiên giòn hoặc bán cho những người trong xóm.

Qua khỏi rẫy mía nhà ông Chín, phía bên kia là cái láng nước đang vẫy gọi. Tâm háo hức đi thật nhanh. Cái láng này vào mùa mưa, nước sông tràn qua lênh láng. Những tháng hè, nó chỉ là một vũng nước đọng sâu đến bụng đứa trẻ mười hai như Tâm. Chính giữa láng nước và con sông người ta lấy đất đắp thành một con đường nhỏ để đi xuống biển. Chỗ đất trũng đó rộng chừng hai mét tạo thành một con lạch nhỏ dài. Mùa hè, nước lấp xấp chưa tới đầu gối.

Vừa bước chân xuống con lạch, những con tôm nghe động, búng lên khỏi mặt nước. Tâm thầm nghĩ, cái vũng nước này có chút xíu mà cũng có thứ sinh sống. Nhìn kiểu này chắc là tôm đất đây. Hay là mình mò vài con làm mồi câu cá thêm thay vì mấy con trùn đất mà mình đào được sáng nay?

Tâm bỏ cần câu và lon mồi xuống bờ cỏ và bắt đầu mò tôm. Thoáng chốc, những con tôm nhỏ bằng ngón tay lấp đầy lon sữa. Tâm thích thú và không ngờ rằng con lạch bé tẹo này mà có nhiều tôm đến vậy. Nó vội lên bờ, đi vòng quanh tìm thứ gì đó để đựng. Cái lon sữa bé tẹo, tôm đã tràn ra khỏi, búng đi hết coi như công toi. Đi một vòng không tìm ra thứ gì để đựng. Nó bèn nghĩ đến cái áo thun mình đang mặc. Tâm cởi áo ra, dùng sợi dây để xỏ cá để buộc lại. Cái áo trở thành cái túi đựng tôm. Bắt được con nào, Tâm bỏ hết vào áo.

Sau vài giờ đồng hồ mò mẫm trong mương nước, nó bắt được một túi lớn độ chừng hơn một ký tôm đất. Những con tôm tươi xanh búng lách chách mỗi khi Tâm đụng vào. Nó thích thú nghĩ đến chị Hai. Cái bà chị gì mà mỗi lần cầm cần đi câu là càm ràm trù éo cho nó không câu được con cá nào. Với cái túi tôm đất này, chiều nay cả nhà sẽ có món tôm rang mặn hay biết đâu chị Hai làm siêng ngâm bột xay để mai đúc bánh xèo cũng nên. Tâm vui vẻ huýt sáo, túm bịch tôm và vác cần đi về.

Chưa tới nhà, Tâm đã thấy chị Hai nó đang cho gà ăn. Vừa thấy nó chị la lên:

- Trời đất ơi... Cái thằng này đi đâu mà cả người dính đầy bùn vậy? Nhìn gớm quá đi.

Không đợi Tâm trả lời, chị Hai kêu lên thật lớn:

- Má ơi... Ra coi cái thằng Tâm nè. Nó té xuống ao hay sao mà nhìn như ma trơi...

Nghe gọi, bà Hằng, má của Tâm vội chạy từ trong nhà ra nhìn nó. Bà nhìn từ đầu đến chân thằng nhỏ. Người nó bê bết đầy bùn đất lên cả tóc, cả mặt. Bà hỏi:

- Mày làm gì mà mặt mày đầy bùn vậy Tâm?

- Dạ con đi mò tôm ở ngoài láng. Con bắt được một bọc tôm nè má. Chiều nay nhà mình làm tôm rim mặn ăn nha má?

Tâm vừa nói vừa đưa cái bọc áo đựng tôm lên cho bà xem. Bà Hằng nhìn cánh tay phải của nó đưa lên rồi mắng yêu con:

- Cái thằng này hết nói nổi luôn. ấy cả áo ra đựng tôm. Thôi mày đưa cho con Thủy rồi ra giếng nước tắm đi. Nhìn người không ra người, ngợm không ra ngợm.

- Dạ. Má. Nè, chị cầm lấy. Em ra ngoài giếng tắm đây.

Tâm đưa cái áo dính đầy bùn cho chị rồi chạy vô nhà lấy cái gầu ra ngoài giếng làng để tắm. Tâm đi rồi, Thủy mới mở bọc áo ra coi và gọi lớn:

- Má ơi... Thằng Tâm bắt được quá chừng tôm đất luôn nè. Tôm tươi rói còn nhảy đành đạch. Tôm này kho rim hay đổ bánh xèo vậy má?

Bà Hằng đi đến bên con gái, mở cái áo ra coi và nói:

- Mày vô nhà lấy cho má cái rá đổ mớ tôm này ra coi thử được bao nhiêu.

- Dạ.

Thủy lấy cái rổ bằng mây đem ra sân cho mẹ. Bà Hằng trút tôm ra rổ rồi nói:

- Chỗ tôm này cũng hơn cả ký chứ không ít.

- Dạ. Giờ mình làm gì với mớ tôm này hả má? Hay là con ngâm gạo đổ bánh xèo cả nhà mình ăn?

Bà Hằng cau mày suy nghĩ rồi nói:

- Má tính lấy một ít đem rim cho thằng Tâm, số còn lại con đem qua biếu cho bác hai Khánh. Mình biếu bác để trả cái công bác ấy chữa bong gân chân cho nó hôm rồi nó hái mận bị trẹo.

- Dạ, má. Nhưng lấy bao nhiêu hả má.

- Thì mày lấy cái chén múc chừng một chén lưng lưng để lại, còn nhiêu đem đi biếu.

- Dạ.

Thủy bưng cái rổ mây đi ra xóm ngoài để biếu bác hai Khánh. Đi đến ngã ba xóm, Thủy thấy thằng Tâm đang múc nước tắm. Thấy chị, Tâm hỏi:

- Chị Hai xách rổ đi đâu vậy?

- Má biểu tao đem mớ tôm này đem biếu bác Hai.

- Má thiệt tình. Tôm em bắt chưa ăn được con nào mà sao má biểu chị đem cho người ta?

- Thì ai biểu mày hoang đàng quá chi. Hôm trước mày hái trộm mận nhà ông Tư bị té trật chân, cũng nhờ bác hai Khánh mày mới khỏi. Má nói đem biếu bác để cảm ơn cái công bác ấy chữa bong gân cho mày đó còn gì.

- Dạ, em biết. Nhưng...

- Yên trí đi. Tao biết cái tánh ham ăn của mày mà. Tao có múc lại hơn một chén để rim mặn ngọt cho mày ăn cơm, được chưa?

- Dạ, chị Hai là Number One!

- Ừa. Nghe có ăn mới Number One. Còn không chắc là hột vịt Zero chứ gì.

- Khà... Khà... Chị nói quá không hà.

- Thôi tắm lẹ rồi dìa. Tao đi qua nhà bác hai Khánh rồi dìa rim tôm cho mày ăn cơm.

- Dạ. Chị đi nhanh rồi dìa nha. Chị nói làm em đói bụng quá. Sáng giờ em chưa ăn gì.

Thủy đến nhà bác hai Khánh. Đó là một căn nhà ngói đỏ duy nhất ở trong xóm. Đứng trước nhà bác hai Khánh, Thủy gọi vọng vào:

- Bác Hai ơi. Bác Hai ơi... Bác có nhà không?

Bên trong nhà vọng ra tiếng trả lời:

- Đứa nào đó bây? Chờ tao chút.

- Dạ con là Thủy. Con cô Hằng ở xóm trong. Má con biểu con đem ít tôm thằng Tâm mới bắt biếu bác lấy thảo.

Người phụ nữ trạc năm mươi từ trong nhà đi ra, mở cổng. Bà nói:

- Bà Cô sao khách sáo quá. Sao không để ở nhà nấu cho chị em bây ăn mà đem biếu với xén?

- Dạ thằng Tâm, em con nó bắt nhiều lắm bác.

- Ừa thôi được rồi. Bây chờ tao chút để tao đem vô bếp trút mớ tôm ra rồi rửa cái rá trả bây.

- Dạ, không sao đâu bác. Bác để hôm nào cũng được. Còn không bác để con đem dìa nhà rửa cũng không sao.

- Vậy bác cảm ơn bây nha. Nhờ bây dìa nhắn lại với bà cô là hai bác cảm ơn cả nhà.

Bác hai Khánh vào bếp lấy ra cái thau nhôm trút tôm vào rồi đưa cái rổ mây lại cho Thủy. Thủy đón lấy từ tay bác và lễ phép thưa:

- Dạ. Thưa bác Hai con dìa.

- Ừa. Cảm ơn bây cho tôm nha.

Thủy rời khỏi nhà bác hai Khánh trở về nhà và ra thẳng đằng sau, nơi cái chái bếp dùng để nấu ăn. Thủy lấy kéo và đem tô tôm trút vào cái rổ mây và bắt đầu cắt bỏ đầu bỏ đuôi để chuẩn bị rim mặn cho thằng Tâm ăn cơm. Mùi thơm tôm rim mặn thơm nức mũi. Tâm từ nhà trên đi xuống hỏi:

- Chị Hai rim tôm thơm quá. Nhà còn cơm không Hai?

- Tao đang rim tôm, rim xong tao sẽ nấu. À, mà còn tô cơm nguội, ăn với tôm rim. Mày ăn không?

- Dạ tuyệt vời ông mặt trời luôn. Cơm nguội ăn với tôm rim ngon tuyệt cú mèo đó chị.

Nói rồi Tâm đi lại bên cũi bếp, lấy tô cơm nguội, đưa trước mặt Thủy nói:

- Chị múc cho em một muỗng đi. Em đói quá.

- Thằng này lớn tật. Lúc nào cũng kêu đói.

- Em đói thiệt mà. Hồi sáng giờ...

- Tui biết rồi...Chưa ăn gì hết chứ gì.

- Hà... Hà...

oOo

Thủy về đến nhà chưa được bao lâu thì bác hai Khánh trai cũng khoan thai đi vào nhà bác. Thấy bác Khánh trai về, bác gái nói:

- Ông nè, con Thủy con bà cô Hằng ở xóm trong đem cho mình ít tôm đất. Ông muốn ăn món gì, tui nấu cho ông?

- Cái bà này, mới đây mà quên rồi. Tuần này tui ăn chay bà không nhớ sao?

- Ờ... Ờ... Tui quên béng đi mất. Giờ mớ tôm tính sao ông?

- Thì bà coi ai đó cho họ ăn.

- Vậy thôi để tui đem qua cho vợ chồng thằng Thọ nha ông? Hôm trước ở ngoài chợ tui mua chục mãng cầu mà vợ nó không chịu lấy tiền. Thôi thì đem cho vợ chồng nó vậy.

- Ừa thì bà tính sao thì tính. Mà bà cũng thiệt tình, mua sao không đưa tiền cho họ mà lấy không của người ta?

- Tui có đưa, ép nó, nhưng nó cứ nằng nặc không cho. Tui biết sao.

- Thôi... Thôi... Bà đi đi...

- Tui đi nha ông. Đi chút rồi tui dìa nấu cơm.

- Ừa.

Bác hai Khánh gái đến nhà chú Thọ cũng vừa lúc vợ chú đi chợ về. Họ gặp nhau ở ngoài hiên. Gặp bác hai Khánh, vợ chú Thọ đon đả:

- Chị Hai. Chị mới tới chơi hay có việc gì không? Em mời chị vô nhà uống miếng nước.

- Nước nôi chi cho khách sáo. Tao qua đây cho nhà bây mớ tôm. Tôm này con Thủy, con bà giáo Hằng, mới đem qua cho tao nhưng hôm nay ổng ăn chay nên tao đem qua cho bây kho cho mấy nhỏ ăn cơm.

- Dạ. Vợ chồng em cám ơn anh chị. Chị vô nhà ngồi chơi chút rồi về?

- Thôi để khi khác. Giờ tao dìa còn lo cơm nước cho ổng nữa.

- Dạ. Chị chờ em chút để em trút mớ tôm rồi rửa thau gởi chị.

- Thôi được rồi, ra vô chi cho mất công. Bây trút vô trong cái mẹt rồi đưa luôn lại cho tao. Xong, còn lo cơm nước cho sấp nhỏ. Mà thằng Thọ đi rẫy dìa chưa bây?

- Dạ chưa đâu chị Hai. Ảnh tối mịt mới dìa tới nhà lận.

- Ừa. Thôi bây vô trong lo cơm nước đi. Tao cũng dìa.

Bác hai Khánh đi rồi, nhìn mớ tôm tươi roi rói trên lớp lá chuối xanh chị Thơm chợt nhớ đến bốn đứa con nheo nhóc của mình. Chị chợt nhớ đến khuôn mặt nhợt nhạt của thằng Phúc khi nó bị trúng gió. Chị nghĩ đến bà Bảy Tợn giúp thằng bé cắt lể giúp nó lấy máu độc ra khỏi người hôm nào. Chị nhũ thầm, hay là mình đem mớ tôm này biếu bà Bảy coi như trả cái ơn cứu thằng Phúc lúc nó bệnh. Chị xoay người lại, gom mớ tôm vào lớp lá chuối rồi đi thẳng đến nhà bà bảy Tợn.

Bà bảy Tợn sống một mình dưới bến sông Cóc. Người ta không còn nhớ tên bà. Họ chỉ biết bà thứ bảy và có người con trai tên Tợn. Một lần uống rượu say, Tợn đâm chết bạn nhậu rồi bị công an bắt bỏ tù. Từ đó cho đến nay bà chỉ thui thủi một mình với nghề nhặt ve chai bên sông, quanh bãi biển, để kiếm sống. Ngoài việc nhặt ve chai, người ta còn biết bà Bảy với nghề chích lể và giác hơi cho những người bệnh trong xóm. Trong xóm nghèo này ai có bệnh đau gì đều đến nhờ bà Bảy chích lể và giác hơi. Còn ai sợ đau thì tìm đến ông thầy lang Huấn trên quốc lộ số Một để hốt thuốc Nam. Khi thằng Phúc con bị trúng gió, chị Thơm cũng bồng con chạy đến cầu cứu bà Bảy nhờ vậy mà thằng bé khỏe lại.

Nhà bà Bảy nghèo, nhưng bà không bao giờ lấy tiền chữa bệnh. Bà hay nói rằng nhờ có duyên nên bà học được phương pháp chích lể và giác hơi của người xưa, nên chỉ giúp đời tạo phước cho con trai để nó được ra tù sớm.

Chị Thơm đến căn chòi lá của bà Bảy. Căn chòi nhỏ bé nép mình bên mép sông. Khói bếp từ căn chòi bay lên. Có lẽ giờ này bà Bảy đang chuẩn bị nấu cơm chiều. Chị Thơm nhìn vào trong thấy bà Bảy đang lụi cụi thổi bếp. Chị hỏi:

- Bác Bảy đang nấu gì mà khói um tùm vậy?

Bà Bảy dừng tay, xoay người lại nhìn chị Thơm, trả lời:

- Tao đang nấu cơm.

- Nấu cơm gì sớm vậy bác?

- Sớm gì nữa bây cũng gần bốn giờ rồi. Tao ở một mình ăn sớm nghỉ sớm ngày mai ra biển cho mát.

- Dạ.

- Mà bây tìm tao có chi không? Thằng nhỏ đỡ chưa?

- Dạ con cám ơn bác. Nhờ bác chích lễ mà thằng nhỏ khỏe lại, mạnh ù, chạy nhảy rong chơi rồi.

- Ừa... Vậy cũng mừng cho bây. Có con nhỏ mà bịnh thì cực lắm.

- Dạ con mới được mớ tôm tươi đem qua biếu bác rim mặn ăn cơm cho vui.

- Bây khách sáo quá. Bây đem dìa kho cho sấp nhỏ chứ tao ở một mình cơm mắm cho khỏe.

- Dạ... Nhưng con lỡ mang qua rồi. Bác nhận cho con vui.

- Ừa. Bây nói vậy thì tao nhận. Nhưng lần này thôi nha. Lần sau đừng đem quà cáp gì hết. Để mà nấu cho sấp nhỏ nó ăn.

- Dạ. Con cảm ơn bác.

- Bây chờ tao chút.

Vừa nói bà bảy Tọn với tay lấy cái rổ nhựa bỏ bọc tôm vào rồi đưa lại cái mẹc cho chị Thơm. Chị nhận lấy cái mẹt đon đả, nói:

- Thôi bà Bảy ăn cơm đi, con dìa lo cho mấy nhỏ.

- Ừa. Bây dìa. Cảm ơn bây cho tôm.

Chị Thơm rời khỏi nhà, bà Bảy nghĩ thầm. "Mình già rồi ăn gì hết cả ký tôm này. Hay là đem cho bà cô Hằng ở xóm ngoài vậy? Cũng nhờ cổ biên thư cho thằng Tọn chứ cái xóm này biết nhờ ai đây."

Nồi cơm cạn, bà bảy Tọn tắt bớt lửa rồi đem rổ tôm đến nhà cô Hằng.

oOo

Ăn xong tô cơm nguội với tôm rim chưa đủ no, thằng Tâm lại mò xuống bếp hỏi chị:

- Hai ơi... Cơm chín chưa?

- Cái thằng này. Mới vừa ăn tô cơm nguội bự chà bá giờ hỏi cơm gì nữa?

- Nhưng em còn đói.

- Đói thì chờ chút chiều hẳng ăn. Giờ chị đi vo gạo nấu cơm. Không được lén vô bếp ăn vụng đó nhé. Còn ít thôi để chiều cả nhà cùng ăn Để Hai chạy ra chợ mua thêm bó mồng tơi làm canh cho cả nhà chứ nhiêu tôm đó thắm thía gì với mày.

- Ô Kê... Chị Hai Number One!

Thủy dắt xe đạp khỏi nhà, đi chợ mua mồng tơi về nấu canh cho buổi cơm chiều. Ra đến đầu ngõ, Thủy gặp bà Bảy.

- Con chào bà Bảy.

- Ừa... Bây đi đâu đó? Có bà cô ở nhà không bây?

- Dạ con đi chợ mua mồng tơi dìa nấu cơm chiều. Má con ở trong nhà. Bà Bảy vô chơi. Con đi chợ chút rồi về.

- Ừa.

Bà Bảy đến trước hiên nhà, gọi vào trong:

- Cô Hằng ơi.... Cô Hằng có nhà không?

Nghe gọi, má Thủy chạy ra, trả lời:

- Dạ cháu đây. Mời bác Bảy vô nhà chơi.

- Khi nãy con Thơm vợ thằng Thọ có đem cho tui ít tôm đất tươi. Mà cô biết đó, tui ở một mình quen ăn mắm ăn rau chứ ít khi tôm thịt. Thôi tui mượn hoa kính Phật đem tặng lại cho cô và hai cháu. Nhờ cô nấu cho mấy đứa nó ăn. Khi nảy tui gặp con Thủy ngoài đường nó nói đi mua rau mùng tơi về nấu canh. Tui nghĩ tôm này đập dập nấu với mùng tơi ngon lắm đó cô.

- Dạ cháu cảm ơn bác Bảy. Mời bác vô nhà uống miếng nước rồi về.

- Không cô. Tui ghé cô chút rồi dìa cơm nước, nghỉ ngơi, sáng đi ra biển sớm cho mát.

- Dạ cháu cảm ơn bác. Bác chờ cháu tí, cháu rửa cái rổ gởi luôn cho bác.

Cô Hằng đi ra sau, đổ tôm vào cái rổ khi trưa con gái đang phơi ngoài hiên. Cô rửa sạch cái rổ nhựa trả lại cho bà Bảy. Cô nói:

- Cháu cảm ơn bác Bảy nhiều lắm.

- Không có chi đâu. Cô nhận là tui vui rồi. Tui có ăn được đâu để lại làm gì. Thôi chào cô tui dìa.

- Dạ cháu chào bác. Bác đi thong thả.

Thủy về đến nhà, đi thẳng ra hiên nhà tìm cái rổ mây để nhặt rau, chuẩn bị cơm chiều. Nhưng Thủy tìm hoài mà không thấy cái rổ đâu cả. Thủy gọi hỏi má:

- Má ơi... Má có thấy cá rổ hồi sáng con phơi ngoài hiên này không?

- Con coi đâu đó chứ nó có chân đâu mà đi mất.

- Dạ, khi nãy con đi chợ còn phơi ngoài hiên, giờ không thấy nữa.

Cô Hằng chợt nhớ ra nói với con:

- Ờ... Hồi nãy bác Bảy qua cho mớ tôm, má lấy đựng tôm mà quên mất. Má để trong chái bếp dưới cái lồng bàn đó.

Thủy đi vô bếp, mở cái lồng bàn trên kệ ra. Nàng thấy cái rổ mây với mớ tôm đất hồi trưa nàng đem biếu bác hai Khánh. Thủy há hốc mồm ngạc nhiên. Nàng gọi:

- Má ơi... Má...

Cô Hằng vội đi vào, mắng yêu con gái:

- Cái cô này... Con gái con lứa gì mà la bai bải... Mà chuyện gì?

- Thì cái rổ tôm này nè.

- Cái rổ tôm nó sao?

- Trưa này rõ ràng con đã nghe lời má đem biếu bác hai Khánh. Vậy sao giờ nó lại ở nhà mình? Không lẽ nó có chân thiệt sao má?

- Con này ăn nói tào lao thiên địa không. Thì tôm nào chẳng giống nhau. Má nghe bà Bảy nói là tôm của chị Thơm đem biếu, nhưng bà ở có một mình nên đem qua cho nhà mình. Thôi đi rửa rau, lấy vài con tôm đem giã nấu canh. Số còn lại rim mặn để dành ăn cũng được mấy bữa.

- Dạ.

Thủy đang giã tôm để nấu canh, Tâm đi chơi về. Nó thò đầu vô bếp, mũi khịt khịt hít vào mấy hơi, hỏi:

- Hai đang làm gì mà thơm quá vậy?

- Tao đang nấu canh. Ở nhà chờ ăn cơm, không đi lông bông nha. À, mà tao nói cái này nè...

- Chuyện gì vậy Hai?

- Mày lại đây coi cái rổ tôm này có giống tôm mày bắt lúc trưa không?

Tâm nhìn rổ tôm rồi quả quyết:

- Đúng là tôm em bắt hồi sáng. Mà sao nó lại ở đây? Hổng phải chị nói má biểu đem cho bác Khánh rồi sao?

- Thì đó. Lúc nãy tao cũng không biết chuyện gì luôn. Tao nghe má nói là bà bảy Tợn ở dưới bến sông đem cho nhà mình. Tao hỏi má, nhưng má nói tôm nào chẳng giống nhau. Nhưng tao chắc là mớ tôm này là tôm của mày bắt được vì con nào con nấy có chút tẹo chứ không như tôm mua ngoài chợ người ta nuôi.

Hai chị em cùng nhìn qua rổ tôm trên kệ, nhún vai, lắc đầu, cười. Nắng chiều chợt tắt.

Võ Phú

TIỂU NGUYỆT
YÊU THƯƠNG CÒN LẠI

Thương thất thểu trên con đường quê, đầu rỗng không, bước về phía trước, không biết mình đi đâu, và làm gì. Nàng đi qua một con kiệt nhỏ, dẫn dần về phía có khoảng trời mênh mông, không còn hàng tre xanh rợp mát phía trên đầu, trong buổi chiều vàng hanh, đang xuống chậm. Bước chân nàng bỗng nhanh hơn, dường như nàng cảm nhận được, chung quanh nàng là những soi trồng dưa, bí, mướp, thênh thang; nàng cảm nhận được, phía trên nàng là bầu trời bao la, trong xanh, có những đám mây trắng nhởn nhơ về phía trời xa; nàng cảm nhận được, một màu xanh mát, thanh bình, êm đềm, rộn rã theo bước chân nàng; nàng cảm nhận được, một dòng sông xa xa, lặng lẽ xuôi dòng, mang nặng phù sa, bồi đắp. Nàng chợt thấy thương bản thân mình, tội nghiệp bản thân mình; và trong nàng bỗng chơi vơi, theo những bất công mà cuộc đời dành cho nàng. Nàng không biết mình có tội tình gì, mà phải đón nhận những đớn đau, phi lý đến vậy?. Nàng thầm nghĩ, bạn mình, con Nguyệt, con Hàn, thằng Tư, con Ân… nhiều, nhiều người nữa, dù đủ điểm đậu vào Trung cấp, Cao đẳng sư phạm, vẫn bị xét bỏ, vì cái lý lịch nghiệt ngã. Còn nàng, dù có cha tham gia chính quyền cũ, vẫn được vào Cao đẳng sư phạm, học cho đến mãn khóa, được đi thực tập, rồi mới xét lại, loại bỏ? Tại sao? Thành tích học tập của nàng xếp loại khá kia mà? Thương bỗng khóc thành tiếng, rõ to, ai oán, thảm thương, chao động buổi chiều êm đềm, đẹp đẽ.

Bước chân nàng nhanh hơn, thoăn thoắt, về vùng có màu vàng rực rỡ, như có sức hút, lôi cuốn nàng, phía trước mặt. Bao niềm hạnh phúc, khổ đau, trong nàng cứ lẫn lộn, đan xen vào nhau, chao nghiêng, theo từng bước chân. Nàng nhớ, mình hạnh phúc biết bao, khi được trúng tuyển vào cao đẳng sư phạm; bởi đó là niềm mơ ước mà nàng đã ấp ủ từ rất lâu. Niềm vui lớn, hạnh phúc lớn, thì nỗi đau càng lớn hơn, nàng biết vậy; rồi nàng ấm ức, chẳng thà như con Nguyệt, con Ân... bị loại ngay từ đầu!

Thương lọt vào một vùng bông bí vàng rực, bừng sáng cả trời chiều, đầy sắc hoa rung rinh theo cơn gió nồm dịu mát. Nàng ngồi xuống tảng đá bên lối đi, thẫn thờ, nhìn những bông bí rực sáng, như soi rọi vào nàng những u uẩn, buồn bã. Nàng bỗng thấy mệt, đôi mắt cứ ríu lại, lim dim, nghĩ ngợi. Và nàng nhớ Hoài, nhớ đến vô cùng; nhớ lời yêu thương dịu ngọt anh giành cho nàng; nhớ khoảnh khắc bên anh, ấm áp, ngọt ngào; nhớ lời anh hứa..., mà lời hứa thì gió thoảng, mây bay, có bao giờ đọng lại?.Nhớ lời anh thì thầm, chúng ta là một đôi "Thương Hoài", và sẽ thương hoài ngàn năm em nhé! Lời còn đấy, mà anh đã thay đổi, thay đổi thật nhanh chóng, bất ngờ; chỉ hôm trước và hôm sau thôi. Nàng uất nghẹn khi nghe anh nói: "Em xinh đẹp, giỏi giang, sẽ gặp người xứng đáng hơn anh. Anh xin lỗi! Chỉ vì bất đắc dĩ thôi em!". Chỉ vì bất đắc dĩ, mà anh lại bỏ em sao? Vì tình yêu anh không đủ lớn để vượt qua cám dỗ thôi anh ạ! Người ta là con của một cán bộ, nên anh muốn lợi dụng để tiến thân, anh mà cũng như vậy sao?

Thương đau đến tận cùng, bởi "người ta" kia, là bạn thân của nàng, là người bạn thuở còn hái hoa, bắt bướm; là bạn cùng tiểu học, trung học, rồi cao đẳng. Người ta kia, dù không xinh đẹp (như lời anh từng nói, lúc nào thấy Hạnh cũng đầu bù, tóc rối, lôi thôi, nhếch nhác), nhưng người ta kia, có cái lý lịch bảo đảm để anh nhờ cậy, để anh vươn lên. Người ta kia, dù một câu, viết cũng không đúng văn phạm, không đầu, không cuối; vẫn là cô giáo có tiềm năng, có triển vọng. Anh tránh gặp nàng, người ta kia cũng tránh gặp nàng; thế là, nàng mất anh, mất một người bạn gắn bó từ nhiều năm. Đau đớn thay!

Thương bỗng thấy mình chênh chao, rã rời, rơi thật nhanh vào khoảng không vô tận, thăm thẳm. Nàng giơ tay cố bám víu, vẫy vùng, đến rũ rượi, đờ đẫn. Và nàng bỗng thấy một màu đỏ tươi, tanh tanh mùi máu, chói lòa, vồ chập lấy nàng; nàng hoảng hốt, hét lên "máu, máu", rồi ngất lịm.

Thương nghe tiếng bước chân vội vã, chạy đến bên nàng, hốt hoảng, lo sợ: "Cô gì ơi! Cô sao vậy?"; nàng cố mở mắt, nhưng đôi mắt nàng không chịu nghe lời, cứ nhắm nghiền; cố trả lời cho ai đó, nhưng chỉ ú ớ, khó mà nghe nàng nói gì. Nàng nghe dòng nước mát lạnh trên má, trên môi, hơi thở của ai đó nóng hổi phả vào mặt; làm nàng tỉnh dần, và yếu ớt trả lời cho ai đó yên tâm "Tôi không sao".

Thương mở mắt, trước mặt nàng là một chàng trai lớn tuổi, đang cầm chai nước, rửa mặt cho nàng, lo lắng theo dõi mọi động tĩnh của nàng. Giọng anh mừng rỡ:

- Cô tỉnh rồi à? Trời, tui lo quá chừng!

Nàng nhìn anh, giọng yếu ớt:

- Cảm ơn anh!

Mặt trời đã dần ngã về phía Tây, ánh nắng đã dịu hơn, vàng nhạt. Buổi chiều xuống nhanh, trên bãi soi, chỉ còn anh và nàng, giữa vùng hoa vàng đậm sắc của bông bí. Anh đánh cộ mướp, bí vào và mời nàng lên xe...

oOo

Tuấn hớp ngụm trà xanh thật chậm rãi, anh nhấm nháp, thưởng thức cái vị chát chát, nhân nhẩn, ngọt ngọt, thơm thơm, cảm thấy thật đậm đà, thú vị. Anh thầm cảm ơn ông Trời đã cho anh gặp Thương - một niềm hạnh phúc vô biên mà anh có được, kể từ khi người vợ yêu thương của anh, dứt áo ra đi, mang theo đứa con trai ba tuổi, khi anh còn học tập trong trại. Trái tim của anh từ ấy như chai lì, khô cứng, không thể dung chứa một sự yêu thương nào. Anh sống cho có sống, giấu mình vào trong tận cùng sâu thẳm, như một con ốc bể. Anh khó có thể tin được ai, bởi niềm tin trong anh đã bị hủy diệt; anh cẩn trọng khi phải tiếp xúc bất cứ người nào cần phải gặp gỡ; cho đến khi anh gặp nàng, trong buổi chiều định mệnh ấy.

Trước mắt anh là một trời bông bí vàng rực, trong cái hanh hao của đất trời, một buổi chiều êm đềm, gợi nhớ. Nàng lung linh trong chiếc áo trắng, mái tóc buông dài, đen mượt, như lượn bay, giữa sắc hoa vàng tươi đầy cảm xúc. Rồi anh thấy nàng nhấp nhô như con sóng bạc đầu, giữa bầu trời vàng rực, theo cơn gió chiều êm ả, dần trôi; làm trái tim anh tan chảy, mềm nhũn, cảm xúc yêu thương trong anh được đánh thức, khơi dòng. Anh cảm thấy trái tim mình thật lạ lẫm. Cũng những buổi chiều như vậy, cũng một trời bông bí vàng rực như vậy, bấy lâu; anh vẫn dửng dưng, không chút xao động; vậy mà, sao hôm ấy, trong anh như có tiếng đàn ngân vang, réo rắc, lao xao một cách lạ thường. Và hình ảnh nàng, mảnh mai, lung linh theo bước truân chuyên của đời anh, để anh thầm nhắc nhở mình, sẽ yêu thương, trân quý nàng mãi mãi.

- "Ông Quyện" làm gì mà trầm tư vậy? Nhớ ai à? Mời ông quyện ăn củ khoai nướng nè.

Thương đặt dĩa khoai trên bàn, kéo ghế ngồi bên anh. Tuấn nhìn nàng cười âu yếm:

- Nhớ bà quyện chớ nhớ ai. Trái tim ông quyện làm gì còn chỗ cho ai nữa?

Thương cười thật hạnh phúc, nguýt yêu chồng:

- Thiệt hông đó? Quê mùa, "rơm rạ" như bà quyện mà cũng có người nhớ à? Ông quyện ăn củ khoai nè, khoai nướng ngon hơn khoai luộc.

- Cảm ơn em yêu! Khoai nướng chắc chắn ngon hơn nhiều rồi, nhất là do em nướng.

Thương mỉm cười, đưa củ khoai lang nướng vừa lột xong cho anh, giọng nàng chợt khe khẽ, reo vui:

- Thằng Tú nó báo chủ nhật này nó đưa người yêu về ra mắt mình nữa đấy, anh à! Vui ghê nè! Vậy là mình sắp có dâu rồi.

Anh cười lớn tiếng:

- Cái bà này! Phải nói là mình đã già rồi, mừng cái gì mà mừng?

- Ai rồi cũng già, riêng gì mình. Em cứ mừng đấy!

- Mừng thì mừng! Có mắc mớ gì đâu nà!

Lòng nàng rộn rã niềm vui, thầm cảm ơn anh đã yêu thương nàng, đã mang hạnh phúc đến cuộc đời nàng - niềm hạnh phúc mà nàng cứ ngỡ sẽ không bao giờ có được. Thương nghĩ, mình sẽ yêu thương con dâu thật nhiều, sẽ vun đắp cho hạnh phúc các con thật tròn đầy. Trước mắt nàng là khoảng trời xanh bao la đầy nắng ấm, có tiếng chim hót líu lo, như tiếng đàn ngân vang hạnh phúc. Hạnh phúc thật mịn màng, trong ngần, không chút bợn nhiễm, không chút lăn tăn gợn sóng buồn lo. Hạnh phúc như con nước ròng mênh mông, trải rộng, tràn ngập tâm hồn nàng.

Niềm vui trong nàng như được nhân đôi, khi nàng nhìn thấy Hân, người yêu của con trai - một cô gái xinh xắn, có đôi mắt sáng, hiền hậu. Nàng nghĩ, cuộc đời mình đã quá lao đao, lận đận; bao ước mơ, khát vọng đành giấu kín trong tận cùng sâu thẳm trái tim, bấy lâu. Đôi khi, nàng cảm thấy thật chông chênh, vì niềm khát vọng, ước mơ cứ nhập nhòe căng tràn, muốn bật chảy ra ngoài. Nàng dồn hết, chuyển sang cho con trai, mong ước Tú là một thầy giáo giỏi, hay một bác sĩ tài năng, để có thể giúp người, giúp đời. Vợ chồng nàng đã phải vất vả, trên bãi soi, trồng mướp, bí, dưa, hằng ngày; nhiều khi, nhìn thấy các bạn, đứa kỹ sư, bác sĩ, đứa cán bộ, công nhân viên, quan chức; nàng thầm thương cuộc đời mình, sao lận đận nhiều như vậy? Cho nên, nàng nỗ lực nuôi dạy Tú, bằng khát vọng và ước mơ của mình. Và ông Trời như thấy được lòng ước muốn của người thiện lành, nên đã cho nàng được toại nguyện ước mơ - Tú của nàng hiện là một bác sĩ giỏi, vừa được tu học ở Úc về, đang công tác ở bệnh viện Y Dược Sài Gòn.

- Quê cháu ở đâu? Nhà cháu mấy anh em?

Hân nhìn người mẹ chồng tương lai, giọng nhỏ nhẹ, dịu dàng:

- Dạ! Thưa bác! Cháu cũng người Phú Yên, quê mình ạ!

Thương cười thật tươi:

- Vậy à? Cùng quê là vui lắm rồi.

Hân ngại ngùng giới thiệu:

- Dạ! Cháu là con của mẹ Hạnh, ba Hoài ở Phú Hòa. Mẹ cháu là cô giáo dạy trường Trung học cơ sở Trần Hưng Đạo. Ba cháu, trước kia là bí thư huyện ủy, nhưng đã nghỉ lâu rồi ạ!

Thương giật mình, nhưng rồi bình tĩnh ngay, nhìn thẳng vào mặt Hân, thấy cả Hạnh và Hoài ở đấy - Hai con người, mà nàng nguyện với lòng, sẽ không bao giờ muốn gặp lại. Oan nghiệt thay!

Thương như thấy lại nỗi đau khổ của những ngày tháng cũ, thấy lại sự bạc bẽo của tình bạn, thấy lại sự tham sang, phụ khó của lòng người. Sự chao đảo, chơi vơi, hoảng loạn, như trở về trong nàng. Niềm hạnh phúc phút chốc bỗng tan biến, thay vào là những khổ đau day dứt, buồn bã. Nàng bỗng thấy hình ảnh Hoài với thân hình tiều tụy, nhập nhòe những bước xiêu quẹo, trên con đường đất dẫn ra bờ lô, mà tình cờ nàng gặp, khi đi làm về, của mười mấy năm trước. Anh nói lời xin lỗi nàng, mong được nàng tha thứ; nhưng nàng thấy lòng mình thật yên lặng, dửng dưng, không oán, không hận, không thương, không ghét; lời xin lỗi của anh như theo cơn gió chiều, trôi vào hư không. Nàng bỗng thấy "gớm" con người anh, khinh bỉ con người tham sang phụ khó ấy, và thầm hỏi, sao mình lại có thể yêu được một con người như vậy, suốt mấy năm trời, để rồi phải nhận sự phũ phàng, cay đắng? Mấy hôm sau, nàng nghe được tin, Hoài vì tham ô, nên bị đi tù mấy năm; mãn tù về, anh rượu chè, bê tha, giận đời, giận người, vô cớ; ngày ngày la cà quán xá, nói năng dung tục, bừa bãi. Thương thấy mình thật may mắn, vì Hoài đã tham giàu, phản bội mình; để mình có được hạnh phúc như hôm nay.

Thương bỗng mạnh mẽ, đứng phắt dậy, giọng dứt khoát: "Không được. Không thể được", như nói với chính mình; dù con trai nàng thắc mắc, không hiểu hết được sự thay đổi nhanh chóng của mẹ. Nàng bỏ vào phòng, mặc cho Tú và Hân ngạc nhiên về thái độ của mẹ.

Tuấn bối rối, không biết phải giải thích với con trai và bạn gái của con như thế nào cho phải lẽ, đành kể hết chuyện xưa cho con nghe. Hân cảm thấy mắc cỡ, nghẹn ngào, vì lỗi lầm cha mẹ mình đã gây ra cho mẹ Tú. Cô rưng rưng nước mắt nói lời xin lỗi, dù lời xin lỗi của cô, không thể làm bớt đi sự ngăn cách của hai gia đình.

Tú thấy lòng chông chênh, mọi việc quá bất ngờ, cậu không biết phải làm gì; bởi cậu rất yêu quý mẹ - một người mẹ mà cậu luôn tự hào, hãnh diện. Cậu không muốn mẹ mình phải chịu nhiều ấm ức, tủi nhục, khổ đau; nhưng cậu cũng không muốn rời xa người con gái mà cậu yêu thương. Tú bỗng thấy giận cuộc đời này, chuyện của thế hệ trước, sao thế hệ sau phải gánh chịu? Sao ba của người yêu lại có thể bỏ rơi một người phụ nữ vừa đẹp người, đẹp nết như mẹ mình? Sao mẹ của người yêu lại làm tổn thương một người bạn chân thành như vậy?

Cả đêm, Tú không ngủ được, bao nỗi buồn lo, cứ day dứt trong lòng, cậu càng thương mẹ mình hơn. Trời về khuya, càng yên ắng, nỗi buồn trong cậu càng chất ngất, đớn đau. Cậu trở dậy, mở tủ, tìm tập album của gia đình để xem lại những hình ảnh cũ. Một tờ giấy cũ kỹ, đã ố vàng đặt trong quyển album chợt rơi ra; Tú cầm tờ giấy lên, mở đọc.

Tú không tin những gì mình vừa đọc được là sự thật, cậu cố căng mắt, đọc đi, đọc lại, hoang mang, suy nghĩ. Tại sao ba mình lại là người vô sinh? Trong giấy ghi hẳn hoi, có chữ ký của bác sĩ đàng hoàng. Vậy hổng lẽ mình không phải con của ba? Vậy cha mình là ai? Bao thắc mắc cứ quay cuồng trong đầu Tú, khiến cậu đờ đẫn, ngơ ngác. Tú cầm tờ giấy, chạy đi tìm cha, dù đêm đã khuya, cậu không thể chờ đến sáng mai được.

oOo

Tuấn không ngủ, ra ngoài hiên ngồi ngắm trăng. Ánh trăng mười sáu tròn đầy, tỏa ánh sáng dịu dàng, tràn ngập khắp sân, khắp trên lối nhỏ lát sỏi dẫn vào nhà, vàng óng. Anh thấy ở màu trăng một sự thanh bình, an ổn, và trong lòng anh cũng vơi đi những lo lắng, suy nghĩ. Dường như màu trăng sáng trong, dịu dàng, đã xóa tan những buồn phiền, giận dỗi; để trong anh là những cảm thông, yêu thương chan chứa.

- Sao ba không ngủ, ngồi ở đây làm gì vậy? Ngắm trăng hở ba?

Tuấn nhìn con trai mỉm cười, giọng trầm lắng:

- Ba ngắm trăng con trai à! Nhìn trăng, ba thấy lòng nhẹ tênh, lại vui vui, sao con không ngủ, ra đây làm gì?

Tú đưa tờ giấy cho cha, cố nén xúc động, hỏi dồn dập:

- Ba nói đi. Vậy là sao? Con không phải là con trai của ba sao? Vậy cha con là ai? Sao ba mẹ lại giấu con chuyện này? Ba ơi!

Giọng Tú nghẹn ngào, nước mắt cậu đầm đìa, tức tưởi, khiến Tuấn hoảng hốt, ngỡ ngàng. Anh nhìn tờ giấy, chợt giật mình, lo lắng:

- Con lấy cái giấy này ở đâu vậy? Ba đã cất kỹ rồi mà.

Giọng Tú giục giã:

- Cái giấy này con lấy ở đâu không quan trọng, ba nói cho con rõ đi. Con cần phải biết!

Tuấn biết mình không thể giấu Tú được nữa, anh hoang mang, không biết nên nói với con trai như thế nào? Anh chơi vơi theo dòng ký ức cũ càng, những ngày cuối cùng của tháng ba năm ấy, trên đường tháo chạy từ Pleiku về Phú Yên. Làm sao biết được, bom rơi, đạn nổ chỗ nào mà né tránh; làm sao biết được nơi nào bình an, không đạn, không bom? Và cho dù tất cả mọi người, ai cũng biết cái chết đang phía trước, họ vẫn cứ chạy và chạy, dù đạn bom đì đùng sát bên mình. Họ chạy như một làn sóng cuộn trào, rượt đuổi, không cưỡng lại được; tất cả cứ tiến về phía trước, trong muôn vàn hiểm nguy. Và anh đã bị thương, nếu như không nhờ người bạn cùng đơn vị, thì có lẽ, anh đã bỏ xác trên con đường Bảy năm nào rồi.

Tuấn chậm rãi kể cho con trai nghe mình đã bị thương như thế nào, khổ sở như thế nào, khi bác sĩ cho biết anh không còn khả năng có con được nữa. Anh như người đã chết, khi hay tin vợ bỏ anh, dắt theo đứa con trai ba tuổi, khi anh còn "học tập" trong trại. Và anh hạnh phúc vô cùng khi gặp được Thương và có Tú? Niềm hạnh phúc này, đã thức tỉnh mọi cảm xúc ngủ quên trong anh; để anh sống, như đã sống, của một thời tuổi trẻ, đầy khát khao, hoài bão.

- Con trai à! Dù con không cùng máu mủ với ba, nhưng ba luôn yêu thương con, luôn xem con là con trai của ba. Con đừng suy nghĩ nhiều, không tốt cho sức khỏe.

Tú bỗng khóc òa:

- Con cảm ơn ba đã nuôi dưỡng và yêu thương con như con ruột - giọng cậu ngập ngừng, vậy con là con của "người phụ bạc" mẹ con, phải không ba?

Tuấn ôm choàng lấy con trai, vỗ vỗ vào lưng, an ủi:

- Con à! Có cần phải biết cha con là ai hay không? Theo ba, con là con trai của ba, trước đây, bây giờ và mãi mãi.

Tú ôm chặt lấy cha, thút thít:

- Dạ! Con biết rồi, ba ơi!

Tuấn nói thật chậm rãi:

- Hạnh phúc và đau khổ là hai mệnh đề trái ngược, nhưng lại rất gần, cách nhau một làn ranh mỏng thôi con trai à. Chỉ cần một bước chân, từ hạnh phúc, ta sẽ lọt vào đau khổ, và ngược lại. Con nhớ kỹ điều đó, và đừng tự làm khổ mình nữa, trong khi mình đang rất hạnh phúc.

Tú khóc to, ôm chặt cha hơn, dường như ánh trăng trên cao cũng xúc động theo hai cha con, bỗng sáng rỡ, mênh mông. Ánh trăng như nhìn thấu lòng người đàn bà nép bên khe cửa, cố nén thổn thức, nhìn hai chiếc bóng của hai người đàn ông mà nàng yêu thương, nhập nhòe, đổ dài. Ánh trăng như hòa cùng khổ đau và hạnh phúc, hòa cùng đất trời, cùng đêm thâu, mênh mông vô tận. Người đàn bà chợt nhận ra, mình thật nhỏ bé, so với tình yêu thương bao la của người đàn ông kia; tay chân nàng bỗng bủn rủn, khuyu xuống.

Tuấn nghe tiếng động, quay lại, anh bàng hoàng nhìn vợ ngã sóng soài bên hiên nhà, vội chạy lại đỡ vợ, lo lắng:

- Em! Sao không ngủ, lại ra đây?

Tú chạy lại ôm chầm lấy mẹ, niềm cảm xúc trong cậu chợt trào dâng. Cậu thầm nghĩ, đúng như lời cha nói, mình đang rất hạnh phúc; bởi mình là con trai của mẹ - người mẹ mà cậu luôn quý kính, thương yêu; bởi mình là con trai của cha - người cha học rộng, hiểu nhiều, từ tâm, giỏi giang, rất đáng tự hào; mình không cần biết ai là cha của mình làm gì; bởi nếu người đó là người cha tốt, thì không bao giờ bỏ rơi mẹ con mình. Tú thấy mình quá may mắn, được sinh ra và lớn lên trong căn nhà nhỏ đầy ắp tiếng cười này.

- Mẹ ơi! Con yêu mẹ!

Thương nói trong tiếng thở hổn hển:

- Mẹ yêu con, con trai! - quay qua Tuấn, nàng thầm thì, sao lâu nay anh không nói gì với em vậy?

- Nói gì hở bà quyện?

Thương ngập ngừng:

- Thì nói chuyện... anh..., anh... bị... vô sinh, nói chuyện Tú...

Tuấn cười lớn:

- Ôi bà quyện của anh! Tú là con trai của anh, bây giờ và mãi mãi. Bà quyện cứ nhớ như vậy là được.

Ánh trăng chui vào lùm mây, ánh sáng chợt loang lổ những mảng tối sáng nhập nhòe.

Hai ngày sau Tú trở vô Sài Gòn làm việc, bão sóng trong cậu đã tạm ngừng, mọi buồn vui cũng tạm khép. Hằng ngày Tú cần mẫn, tìm niềm vui trong công việc, chuyện tình yêu cứ để trôi qua, không nhớ thương, không day dứt. Tú biết, mình và Hân không thể đến với nhau được, âu cũng là duyên nghiệp.

Ngày tháng trôi qua, tiếp nối, kinh nghiệm làm việc của Tú thêm dày dặn, Tú trở thành một bác sĩ phẫu thuật thuộc loại giỏi của bệnh viện Y Dược. Dường như, những ca mổ khó đến đâu, Tú đều phẫu thuật thành công, tiếng tăm cậu ngày một vang rộng.

Tú bước vào phòng chờ mổ cùng cô điều dưỡng đang cầm tập hồ sơ trên tay, thăm một bệnh nhân, có lịch mổ vào ngày mai. Nhìn người đàn ông gầy yếu đang nằm chuyền dịch, trông ông như một cái xác biết cử động, khi thấy Tú bước vào. Cô điều dưỡng đọc hồ sơ, rõ to "Ông Cao Văn Hoài, sáu mươi chín tuổi, người Phú Yên, nhập viện ngày...". Tú giật mình, khi nghe thông tin về ông, cậu nhìn kỹ vào mặt bệnh nhân, thấy phảng phất một nét gì đó quen quen.

- Chào bác sĩ! Ba tôi...

Tiếng cô gái chợt im bặt, khi Tú quay nhìn về phía cô, khi cô bước vào phòng. Tú có phần thảng thốt, khi trước mặt cậu không ai khác mà chính là Hân. Tú chợt hiểu, người đàn ông đang nằm trên giường bệnh kia là ba của Hân, là người đã làm mẹ cậu khổ đau, tưởng có thể chết được. Tú không dám nghĩ, đó là cha mình; bởi anh nghĩ, anh luôn rèn tập, phải sống tốt, thiện lành, không làm ai đau khổ; còn ông ta, lại tham lam, ích kỷ, vì mình hơn vì người. Tú nhìn Hân trân trối, trông cô có vẻ bối rối, thẹn thùng đến tội nghiệp. Hân tha thiết nhờ Tú, là bác sĩ thực hiện ca mổ này, giúp cha cô trở về với cuộc sống; bởi cô biết, cha mình bị khối u trong phổi, tên khoa học gọi là "u trung thất" - khối u nằm ở vị trí thật hiểm nghèo, chỉ cần lệch một chút sẽ dẫn đến tử vong. Và cô biết, chỉ có bàn tay của bác sĩ Tú, mới có thể mong được cứu sống ba mình. Tú ái ngại nhìn Hân, trả lời rằng: "Không cần Hân yêu cầu, năn nỉ, bởi đó là công việc của một bác sĩ, anh sẽ hết sức cố gắng. Em yên tâm!".

Trong Tú bao nhiêu là mâu thuẫn, dằn vặt, tự nhiên cậu cảm thấy sợ khi đảm nhận ca mổ này, dù ca mổ không quá khó đối với cậu. Bao nhiêu giả thiết cứ đan xen trong đầu Tú, lỡ ca mổ không thành công, mẹ con của Hân có oán trách mình không, có thể họ nghĩ, mình cố làm như vậy? Nhưng dù họ nghĩ gì, thế nào, lương tâm của một bác sĩ không cho phép cậu từ chối ca mổ này. Tú nghĩ, mình sẽ cố gắng hết sức, để chứng minh cho mọi người thấy, y đức quan trọng đối với mình như thế nào?

Và Tú thở phào nhẹ nhõm, ca mổ của cha Hân thành công, ngoài mong đợi.

Cả tuần nay, hình ảnh ông Cao Văn Hoài cứ ám ảnh Tú, có lúc cậu thấy oán hờn, có lúc yêu thương, không dứt ra được, mâu thuẫn trong cậu càng dâng tràn. Người đàn bà có thân hình phốp pháp, tròn lẳn, bên ông, mà là một cô giáo tiềm năng sao? Tú không thấy ở bà có một chút gì gọi là thông minh, nhân hậu cả? Cả nhà ông, cứ lởn vởn trong chiếc đầu của cậu, với nhiều câu hỏi; họ có hạnh phúc không, có yêu thương nhau không, có chia sẻ buồn vui cùng nhau không? Trong cậu như thúc giục, cần biết, ông ta nghĩ gì về mình, về mẹ mình?

Buổi sáng, trước khi ông Hoài xuất viện, Tú đến phòng bệnh thăm hỏi và dặn dò ông đủ thứ. Tú bỗng cảm thấy thương thương, dù không biết vì sao, mình thương ông như vậy. Tú xin phép được nói chuyện riêng với ông một lát, trong sự lo lắng, hoài nghi của bà Hoài và Hân, khi họ ra ngoài. Tú nhìn ông Hoài chăm chú, như tìm kiếm một nét gì của mình ở ông. Giọng cậu thật rõ ràng:

- Ông còn nhớ cô giáo Thương - một cô giáo bị xét bỏ, không được nhận dạy, khi vừa hoàn thành bằng tốt nghiệp sư phạm không?

Ông Hoài nhìn Tú ngơ ngác, không hiểu cậu muốn hỏi gì; một lát, ông như sực nhớ ra, người con gái tên Thương mà ông đã ruồng bỏ năm xưa; khiến ông run run:

- Bác sĩ là gì với cô ấy?

Tú cay đắng:

- Vậy là ông đã nhớ ra rồi. Tôi là con trai của bà ấy.

Ông Hoài bỗng mừng rỡ:

- Vậy bác sĩ đồng hương với chúng tôi rồi. Cảm ơn bác sĩ nhiều lắm!

- Ông không cần phải cảm ơn tôi, vì đó là công việc của một bác sĩ - chợt đay nghiến, ông tham giàu, phụ rẫy người ta, mà sao tôi thấy ông không được "vinh thân phì gia" nhỉ?

Ông Hoài cúi mặt:

- Xin lỗi bác sĩ! Tôi... tôi...

Tú bỗng thở dồn dập, giọng xúc động:

- Rất may, tôi gặp được một người cha tốt, nên mới có tôi như ngày hôm nay. Có bao giờ ông nghĩ đến giọt máu mà người con gái tên Thương ấy mang trong người là của mình không? Có bao giờ ông nghĩ, mình phụ rẫy mẹ con họ, mình sẽ gặp quả báo không? Ông đừng nói với tôi là ông không biết đấy nhe! Ông đã hại đời người ta, ông phải có trách nhiệm chớ? - giọng cậu bỗng chùng xuống, Mà thôi, cũng không trách ông được, bởi thời điểm đó quá khó khăn, quá dao động. (nhìn thân hình gầy yếu của ông Hoài, Tú bỗng thấy thương ông vô hạn; Tú nghĩ, dù sao, dòng máu cậu đang mang trong người, cũng là dòng máu của ông) - cậu cầm tay ông cảm thông, mọi việc rồi cũng qua hết - cười hiền, như ông thấy đấy, mẹ con tôi vẫn sống tốt đấy thôi, ông Trời không nỡ phụ lòng của ai bao giờ. Tôi mong ông giữ gìn sức khỏe, đừng rượu chè, bệnh lại tái phát. Cố gắng ăn uống điều độ, nghỉ ngơi, tịnh dưỡng. Sau cùng, chỉ còn lại yêu thương, vì sự yêu thương, làm con người gần nhau hơn, cuộc sống sẽ có ích hơn, tươi đẹp hơn. Chào ông!

Tú bước nhanh ra cửa. Ông Hoài há hốc mồm nhìn theo cái dáng cao to, vạm vỡ của Tú khuất dần sau cánh cửa.

Tiểu Nguyệt
Những ngày đầu tháng 5.2022

PHẠM CAO HOÀNG
MỐI GIAO TÌNH VỚI HAI ÔNG ANH VĂN NGHỆ TRẦN HOÀI THƯ VÀ PHẠM VĂN NHÀN

Tôi sang Mỹ định cư vào cuối năm 1999. Không lâu sau đó, tôi đã liên lạc được với hai ông anh văn nghệ Trần Hoài Thư và Phạm Văn Nhàn; cũng vừa lúc hai ông anh thông báo sẽ làm một tờ báo in lấy tên là THƯ QUÁN BẢN THẢO. Lúc ấy, Trần Hoài Thư ở New Jersey, Phạm Văn Nhàn ở Texas, còn tôi ở Seattle. Tôi rất muốn tham gia bài vở cho tờ báo nhưng không có bài để gửi. Một phần vì tôi đã ngưng sáng tác trong 25 năm. Một phần vì mới chân ướt chân ráo tới Mỹ, hai đứa con còn đi học ở bậc trung học, công ăn việc làm chưa ổn định, đầu óc lúc nào cũng đầy lo âu về cuộc sống nơi vùng đất mới. Năm 2005 gia đình tôi chuyển nơi ở đến tiểu bang Virginia; đời sống ổn định hơn nên bắt đầu viết và gửi bài cho THƯ QUÁN BẢN THẢO và tham gia vào các sinh hoạt văn học nghệ thuật của người Việt ở Mỹ. Có thể nói, nếu không có THƯ QUÁN BẢN THẢO và mối giao tình với hai ông anh văn nghệ, tôi đã không cầm bút trở lại. THƯ QUÁN BẢN THẢO và hai ông anh Trần Hoài Hoài Thư Phạm Văn Nhàn là động lực thúc đẩy tôi đi trọn con đường chữ nghĩa. Thời gian này tôi có dịp gặp gỡ nhiều văn nghệ sĩ ở vùng đông bắc Hoa Kỳ. Những thân tình bằng hữu tạo nên nguồn cảm hứng giúp tôi có thêm đề tài để viết. Cuối cùng thì tôi cũng có đủ thơ và truyện viết ở hải ngoại ghi lại cuộc sống tha phương và nỗi nhớ quê nhà để in trong 2 cuốn sách: ĐẤT CÒN THƠM MÃI MÙI HƯƠNG (2015) và MƠ CÙNG TÔI GIẤC MƠ ĐÀ LẠT (2013).

Trước 1975, Trần Hoài Thư, Phạm Văn Nhàn và tôi từng sống chung với nhau trong một căn nhà trọ ở Qui Nhơn. Sau 1975, hai ông anh đi học tập cải tạo rồi sang Mỹ định cư. Từ đó chúng tôi không còn gặp nhau. Sau này, khi tôi về sống ở Virginia thì mới có dịp gặp lại Trần Hoài Thư (Chỗ Trần Hoài Thư cách chỗ tôi ở khoảng 4 tiếng lái xe).

Gặp lại Trần Hoài Thư tháng 10.2012 tại Virginia.
Đinh Cường   Trần Hoài Thư   Ngọc Yến   Cúc Hoa
Phạm Cao Hoàng   Nguyễn Minh Nữu   Võ Chân Cửu.

Còn Phạm Văn Nhàn thì mãi cho đến năm 2016 nới gặp lại. Hôm đó là ngày 7 tháng 5. Chúng tôi hẹn gặp nhau tại nhà Trần Hoài Thư ở New Jersey. Tôi từ Virginia sang. Phạm Văn Nhàn từ Texas đến. Nước Mỹ rộng mênh mông, mỗi người ở một phương trời, gặp nhau lần nào hay lần nấy. Gặp nhau lần này chưa biết bao giờ mới gặp lại nhau.

Gặp lại Phạm Văn Nhàn tháng 5.2017 tại New Jersey.
Cái Trọng Ty   Tô Thẩm Huy   Trần Hoài Thư
Phạm Văn Nhàn   Lãm Thúy   Phạm Cao Hoàng.

55 năm đã trôi qua. Biết bao nhiêu biến cố và vật đổi sao dời nhưng mối giao tình của tôi và hai ông anh văn nghệ Trần Hoài Thư Phạm Văn Nhàn vẫn trước sau như một. Kỷ niệm THƯ QUÁN BẢN THẢO ra số 100, chúc hai ông anh chân cứng đá mềm để tiếp tục đi trên con đường mà các anh đã chọn./.

Phạm Cao Hoàng
Virginia, tháng 7.2022

LETAMANH
CHÚ ĐƯỢC!

Tôi sinh năm Quí Mùi, 1943, thế mà mãi đến năm sau, ba tôi mới làm giấy khai sanh cho tôi. Đã thế, theo lời kể của má tôi, thì tôi sinh nhằm tháng 11 âm lịch, đúng nửa đêm ngày 30! Nếu nói nửa đêm, có nghĩa là ngày hôm sau rồi, chứ đâu còn là ngày ba mươi. Vậy thì tôi được chào đời, có thể là giờ sửu, mồng một tháng chạp. Chính cái điểm thời gian không chính xác này, nên mấy ông thầy chấm tử vi cho tôi luôn luôn đoán sai thân thế sự nghiệp của tôi. Mỗi ông đoán mỗi khác, ông thì đoán, cuộc đời của tôi rất ư là thành đạt, nhà cửa ruộng vườn ông cha để lại, nằm ngửa ăn cả đời không hết, có ông thì đoán tôi phải tha phương cầu thực, vất vả lắm, về già mới có cơ thanh nhàn...!

Má tôi nhớ giờ sanh ra tôi không chính xác, nên tôi cũng ú ớ khi nhờ ông bạn cùng trại coi giúp xem chừng nào thì được ra khỏi tù. Ông bạn tù này nổi tiếng là tay tướng số chuyên đoán cho các mệnh phụ phu nhân của Tổng thống và Tướng tá miền Nam ngày chưa đứt bóng. Lúc đầu, tôi nói ngày giờ trong tháng chạp. Ông bạn bấm tay theo các cung tử vi và nói:

"... Mầy nói sai rồi, nếu mầy sanh ngày 30 tháng 11, giờ tý thì mầy cao lớn, to con chứ đâu có lùn xủn như vầy! Lại nữa, nếu sanh giờ này thì răng cỏ của mầy bị sâu ăn không còn một cái, nhưng hiện giờ răng của mầy đều tốt. Có lẽ má mầy nhớ sai rồi..." - "Má em nói, lúc em khóc oa oa thì bà mụ tuyên bố đúng giờ tý mà!"

"Ừ! mà cũng không trách mấy bà già này được. Hồi mầy sanh ra là những năm miền Bắc đói khát, tụi Nhật nó khống chế tụi Tây, Đồng minh đánh nhau với Nhật. Tao sanh ra ở miền Bắc, U già nói với tao ngày sanh giờ sanh còn trật nữa là má mầy. Tao coi cho người ta thì trúng mà cho tao thì trật lất vì không biết được giờ sanh giống như mầy...Vả lại, mấy bà mụ vườn nhai trầu, làm sao đoán giờ giấc chính xác, trong thời trước năm 1945, dân ta còn lạc hậu lắm chứ đâu như bây giờ... !"

Ba tôi cũng thuộc vào hạng bất thường, chẳng thế sao khi khai sanh cho tôi theo ngày tháng Dương lịch thì phóng bút nhằm vào ngày 4 tháng 7 năm 1944! Sau này qua định cư ở Hoa Kỳ, tôi bỗng nhiên thành người tốt số. Đúng là cả nước Mỹ ăn mừng sinh nhật của tôi. Hàng năm, bao nhiêu triệu người ngước nhìn lên bầu trời đêm để thưởng thức pháo bông, nghỉ lễ mừng ngày Độc lập và sinh nhật của tôi! Hồi ở Việt Nam, có bao giờ ai nhắc đến sinh nhật của tôi và thậm chí các con tôi sinh ra cũng chẳng bao giờ được nhớ ngày, để "happy birhday" cho chúng! Thế mà sau khi được sang Mỹ, sinh nhật nào của "Ba, Má", mấy đứa con đều có quà và chúng tề tựu đông đủ. Có khi cả nhà kéo nhau đi nhà hàng, người quê tôi hay gọi là dẫn nhau đi "kéo ghế"... Thế là ngày sanh trong khai sinh của tôi coi bộ ăn khách, nên tôi cũng dễ dãi chấp nhận thành ngày sinh nhật của mình.

Vậy là ông thầy bói, lúc tôi còn nhỏ, chấm tử vi sai bét về cái mục tôi sẽ hưởng được của phụ ấm, giàu sang phú quí ở quê nhà. Có lẽ ông ta thấy cơ ngơi nhà cửa ruộng vườn của ông nội tôi bề thế, nên đoán mò cho xong chuyện. Hơn nữa, ông bà nội tôi chỉ sanh ra được có một mụn nối dõi tông đường là ba tôi, nên ai dám vào tranh chấp ngôi vị cháu đích tôn là tôi! Ông thầy bói cũng không thể nào sờ mu rùa linh đến độ đoán biết được rằng, nhà cửa ruộng vườn của ông bà tôi sẽ bị tịch thu trong thời gian Việt Minh "phóng tay phát động quần chúng" ! Trong những năm phát động giai cấp đấu tranh, Cố Bần Trung nông đoàn kết tiêu diệt Địa Chủ. Phú Hào, Ông Nội tôi suýt nữa thì bị đem ra đấu tố. Có ai từng sinh ra và lớn lên, hay sống trong vùng "liên khu 5", thì hẳn sẽ phải kinh qua thời gian chẳng bao giờ có thể quên nầy. Cao điểm của chiến dịch đấu tố mà "đảng và Bác" đưa ra phải được toàn thể nhân dân học tập và thi hành triệt để. Hồi ấy, tôi đã được tám tuổi, năm 1950 đến 1952 là thời gian toàn thể nhân dân đấu tranh với bọn cường hào ác bá, lấy lại của cải vật chất cho dân nghèo vốn bị thiểu số Địa Chủ Phú Hào tước đoạt! Ông thầy bói xem quẻ cho tôi lúc chào đời đã bị sai lạc không thể nào phân giải. Nhưng anh thầy tử vi sau, có lý hơn vì sờ trúng mu rùa, cho nên, theo đó tôi bị tha phương hàng mấy nghìn dặm, cầu thực ở một xứ sở đầy mùi hamburger!

Ông nội tôi là một tay buôn cừ khôi. Ông có chiếc ghe bầu trọng tải trăm tấn, chạy dọc theo ven biển, chở dừa, dây dừa, cá khô, muối ra bán ngoài Bắc. Các hải cảng và cửa sông dọc theo bờ biển ông đều thuộc lòng. Ông tôi, lúc có bạn bè đến thăm, thường kể lại, khi ra bán buôn ngoài Bắc cũng có lúc đi "Cô Đầu, chầu văn". Ông tôi cũng "linh tinh" nhiều khoản lắm. Ví dụ như thời gian cho ghe bầu buôn bán ở Sài gòn Nam Vang thì đèo bòng thêm một phòng nhì. Bà "Nội Nhỏ" người Nam của tôi có lúc vì mê cái mã đẹp trai của ông tôi nên tự nguyện về quê chồng chịu phép với "Bà Lớn". Nghe nói khi tôi sanh ra, Bà Nội Nhỏ của tôi có mua cho một cái nôi thật đẹp, từ Sải Gòn chở xe lửa ra Tam Quan. Món quà ấy các em tôi sau nầy thay phiên nhau xử dụng... Bà Nội Nhỏ, một thời gian ngắn, chịu không nổi Bà Nội Lớn nên tìm cách chuồn trở lại Sài Gòn. Cũng may Bà đi sớm mấy tháng trước khi "Cách Mạng mùa Thu". Nếu bà không "dứt tình" tháo chạy thì không biết thân phận sẽ ra sao khi cùng chúng tôi sống trong vùng "kháng chiến"! Sau khi Bà Nội Nhỏ về lại Sài Gòn, ông tôi chuẩn bị hàng hóa chuyến thường xuyên Tam Quan - Sài Gòn. Ghe chưa kịp ra cửa biển, thì "Tổng khởi nghĩa mùa Thu" Thế là Ông tôi và Bà Nội Nhỏ đôi ngã chia ly! Sau năm 1954, ông nội tôi lại sắm ghe bầu đi buôn. Vào Sài Gòn, việc đầu tiên là, ông đi tìm bà Nội Nhỏ của tôi. Người thì tìm ra, nhưng đã là của người khác. Bà Nội Nhỏ tôi đã có một ông chồng người Tàu.

Khi tôi biết nhận thức sự việc chung quanh, lúc nào cũng có hai người chơi với tôi, bồng bế, tắm rửa, thậm chí giành tôi đến đánh nhau. Người thứ nhất tôi gọi bằng cô, người thứ hai gọi bằng chú. Cô tôi lớn hơn tôi ba tuổi còn ông chú thì những tám tuổi. Có một điều lạ là chú tôi nói tiếng Bắc, răng đen thui. Cho nên khi nào cô tôi và chú tôi cải nhau, cô tôi thường chọc tức chú một câu: "thằng Bắc Kỳ răng đen" thế là chú nổi cộc rượt đánh cô tôi. Có khi vừa rượt, chú vừa la to: " đồ thứ con lượm nhà thương thí"! Thế là cuộc đọ sức nổ lớn, cô tôi thì bầm mặt còn chú thì bị phạt quì.

Lúc nào Bà Nội tôi cũng bênh cô tôi và xỉa xói chú tôi là ăn hiếp con gái, là thứ trâu nước không biết lễ nghĩa... Ông nội tôi lúc còn thông đường, buôn bán được, ít khi ở nhà, nên không ai che chở cho chú răng đen. Vì những trận cãi nhau như thế cho nên tôi thắc mắc về thân thế của cô tôi và chú tôi khi tôi lớn lên sau này. Thỉnh thoảng, có ông tôi ở nhà, ông tôi luôn bênh vực chú tôi và lúc nào cũng che chở, lúc nào cũng tỏ vẻ ngọt ngào với chú. Ở Tam Quan, ai cũng nói tiếng "nẩu" chỉ trừ một mình chú nói tiếng trọ trẹ Bắc Kỳ! Mà cũng lạ, ai ai ở xứ tôi cũng có hàm răng trắng mướt, chỉ có một mình chú tôi có hàm răng đen bóng một cách lạ kỳ.

Lúc nhỏ, tôi thường nhõng nhẽo đòi chú cõng trên vai lội qua sông, trèo lên tận cồn cát trắng phía Chồm Rừng để hái trái nhãn, trái sim cho tôi. Nhãn rừng và sim rừng, từng chùm nhỏ xíu ăn chát ngắt, nhưng ở cái xứ toàn dừa thì trẻ con như tôi hay thích ăn của lạ...

- Chú Được! gánh nước xong chưa đi chơi với cháu!

- Chú mầy vào xin phép bà Nội đi, không thì chú đâu dám đi chơi ...

- Bà Nội đi ăn giỗ rồi, chú dẫn cháu qua nhà ông Dân Biểu Tr. chơi với con Tranh đi. Hôm qua chơi trò đám cưới vui quá.

- Thôi đi! Vào nhà kiếm Cô Đào, bảo cô dẫn đi chơi, chú bận lắm!

Thế là tôi phải chạy vào nhà năn nỉ cô Đào dẫn tôi qua nhà ông Dân Biểu chơi với Tranh, đứa con gái trạc tuổi tôi, có nước da trắng nõn và hai lúm đồng tiền xinh xinh. Lúc ấy tôi mới có sáu tuổi mà đã xem mòi mê gái. Tôi ít khi thích đi chơi với lũ bạn con trai trong làng. Thỉnh thoảng những trò tắm sông, đá banh hay quây quần vòng tròn chơi bịt mắt bắt dê không làm tôi thích thú bằng ngồi ngắm con Tranh chơi trò bán hàng xén. Tranh bán hàng mà tôi là khách hàng, thỉnh thoảng tôi đòi mua hết không chừa một thứ gì trong cái hàng xén mà phần nhiều đều từ các bông dừa cùng những trái dừa con! Con Tranh nhõng nghẽo khi tôi ngắm nó và đòi chơi trò bác sĩ chữa bệnh.

- Tranh có thích chơi trò đám cưới nữa không hay chơi trò bác sĩ?

- Thôi đi, bữa trước D. làm bác sĩ, chích cây gai nhọn vào mông đau thí bà!

- Thì bữa nay D. chích nhẹ hơn, êm hơn...

- Muốn chơi trò đó thì phải có y viện. D. kiếm thêm mấy đứa nữa làm bệnh nhân, để Tranh làm y tá phụ với D.!

- Không, D. chỉ muốn Tranh làm bệnh nhân thôi hà!

- Thôi đi, D. chích lâu thí mồ, cứ ngồi nhìn không...!

Tôi đỏ mặt vì bất ngờ bị con Tranh biết rõ ý đồ không lấy gì tốt đẹp của tôi. Thật ra mấy hôm trước, tôi cầm cái "sa ranh" tự chế và cây gai nhọn làm kim chích cho bệnh nhân sốt rét rừng tên là Tranh, trong căn nhà làm bằng lá dừa do chú Được tạo dựng ở góc vườn. Tôi bảo Tranh trịch quần xuống, để lòi mông cho tôi thoa "alcool" trước khi chích thuốc. Màu trắng da thịt ấy, không biết sao nó làm tôi thẩn thờ, lâu lắm tôi mới làm bổn phận bác sĩ được khi con Tranh ngó tôi hỏi sao thừ người ra vậy...!

Cái tuổi con nít của tôi và con Tranh quấn quít nhau không được bao lâu thì gia can sự nghiệp của ông Nội tôi bị máy bay Pháp tưởng kho xưởng của Việt Minh, thả xuống mấy trái bom xăng cháy rụi. Mấy năm sau nữa thì hiệp định Genève chia đôi đất nước. Con Tranh phải theo cha mẹ đi tập kết ra Bắc. Sau năm 75, khi tôi ở tù về, hỏi thăm những người tập kết có ai biết con Tranh giờ làm gì, thì được trả lời: Tranh tốt nghiệp Bác Sĩ ở Nga, sau nầy về làm tại bệnh viện Bạch Mai, chưa có chồng, bị bệnh thương hàn chết năm 1966... Một Bác Sĩ thật bị chết vì bệnh thương hàn, còn Bác Sĩ dõm thời để chỏm thì vẫn còn, vẫn nhớ đến làn da trắng của nàng lúc còn con nít...

Một hôm, khi tôi đi học về, thấy cả nhà, kẻ ngồi người đứng trước cái sân lót đá hoa cương, xầm xì to nhỏ trông có vẻ bí mật lắm. Tôi lân la đến gần thì ông nội tôi bảo đem vở sách cất đi rồi ăn cơm. Tôi vừa bước đi vừa lắng tai nghe, tiếng Bà tôi nói nhỏ:

- Chắc có ai xúi nó cho nên nó mới dám trốn đi, chứ nó có bà con thân thích nào nữa mà tìm...Hồi tôi gặp nó ở chân núi Thần Phù ngoài Thanh Hóa, nó ốm như cây củi khô, gần chết đói, hỏi cha mẹ thì nó nói cha mẹ nó vừa chết hai hôm trước, không còn anh em bà con gì. Họ đều chết đói và trôi giạt nơi nầy nơi nọ. Làng của nó sanh ra hoang vắng không còn ai... Nó lạy xin cứu mạng, tôi thấy gia đình mình chỉ có một mụn con nên đem nó về nhận làm con nuôi. Nó tên Đước, khi tôi nhận nó làm con, tôi đặt lại thành chữ Được, có nghĩa là mình được con. Mà từ đó đến giờ gia đình mình ăn ở với nó đâu có gì để nó oán trách mà trốn đi!

Tiếp theo tiếng kể lể của ông nội tôi, Ba tôi nói:

- Hay là nó với con Đào ngày tối cãi vả không hợp. Mẹ thì hay binh con Đào nên nó buồn nó trốn...

- Mẹ nào có binh vực gì, nhưng con Đào nhỏ tuổi hơn nó. Khi mẹ vào nhà thương khám bệnh bứu dạ con thì cô y tá nói có một bé gái, mẹ nó sinh rồi bỏ trốn. Mẹ thấy nó nằm đỏ hỏn ngậm ngón tay mút mà không khóc... Mẹ xin về làm con. Tuy nó không do mẹ sinh ra nhưng thương như con ruột. Mà thằng Được là con của gia đình ta giống như mầy và con Đào. Cha mẹ đâu có phân biệt gì!

Ông tôi thở dài:

- Chắc là có một cái gì ghê gớm hơn việc nó trốn khỏi nhà mình. Phải cẩn thận tìm hiểu thử coi. Tình hình bây giờ khác trước, Họ đang động viên những gia nhân trong các nhà Địa chủ phú hào đứng ra tố khổ chủ của mình. Có thể thằng Được không ngoài kế hoạch này. Nhưng tại sao sau khi nó đi học tập chính sách của Đảng và Chính phủ gần một tháng, đêm nào về nó cũng ngồi bó gối một góc, ít khi tao thấy nó ngủ. Tao hỏi nó thì nó chỉ khóc và ậm ừ không chịu nói...

Bà Nội tôi tiếp:

-Nó không đem theo cái gì cả ngoài những quần áo chăn mền của nó. Phải biết nó nhất định không muốn ở với mình nữa thì tôi đã cho nó ít tiền...

- Bà nói tức cười, đã trốn đi mà còn để cho bà biết. Thôi cứ để xem nó có trở về không, tôi chắc nó bị ai rù quến. Có thể cái thằng cha X. lãnh canh ruộng của mình ở Trung Lương xúi nó! Thằng cha X là Bí thư Đảng, thường la cà chuyện trò với thằng Được nhiều lần. Không biết nó xúi trốn đi theo nó hay làm gì, chỉ tội là thằng Được khờ quá, dễ tin...

Tôi chạy một mạch vào chỗ giường ngủ của chú Được. Trên giường tre còn trơ chiếc chiếu, tủ quần áo và đồ ngủ trống không. Phía đầu giường, trên tường vôi, chỉ còn trơ lại một tấm ảnh "Hồ Chí Minh" cắt từ tờ báo Nhân Dân, dán không được ngay lắm! Tôi ngồi xuống chiếc giường và ôm mặt khóc. Mới ngày hôm qua, chú Được dẫn tôi qua nhà ông Dân Biểu Tr. chơi với con Tranh. Ông Dân Biểu vừa ở "Trung ương" về. Nghe nói ông phải đi bộ vượt qua núi rừng từ Bình Định ra họp quốc hội trong chiến khu Việt Bắc! Ông dân biểu Tr. rất ân cần thăm hỏi chú Được khi ông thấy chú dắt tôi qua chơi. Hai người dẫn nhau ra đứng ngoài hàng hiên, ông mời chú tôi điếu thuốc lá "Trường Xuân" và bật quẹt, hai người nhỏ to chuyện gì trông có vẻ bí mật lắm...

Khi tôi và con Tranh đang chơi trò nhảy giây thì tôi nghe tiếng chú Được tôi khóc. Tôi ngừng chơi, ngước sang thấy ông dân biểu đang choàng tay qua vai chú tôi. Còn chú thì cúi đầu, hai tay ôm mặt khóc thành tiếng. Ông Dân biểu vẫn bình tỉnh thì thầm bên tai chú và chú thỉnh thoảng lại lắc lắc cái đầu. Trong tất cả cuộc đối thoại ấy, tôi chỉ nghe được tiếng chú tôi:

- Ông ta thương tôi như con ruột, ông đã cứu tôi thoát chết đói, tôi không thể là người phản bội...

-...... Tôi đã nhận ông ấy là cha thì làm sao đứng ra tố khổ!

.....

...-Tôi đã được học tập chính sách... Nhưng làm sao tôi có thể tàn nhẫn như thế!

.....

- Thôi được rồi! "Đồng Chí" cho tôi suy nghĩ thêm, ngày mai tôi sẽ trả lời dứt khoát trong cuộc họp Chi Bộ!

....

Chú Được đã ra đi trước khi cuộc họp Chi Bộ Đảng bắt đầu ngày hôm sau. Hồi ấy, tôi còn nhỏ quá để có thể hiểu và thông cảm với chú Được của tôi về hành động bỏ nhà ra đi. Nhưng tôi cũng mơ hồ nhận thức được rằng, chú tôi cố tình trốn chạy một mệnh lệnh được "trên giao" cho chú là phải đứng ra trực tiếp kể tội trạng và tố khổ ông Nội tôi. Tôi có kể lại chuyện nầy cho cả nhà nghe sau khi tôi ngồi hàng giờ trên chiếc giường tre trống không còn mùi mồ hôi của chú. Ông nội tôi và Ba tôi dặn tôi không được nói với ai về những gì tôi nghe thấy ở nhà ông Dân Biểu Tr.! Cả nhà bắt đầu có những hành động cẩn thận trong giao tiếp với mọi người kể cả lúc ăn uống trong nhà.

Thời kỳ đó mọi người dân trong vùng "tự do" đều phải tiết kiệm từng hạt gạo để đem ra nuôi "bộ đội" ở chiến trường. Cho nên phải ăn độn tỷ lệ 1/3. Có nghĩa là ăn độn một phần gạo và ba phần khoai khô, khoai lang hay khoai mì xắc lát phơi khô trộn với gạo! Mỗi đêm có người rình mò nghe ngóng xem trong nhà có hội họp nhau nói xấu Đảng, hay không thi hành chính sách ăn độn... Cho nên tất cả chó đều bị ra lệnh giết ăn thịt hết, không nhà nào được nuôi chó. Lý do duy nhất để giết chó là bảo mật khi Pháp đổ bộ... Nhưng việc chính yếu là dễ bề theo dỏi tư tưởng và hành động của toàn dân. Chú tôi trốn đi được ba ngày thì ông nội tôi bị bắt đi "cải tạo". Họ nói với gia đình là ông tôi sẽ được về nếu thành thật khai báo của cải vật chất đã bóc lột nhân dân. Ba tôi là con một nên không đi bộ đội, nhưng phải xung vào đoàn dân công gánh gạo ra tiền tuyến nuôi quân. Thế là gia đình tôi lâm vào cơn khủng hoảng về tâm lý rất phẫn uất trong âm thầm. Tôi bắt đầu bị bạn bè cùng lớp kỳ thị vì đã cứng đầu không chịu gia nhập vào hàng ngũ "cháu ngoan" để tố khổ địa chủ.

Ông tôi đã bị đem đi "cải tạo" đến khi gần có hiệp định chia đôi đất nước mới được cho về trong tình trạng bệnh hoạn. Có thể chú Được đã trốn đi, Đảng và chính quyền địa phương bị bể kế hoạch, nên việc đưa ông tôi ra tòa án nhân dân cứ bị đình lại hoài cho đến ngày ông lê cái thân bệnh tật về nhà! Ông tôi bị bắt sau khi Pháp thả bom cháy rụi gia cang. "Đảng và chính quyền" nói rằng: "nát vỏ còn bờ tre" có nghĩa là của nổi bị cháy, nhưng của chìm thì cất giấu ở đâu phải khai ra chứ! Địa chủ phú hào thì ruộng vườn là sản phẩm bóc lột... Ông tôi làm đơn dâng hiến hết cả những ruộng vườn, nhưng nhà nước nói rằng trước khi nhà nước lấy lại ruộng vườn ấy, ông tôi phải đóng thuế nông nghiệp và phải nạp hết của chìm đang còn chôn giấu...

Sự mất tích nhiều ý nghĩa của chú Được làm cho cả nhà chúng tôi cũng bị điều tra một thời gian. Có lẽ họ nghi là ông nội tôi đem gởi chú tôi ở đâu đó. Nhưng sự vắng mặt của chú Được cũng là một niềm hãnh diện riêng của chú. Chú không được học chữ nghĩa, nhưng hành động rất nhân nghĩa...!

Sau nầy, (sau 30 tháng tư năm 1975) trong đoàn quân "chiến thắng" trở về, có một người cháu phía bà nội tôi, là Thượng Tá Đức đến thăm ông bà tôi. Gia đình ông bà ba má tôi lúc sau này dời vào Sài Gòn, lánh xa vùng lửa đạn Tam Quan, chẳng còn lưu luyến ruộng vườn như xưa. Người Thượng Tá gọi Bà nội tôi bằng cô, đã gia nhập "giải phóng quân" từ khi "Cách mạng mùa Thu". Ông ta cho biết là năm 1954, tình cờ ông có gặp chú Được, hồi đó đang là Tiểu Đoàn Trưởng trong chiến trường Điện Biên Phủ. Chú tôi được "báo cáo" sau đó là đã bị thương cụt hai tay, máu ra nhiều quá mà không có phương tiện chữa trị nên đã chết sau một giờ tại ngay chiến hào! Thế là Ông Tiểu Đoàn Trưởng Lê Văn Được, con nuôi của ông nội tôi đã anh dũng hy sinh trên chiến trường. Chú tôi đã trốn tránh làm "bổn phận" đứng ra đấu tố cha nuôi của mình, để rồi gánh vác một "bổn phận khác"!

Chú tôi là người không biết một chữ i tờ, thế mà đã làm đến chức Tiểu Đoàn Trưởng một Tiểu Đoàn ngoài mặt trận chỉ trong vòng mấy năm trốn khỏi nhà! Nếu chú tôi không chết, có thể ông sẽ trở thành Tướng chỉ huy cuộc xâm nhập vào Nam. Cũng có thể, nếu là như thế, biết đâu chú cháu đã bắn nhau trên chiến trường... Mà chú Được sẽ chẳng bao giờ biết rằng, vì sao chú cháu mình bắn nhau!

Letamanh

TRƯƠNG VĂN DÂN
CƠN GIÓ BÊN BỜ VỰC

Đúng là chuyến đi Ý vừa rồi đã làm tâm hồn tôi tôi thay đổi!

Câu chuyện xáo trộn của các bạn tưởng như sẽ chóng quên khi về nhà, hoà nhập vào lối sống quen thuộc hằng ngày, nhưng đã không xảy ra như thế.

Vài ngày sau khi về lại London, một buổi sáng lấy xe đi làm khi trời se lạnh, tôi nhận thấy hai bàn mình khô nhám. Chuyện cũng bình thường, nhưng khi ngồi lên xe tôi không thể không nhớ tới những gì mà Elisa đã kể. *"Khi Đôn nắm lấy bàn tay vợ, anh thấy khô và nhám, lòng anh dâng lên một niềm ân hận"*. Nàng đã hy sinh quá nhiều cho mình. Những năm tháng nấu ăn, rửa chén, bàn tay tiếp xúc với nước nóng và hoá chất.. đã làm bàn tay của Anna không còn thon mềm như trước. Hôm ấy Đôn đã đi mua kem dưỡng ẩm về thoa cho vợ. Không phải là Anna không biết điều ấy, nàng cũng có dùng nhưng cách quan tâm của chồng qua những cử chỉ tưởng như nhỏ nhặt đã làm cho tình yêu của họ vững mạnh và bền chặt.

Câu chuyện của Đôn làm tôi thấy mình quá vô tâm. Có thể nào một tình yêu giữa hai người đến từ hai lục địa khác nhau lại có được sự cảm thông và chia sẻ vẹn toàn, còn tôi và Lan, cùng có chung văn hoá mà lại thua xa họ?

Suốt ngày hôm đó, những ý nghĩ nằm sâu trong tiềm thức về cuộc hôn nhân của mình trỗi dậy và cứ lẩn quẩn trong đầu tôi.

Tôi và Lan đã kết hôn hơn ba mươi năm nay. Cùng đi du học, quen nhau ở trường một thời gian, tình yêu và mong ước đã hoà nhau nên chúng tôi quyết định đi đến hôn nhân. Nhưng với năm tháng sự hoà hợp ban đầu không hiểu vì sao không còn như xưa nữa. Tôi đã lạc lõng, không, đúng hơn là cả hai chúng tôi đều lạc lõng sau một quãng đường dài.

Nói là "lạc" nhưng không ai trong chúng tôi rẽ ngang qua những con đường khác, bị những cám dỗ cuốn đi. Không! Chúng tôi vẫn bên nhau và đi chung một con đường đấy thôi, nhưng tình không còn như xưa nữa.

Tình yêu, đúng rồi, có ai còn nhớ tình yêu, nó là cái gì không?

Cuộc sống của hai chúng tôi đã được kế hoạch theo một quy trình hợp lý và hiệu quả. Công việc trước hết. Thời gian đầu nó chiếm toàn bộ thời gian của tôi. Tôi làm việc rất nhiều vì mới tốt nghiệp, chưa có nhà cửa, xe cộ... cần nỗ lực để tạo một chỗ đứng. Lan cũng làm việc nhưng nàng dạy sinh vật học ở một trường trường trung học nên làm việc ít giờ hơn tôi. Nói là nói thế nếu chỉ tính số giờ hiện diện ở trường. Nhưng trên thực tế sự bận rộn của nàng chẳng kém gì tôi: đọc sách, soạn bài, chấm điểm, họp phụ huynh chưa kể các vấn đề liên quan, cậu này học thế này, cô kia xử sự như thế ... nên tuy không phải đến trường mà nàng vẫn luôn bận rộn.

Tôi ít khi có mặt ở nhà. Tham vọng, quyết đạt lương cao, và khi làm giám đốc kỹ thuật cho một công ty điện tử thì bị việc lôi vào một guồng máy quái gở nhưng quen thuộc trong đời sống Tây phương: càng làm nhiều càng bị cuốn hút và bị ngốn vô số thời gian. Sau khi rời văn phòng thì nửa đầu cứ bị công việc chiếm hữu, nửa kia chỉ muốn thả mình trên nệm để ngủ.

Sự ra đời của bé Hương có mang đến cho chúng tôi chút niềm vui nhưng đồng thời cũng làm thay đổi cuộc sống dù việc mang thai là có kế hoạch. Mệt mỏi và thiếu thời gian là một trong những nguyên nhân phát sinh khủng hoảng và có thể nói là sau khi có con đầu lòng chúng tôi đã may mắn vượt qua, tuy có những va chạm nhỏ nhưng nhờ đối thoại và chia sẻ tâm trạng nên việc chung sống không bị ảnh hưởng.

Rồi bé Hương lớn lên, tiếng bi bô của đứa con gái mà vợ chồng tôi đều cưng chiều đã mang lại sự hài hoà êm ấm. Những mệt mỏi kinh niên của tôi kéo dài, và mặc cảm là không dành nhiều thời gian cho bé khiến tôi chuộc tội với con bằng những quà tặng mà con muốn để bù đắp cho thời gian vắng mặt.

Nhiều đứa con bị hư hỏng vì có những người cha bận rộn như tôi. Mãi sau này tôi mới hiểu là Hương ngoan ngoãn và chăm chỉ học là nhờ phần lớn thời gian mà vợ tôi dành cho nó.

Ngoài việc con cái, chúng tôi còn có những bận rộn xã hội: bạn bè, giao tiếp vì công việc, các sinh hoạt văn hoá như xem kịch, xem phim, nghe nhạc hay đọc sách.

Với người ngoài chúng tôi là một cặp đôi đẹp.

Chỉ có điều là giữa chúng tôi không có thì giờ!

Nhưng nhìn quanh, có lẽ không chỉ có vợ chồng tôi. Phần đông bạn bè tôi đều bận rộn vì làm việc quá nhiều, tâm hồn bất an và đánh mất mình trong cơn bão mua sắm. Các bạn tôi đều nghĩ rằng cần phải có nhiều tiền, nhiều quyền lực và địa vị ở công ty thì mới hạnh phúc. Và cứ thế nhắm mắt chạy theo những cái "đích" xa xôi ấy nên thờ ơ trước những gì đang có trong tầm tay. Áp lực sống cứ đè nặng nên ai cũng bị ô nhiễm bởi lo âu, giận dữ hay lo sợ trong cô độc.

Tôi và Lan bên nhau mà lắm khi người này chỉ nhận ra sự hiện diện của người kia khi có vài va chạm nhỏ. May là chỉ một thoáng rồi qua. Nếp gấp đã thành, mọi chuyện cũng đâu vào đó, dù tình cảm vẫn còn nhưng giảm sút đam mê, gần gũi nhau nhưng không còn bí ẩn gì để khám phá.

Những tâm sự, mong ước... cũng không còn thời gian để trao đổi. Nó chìm nghỉm trong bóng tối của những quan tâm khác.

"Em ơi, anh về rồi nè!" có nhiều bữa từ văn phòng trở về, bước vào nhà tôi nói thế, lòng thầm mong có được một sự chào đón nồng nhiệt của Lan để tạm quên cái thế giới xô bồ ở bên ngoài. Nhưng Lan cũng vừa về sau cuộc họp phụ huynh, có thể chưa chấm dứt nhưng phải cắt để về sớm lo việc gia đình, hay có khi vừa dạy dỗ bé Hương vì bài tập ở trường, tranh luận với con về thái độ không phù hợp, cơm canh chưa chuẩn bị vì công việc ngổn ngang.. và nàng đã không có thời gian để nhìn vào mắt chồng, để cho tôi cái cảm giác là người quan trọng và duy nhất trong gia đình.

"Chào anh!" rồi tiếp tục *"À anh có ghé vào cái tiệm gần ngả tư để mua thêm mớ rau và cà rốt như em dặn không?"* (tất nhiên là tôi đã quên) hay.. *"anh phải nhắc bé Hương học thêm tiếng Pháp, phát âm sai tùm lum"* và cứ thế..., chẳng có chút quan tâm nào về anh chồng vừa bước vào nhà.

Bỗng dưng tôi thấy mình như kẻ bị bỏ rơi, thừa thãi... và một nỗi buồn âm ỉ trồi lên, tự trách mình về sớm làm gì ở cái tổ không còn chút ấm áp nào.

Không biết là lỗi do ai, nhưng cái giây chuyền công việc từ cơ quan đến nhà đã cuốn chúng tôi vào cái tình trạng hững hờ như thế.

Tệ hơn, có khi chúng tôi làm tình vội vã, khi buông nhau có lẽ Lan rất muốn nói điều điều gì đó, giải bày những tâm sự để mong được chia sẻ, hoặc ít ra nàng cũng chờ một cử chỉ vuốt ve, những lời nói ngọt ngào... nhưng tôi đã quay mặt rồi chìm vào giấc ngủ. Một giấc ngủ mệt mỏi do công việc ngày hôm đó và những lo nghĩ cho ngày hôm sau. Có khi chợt thức giấc tôi vẫn thấy nàng nằm đó, mắt nhìn lên trần nhà, vẻ mặt đăm chiêu. Cũng có thể nàng thầm hỏi bao giờ có được một sự quan tâm và lắng nghe từ tôi chăng?

Những lúc ấy chỉ cần tôi nghiêng qua đặt nhẹ một bàn tay lên vai thì tưởng chừng nàng sẽ thổ lộ hết nỗi lòng như trái chín từ giàn cây rụng xuống khi có người đưa tay hái. Nhưng cơn mệt mỏi làm hai mí mắt tôi sụp xuống, một sự thờ ơ, bỏ mặc nàng nhìn lên trần nhà như người tìm kiếm ở phương xa một cánh buồm trắng tận chân trời.

Cứ thế, chúng tôi sống bên nhau chỉ vì trách nhiệm còn tâm hồn như trống rỗng. Chuyện trò với nhau tẻ nhạt và vô vị một cách rất bất công, *vắng mặt ngay khi hiện diện.*

Đó chính là một thói quen rất xấu, sau nhiều năm quen thuộc, thích nghi rồi nhàm chán, dù cuộc hôn nhân vẫn còn "ổn định". Tất nhiên cho đến khi không xảy ra một điều gì bất trắc mà không ai biết cái vực thẳm kinh khủng đó sâu đến cỡ nào. Vâng, có lẽ thế, bệnh tật, tai nạn, đau thương... những thứ ấy chúng tôi đều biết nhưng nó *chỉ xảy ra cho người khác.* Trong chúng ta luôn có một thứ tâm lý tự vệ, biết bất trắc là *có thể* nhưng *khó có thực.*

Thế nhưng chuyến đi Ý vừa rồi đã cho tôi mở mắt. Cái bàn tay khô nhám và cách xử sự chí tình của Đôn đã tác động như một chất xúc tác để giúp tôi chạm vào mặc khải chăng? Chuyện *"khó có thực"* đã *"xảy ra"* cho các bạn tôi, cho Đáng, cho Đôn. Trận sóng thần bất ngờ đã cuốn phăng đi sinh mạng người bạn đời và phá tan mọi thứ tưởng vững chải suốt đời.

Nhưng những bi kịch mà các bạn ở Milano gặp phải cũng chưa đánh động tâm hồn tôi bằng cái cách ân hận và thấy mình có lỗi của Đôn khi nắm bàn tay khô nhám của Anna. Đây mới thực là tình yêu, là tình người, là sự đồng cảm và sẻ chia của đôi vợ chồng chia ngọt sẻ bùi, trong hạnh phúc cũng như trong hoạn nạn. Tôi xấu hổ khi nghĩ đến những quan tâm nhỏ cho một tình yêu lớn của hai người đến từ hai châu lục. Còn tôi và Lan, cùng văn hoá, cùng cội nguồn... cũng đã từng nắm tay nhau, thề thốt yêu thương, sao lại có thể sống trong sự lãnh đạm, khác gì bỏ bê nhau?

Đã thế, còn có một chuyện bất thường khác đã xen vào cuộc đời tôi, xảy ra khoảng gần 1 năm trước chuyến bay qua Milano mà hôm ấy nhớ lại làm tôi hổ thẹn với lòng.

Một buổi chiều, lúc này đã trễ, tuy mọi người đã về từ lâu nhưng tôi còn nán lại cơ quan để giải quyết cho xong công việc. Có vài trục trặc làm đầu óc tôi căng thẳng. Trong cái không gian vắng lặng đó tôi ngồi tập trung để tìm một phương án tốt nhất. Mệt mỏi và chán chường nhưng cuối cùng tôi cũng có cách giải quyết hợp lý. Vui, tôi đứng dậy vươn vai cho giãn xương cốt rồi đi rửa tay trước khi ra về. Bất ngờ tôi thấy đèn ở phòng bên còn sáng. Có tiếng động. *"Trời, Jennifer, cô vẫn còn ở đây sao?"* *"Dạ em cũng có chút việc nên nán lại để làm cho xong. Em xong rồi. Còn anh?"*. *"Anh cũng vừa xong!"*

Jennifer là một người đàn bà đẹp, có lẽ trẻ hơn tôi chừng 10 tuổi nhưng dáng người thon thả và bước đi nhanh nhẹn nên tưởng như chỉ 40. Cô đã ly dị với chồng từ vài năm và gần đây không che giấu là có tình cảm đặc biệt với tôi. Tất nhiên, được một phụ nữ xinh xắn để ý và ngưỡng mộ làm tôi thấy hãnh diện nhưng chưa bao giờ tôi nghĩ đến chuyện có một quan hệ thân thiết hơn ngoài công việc.

Mặc dù có chút vấn đề trong gia đình, tôi chưa bao giờ có ý nghĩ phụ tình Lan hay bước chân vào một cuộc tình bên lề. Thường, với sự cám dỗ của nó, người ta dễ tạo nên những hậu quả tiêu cực có thể đẩy người trong cuộc chìm sâu trong vũng lầy.

"Trời nóng, em vừa pha một ly nước mát, anh muốn dùng một chút không?". Tôi không biết đó có phải là cái cớ và sự nán lại của Jennifer là một sự tính toán và sắp đặt trước không? Chỉ biết là sau lời mời ấy, bàn tay cô khẽ chạm vào tay tôi, giống như một sự an ủi cho công việc khó nhọc mà tôi vừa trải, khi tôi nhìn lại với ánh mắt biết ơn thì bất chợt hai bàn tay cô đặt nhẹ lên vai và sau đó chúng tôi như con rối ngã vào lòng nhau.

Trong tích tắc, tất cả sự không hài lòng với cuộc sống, sự kích thích nam tính của người đàn ông lâu nay chỉ biết công việc, hơi thở dập dồn, mùi da thịt thơm tho, thân hình run rẩy.. chúng tôi quấn vào nhau trong một vũ khúc mê say chưa từng có.

Một, hai… rồi còn vài lần nữa. Nhưng thú thực Jennifer đối với tôi chỉ là tính dục thuần tuý, sự hấp dẫn của món quà mới lạ, trời ban, nhưng có lẽ cô yêu tôi, muốn có với nhau một chuyện tình lãng mạn và lâu dài. Tất nhiên cô biết tôi đã có gia đình, biết tôi có một đứa con gái đã tốt nghiệp, đã ra riêng sau khi lập gia đình và có công việc ổn định trong thành phố. Jennifer cũng có một đứa con trai vừa bước vào đại học, đời sống kinh tế độc lập, tuy không giàu nhưng có thể thoải mái làm những gì mình thích. Tôi cũng hiểu cái quan hệ mà cô muốn là an phận nằm sau cái cánh cửa bí mật của hai người. Cô chỉ muốn được quan tâm và chia sẻ với người đàn ông mà mình ngưỡng mộ dù phải chấp nhận một quan hệ không công khai. Tôi biết nhưng hoàn toàn không muốn có một quan hệ tình cảm nào khác ngoài gia đình. Tuy gia đình tôi không còn mặn nồng như xưa nhưng nó vẫn vững vàng và tôi chưa hề có ý định tung hê tất cả chỉ vì vấn đề kích thích tố.

May cho tôi là việc giải thích để Jennifer hiểu không mấy khó khăn. Cô chỉ nói tiếc là không giữ được nhau vì rất thích tính cách nhẹ nhàng và cách giải quyết thông minh của tôi trong công việc. Sau đó thì chúng tôi "chia tay", vẫn trân trọng nhau mà không có vấn đề gì.

Suốt ngày hôm ấy những ý nghĩ, hoài niệm, so sánh, phân tích cứ lảng vảng trong đầu tôi. Biết mình có ngồi nán lại thì làm việc cũng không hiệu quả, tôi rời văn phòng sớm và chậm rải lái xe về nhà.

Bước vào cửa tôi nhìn thấy Lan đang ngồi chấm bài trên chiếc bàn kê sát cửa sổ. *"Anh về nè em"*. Nàng gật đầu *"chào anh"*, hơi ngạc nhiên vì thấy tôi về sớm hơn mọi lần. Tôi đặt cái cặp lên ghế và đến cầm lấy tay nàng. Bàn tay nàng cũng khô nhám. Tôi nâng lên khẽ hôn và nói nhỏ *"anh xin lỗi!"*. Lan bất ngờ, mở to mắt như thấy người từ hoả tinh bước xuống. Môi mấp máy định nói gì nhưng vẫn lặng im. Tôi mở cặp lấy ống kem giữ ẩm vừa mua trên đường về. *"Tay em khô quá, cái này cho em đây!"* Tôi thoa kem lên tay Lan, nàng để yên, chỉ khẽ hỏi *"có chuyện gì vậy anh"* lời thì thầm mà ánh mắt ngạc nhiên cực độ. *"Không có gì cả, anh chỉ muốn nói yêu em thôi"*. Mắt Lan nhắm nghiền lại như sợ cái hạnh phúc bất chợt tan đi.

Tôi ôm chặc lấy vợ mình. Hôn lên tóc, vừa lúc thấy dưới chân tóc có nhiều sợi bạc. Lan ngửa mặt như chờ một nụ hôn. *"Lâu nay mình sống rất thờ ơ và lãnh đạm với nhau. Anh xin lỗi em"* *"Em cũng có lỗi với anh."* Chỉ có mấy từ đơn giản mà lâu nay khó nói với nhau... và lúc này cả hai ngập chìm trong nụ hôn say đắm.

Khi buông nhau, qua cửa sổ của tầng 22 tôi nhìn xuống dưới, sâu hun hút. Một cơn gió lạnh len qua khung cửa khép hờ làm tôi rùng mình và có cảm giác là hai vợ chồng vừa kịp dừng bên bờ vực.

Trương Văn Dân
Milano 5-2-2022
*(Trích từ tiểu thuyết **Cử chỉ cuối cùng**, sắp xuất bản)*

THÁI NC
DUYÊN KHÔNG SỐ

Ngày đó tôi đến trại tỵ nạn Thái Lan và quen Thúy.

Thúy bằng tuổi tôi, đẹp và hát hay lắm. Tôi thì biết đàn guitar. Hai đứa cùng làm chung trong ban thư viện trại, gặp gỡ hằng ngày. Hạp nhau như vậy đó, nhưng thời gian gần gũi còn ít ỏi nên chỉ mới mến nhau như hai người bạn.

Thúy đến trại trước khá lâu, nên quen nhau chỉ được ba tháng ngắn ngủi, gia đình nàng có giấy lên đường định cư tại Mỹ. Đêm trước ngày Thúy rời trại lên đường trúng vào dịp trăng tròn Trung Thu nên Ban Chấp Hành Trại có tổ chức một buổi văn nghệ gọi là vừa mừng Trung Thu, vừa tiễn chân những người may mắn sắp được qua Mỹ xây dựng lại tương lai.

Buổi văn nghệ, Thúy nhận lời hát giúp vui một bản. Nàng yêu cầu tôi đệm đàn guitar cho nàng một lần cuối để ghi lại một kỷ niệm chung cho hai đứa.

Đêm đó, hai chúng tôi được giới thiệu là "Lê Uyên và Phương của Thái Lan". Thúy hát thật xuất thần, và tôi tuy lần đầu trình diễn trước đám đông nhưng cũng hoàn thành nhiệm vụ. Nói nào ngay, chỉ có một cái Micro nhỏ xíu cho ca sĩ nên khán giả chỉ nghe và ngắm "Lê Uyên" Thúy nức nở với bản nhạc "Ngăn Cách" chứ đâu ai thèm để ý tới "Phương" ThaiNC khép nép đứng sau lưng ôm đàn mà làm gì. Nói thiệt, nhiều khi tôi còn không nghe được tiếng đàn của mình nữa là khán giả.

Sau khi bản nhạc chấm dứt trong tiếng vỗ tay vang dội với những tiếng "Bis!" "Bis!". Có tên còn nêu đích danh bản ruột của Thúy ra yêu cầu *"Huyền Thoại Người Con Gái... đi Thúy ơi".* Tiếng hoan hô và yêu cầu rầm rộ làm Thúy cao hứng quay lại nói với tôi "Huyền Thoại Người Con Gái nghe Thái..."

Vậy mà tôi đành lòng nói "Không" với Thúy thật phũ phàng, và không để cho Thúy kịp hỏi tại sao, tôi bước một mạch xuống sân khấu làm Thúy cũng ngỡ ngàng. Thúy có thể hát không cần đàn, nhưng có lẽ cũng mất hứng nên bước xuống theo không hát thêm một bài nào nữa.

Sáng sớm hôm sau tôi muốn gặp Thúy để nói vài lời giải thích, nhưng lúc này mọi người đều bận rộn tiễn đưa nhau. Thúy cũng vậy, nên hai chúng tôi không có một phút nào nói chuyện riêng với nhau được.

Xe đã bắt đầu lăn bánh rời cổng trại mà tôi vẫn chưa nói được lời nào. Thúy ngồi ngay cửa sổ nhìn xuống xe thấy tôi đứng. Nàng vẫy tay chào không nói một lời, mặt buồn rười rượi. Không biết Thúy buồn vì giận tôi, hay buồn vì đang từ giã người bạn một thời khốn khó bên nhau, và tương lai không biết khi nào sẽ gặp lại.

oOo

Chúng tôi mất liên lạc từ đó mãi đến hôm nay. Ba mươi mấy năm đăng đẵng. Thúy đã là...bà ngoại của hai đứa cháu xinh xắn.

Không hiểu sao chúng tôi vẫn còn nhận ra nhau dù trên đầu nửa muối nửa tiêu.

Hàn huyên thăm hỏi một hồi, bắt đầu nhắc đến cái đêm văn nghệ năm xưa đó. Nỗi niềm tâm sự chất chứa bao nhiêu năm của tôi bây giờ mới được giải bày.

Ngày đó, tôi chưa kịp nói cho Thúy biết rằng, tay đàn guitar của tôi còn non yếu lắm. Tôi chỉ mới biết đàn sơ sơ vài bản nhạc tủ và một vài điệu slow hay Boléro ruột là còn võ vẽ chút đỉnh, còn ngoài ra là tôi ấm ớ ngay. Đại khái với những thằng không biết đàn thì tôi là thằng chột làm vua mà thôi. Lúc đó, người biết đàn thực sự và đầy đủ căn bản nhạc lý là anh Dũng. Anh Dũng hơn tụi tôi khoảng sáu, bảy tuổi, là trưởng ban thư viện kiêm trưởng ca đoàn nhà thờ của trại. Anh là anh cả của bọn tôi. Nghe nói anh có hôn thê vượt biên trước và đang chờ anh ở Mỹ.

Anh Dũng thương và coi tụi tôi như em. Những khi ngồi hát hò văn nghệ bỏ túi với nhau, những bài căn bản dễ dàng, anh Dũng biết tôi có thể đệm được thì anh để cho tôi chơi. Còn những bài nhanh và khó thì anh ấy đỡ hết. Trông bề ngoài thì có vẻ như tôi và anh ấy chia nhau đàn, chứ đâu biết anh ấy là sư phụ, và tôi chỉ đáng làm học trò. Cả Thúy cũng không nhận ra điều này. Nàng thấy rằng mỗi lần họp mặt ca hát, bản nào nàng ca cũng có người đàn theo, lúc thì tôi, lúc thì anh Dũng, cho nên bản "Ngăn Cách" chơi theo điệu Boston chậm, và tôi có chuẩn bị trước nên có thể đệm theo dễ dàng, chứ còn bản "Huyền Thoại Người Con Gái" này thuộc loại kích động và nhanh, tôi lại chưa chuẩn bị. Bể dĩa là cái chắc!

Nhưng khi đó tôi không đủ can đảm thú nhận mình không biết. Chỉ nói một chữ "không" trơ trụi vậy bảo sao Thúy không trách và buồn cho được?

Tôi biết, nhưng thà để cho Thúy trách rồi sẽ giải thích sau chứ không dám gồng mình đàn cho nàng hát.

Câu chuyện là như vậy đó. Thời gian qua thỉnh thoảng ngồi nhớ lại những lỗi lầm thời trai trẻ, tôi vừa tức cười vừa bứt rứt vì chuyện này.

Nghe tôi trút bầu tâm sự xong, Thúy cười an ủi.

-Thôi Thái quên chuyện đó đi. Thúy biết lâu rồi. Thông cảm, thông cảm.

Tôi ngạc nhiên

- Sao Thúy biết?

Nàng hỏi lại:

- Biết ông xã Thúy là ai không?

-Ai?

-Anh Dũng chứ ai. Anh ấy nói cho Thúy biết chuyện của Thái từ lâu rồi.

Tôi ngạc nhiên quá! Tại sao anh Dũng lại thành chồng của Thúy được nhỉ? Không phải là ngày đó anh ấy đã có hôn thê chờ ở Mỹ hay sao?

- Duyên số hết Thái ơi.

Thúy kể

... Không ai ngờ được anh Dũng và Thúy cùng về định cư một tiểu bang, chung thành phố, rồi lại vô đại học chung trường nữa chứ. Lúc đó khi anh Dũng qua tới nơi thì hôn thê cũ của anh không chờ đợi được, đã ôm cầm sang thuyền khác. Tụi này gặp. Anh ấy thương Thúy, Thúy cũng thương ảnh, rồi...cưới nhau. Vậy mà đã gần hai mươi tám năm. Bây giờ tụi này mới làm ông ngoại bà ngoại rồi đó nghen.

Ôi! Duyên số! Duyên số!

Họ đúng là duyên số.

Còn tôi, tôi là... duyên không số!

./.

Thái NC

Xuân Diệu giới thiệu mùa thu
"đìu hiu rặng liễu" vi vu "lệ ngàn"
"áo mơ phai dệt lá vàng"
"nghe trong rét mướt" thế gian tan tành
"đò vắng người" đời vắng tanh
riêng em cửa đợi mắt hanh nắng chiều

lh

chữ trong ngoặc từ Đây Mùa Thu Tới của XD.

NGUYỄN KIẾN THIẾT
BÀN VỀ THÚ CHƠI CÂU ĐỐI

Lời tác giả: Đây là bài thuyết trình nhân buổi Đại Hội Giáo Chức Québec tại nhà hàng RUBY ROUGE, Montréal (Canada) ngày 18 tháng 11 năm 2017. Chúng tôi dự định sẽ đăng bài thuyết trình nầy trên Đặc san của Hội, nhưng do bão dịch cúm Tàu kéo dài nên chưa thực hiện được. Vì có rất nhiều người muốn tham khảo Tài liệu và đề nghị đăng báo, không thể chờ đợi lâu nên chúng tôi xin phổ biến sớm bài nầy sau khi đã chỉnh sửa một số chi tiết.

Trong các thú chơi tao nhã của người xưa, như thú uống trà, thú đọc sách, thú chơi đồ cổ, thú chơi xướng-họa, còn có **Thú chơi câu đối**. Nhứt là trong những dịp Xuân về Tết đến, có "Thịt mỡ dưa hành", có "Cây nêu tràng pháo" thì Câu đối đỏ càng điểm tô cho Xuân thêm hương sắc, Tết thêm ý nghĩa.

1. **Tổng quan**: Câu đối là gì? Câu đối thuộc thể loại văn *biền ngẫu*, gồm hai vế đối nhau, nhằm biểu thị một ý chí, quan điểm, tình cảm của tác giả trước một hiện tượng, một sự việc nào đó trong đời sống xã hội. Để ý: chữ *biền* là hai con ngựa chạy song song với nhau; *ngẫu* là chẵn đôi; chữ *đối* ở đây có nghĩa là ngang nhau, hợp thành một đôi. Câu đối là một trong những thể loại của văn học Trung Hoa, Việt Nam, Nhựt Bổn và Hàn Quốc. Người xưa đã tán tụng câu đối như sau: *"Nếu thơ văn là tinh hoa của chữ nghĩa thì câu đối là tinh hoa của tinh hoa".*

2. Nguồn gốc: *Câu đối bắt nguồn từ đâu? Cũng như thơ Đường luật, Câu đối có nguồn gốc từ Trung Hoa, là tinh hoa của văn hóa chữ Hán. Người Tàu gọi câu đối là* doanh thiếp, doanh liên *(doanh: cột; thiếp: mảnh giấy; liên: đối nhau) hoặc* đối liên. *Thật ra tên gọi đầu tiên của nó là* Đào phù, *tức hai tấm gỗ đào treo ở hai bên cửa, trên mỗi tấm có vẽ tranh một vị môn thần (thần canh cửa) do chúa nhà Hậu Thục là Mạnh Sưởng để đón mừng năm mới (959 Sau Công Nguyên) đã có sáng kiến viết lên hai tấm gỗ đào treo trước cửa phòng ngủ của mình hai câu "Tân niên nạp dư khánh" (Năm mới thừa chuyện vui) và "Gia tiết hiệu trường xuân" (Tiết đẹp xuân còn mãi). Câu đối Trung Hoa có lẽ du nhập sang nước ta vào thế kỷ XV, cụ thể từ thời Lê Thánh Tông (1442-1497), tục chơi câu đối Xuân và Tết đã rất thịnh hành. Câu đối Việt Nam còn gọi là* liễn *hay* liễn đối.

Chúng tôi xin nhấn mạnh một đặc điểm: Mặc dầu chịu ảnh hưởng văn hóa Trung Hoa cả ngàn năm Bắc thuộc - trong đó có Câu đối, nhưng tổ tiên người Việt chẳng những không bị đồng hóa, không bắt chước một cách rập khuôn, mà còn sáng tạo cái mới cho riêng mình. Nói khác đi câu đối của ta mượn "*xác Trung Hoa*" nhưng vẫn giữ cái "*hồn Việt Nam*". Và cái "*hồn Việt Nam*" đã thoát khỏi cái "*xác Trung Hoa*" từ khi ta có chữ Nôm và chữ Quốc ngữ. Đây chính là "bình cũ" nhưng đựng "rượu mới" đậm đà hương vị Việt Nam. Cái "hồn Việt Nam" thể hiện ở Câu đối trên ba phương diện: chữ viết, cách đọc và cách phân loại:

.**Về chữ viết**: Ngoài câu đối viết bằng chữ Hán, câu đối Việt Nam còn được viết bằng chữ Nôm và chữ Quốc ngữ. Từ mấy mươi năm trở lại đây, ngoại trừ một số nhỏ Câu đối viết bằng chữ Hán hoặc chữ Nôm, hầu hết Câu đối đều được viết bằng chữ Quốc ngữ.

.**Về cách đọc**: câu đối chữ Hán hoặc chữ Nôm khi dán (treo) hoặc khắc trên cột, bắt buộc phải đọc ngược **từ phải sang trái** - theo cách đọc của người Tàu. Còn câu đối chữ Quốc ngữ phải đọc thuận **từ trái sang phải** - theo cách đọc của ta.

.**Cách phân loại**: Người Trung Hoa phân loại câu đối theo *cách dùng* và *đặc điểm nghệ thuật*; còn câu đối Việt Nam phân loại theo *ý nghĩa* (sẽ phân tích ở phần sau).

3. **Nguyên tắc câu đối**: Thật ra, ít có sách vở quy định về luật lệ của câu đối. Chúng tôi tham khảo quyển *Việt Nam Văn Học Sử Yếu* của Dương Quảng Hàm, các Tư liệu trên internet, đặc biệt dựa trên những cặp đối ngẫu trong thơ Đường luật, để nêu lên một số nguyên tắc câu đối. Câu đối là những câu văn đi đôi với nhau thế nào cho **ý, chữ và luật bằng trắc** cân xứng nhau. Một đôi câu đối thì mỗi câu là 1 **vế**. Nếu do một người làm thì vế 1 gọi là **vế trên;** vế 2 gọi là **vế dưới**. Một đôi câu đối do hai người làm thì: **Vế 1** do một người nghĩ ra để **mời đối/thách đối**, gọi là **vế xuất, vế ra, vế "xướng"**; **vế 2** do một người khác đáp lại gọi là **vế đối, vế đáp, vế "họa"**…

a.- **Đối ý và đối chữ**: **Đối ý**: hai ý phải cân nhau mà đặt thành hai câu sóng nhau. **Chú ý**: Phải chú trọng tới nội dung, chủ đề, ý chánh, ý phụ, tư tưởng của tác giả. Cũng có khi người họa đối có tư tưởng "thoáng" hơn trong "phá cách" và "sáng tạo" (ít được đánh giá cao). Nhưng phải thật khéo kẻo bị "sụp bẫy". **Đối chữ:** Phải xét hai phương diện **thanh** và **loại**.

-**Về thanh**: thanh **Bằng (**B) đối với thanh **Trắc** (T); và ngược lại.

-**Về loại**: danh từ đối với danh từ, động từ đối với động từ v,v… Nếu vế xuất có đặt chữ Nho, thành ngữ, tục ngữ hay điển tích thì vế đối cũng phải đặt chữ Nho, thành ngữ, tục ngữ hay điển tích. Vì vậy người làm câu đối phải am hiểu chữ Hán, chữ Nôm hoặc Hán-Việt.

Ngoài ra, **thực tự** (những chữ nặng như: trời, đất, mây…) phải đối với thực tự; **hư tự** (những chữ nhẹ như: thì, mà, ru…) phải đối với hư tự.

b.- **Số chữ và các thể câu đối:**

Số chữ trong câu đối không nhứt định. Tùy theo số chữ, cách đặt câu, câu đối gồm các **thể** sau: câu tiểu đối, câu đối thơ, câu đối phú.

c.- **Luật Bằng trắc:**

-Câu tiểu đối (có từ 4 chữ trở xuống):   Vế trái: BBB; vế phải: TTT; và ngược lại. Thí dụ: *Tôi tôi vôi < > Bác bác trứng.*

-Câu đối thơ: Phải theo đúng luật Bằng Trắc (BT) của **2 câu thực (**3-4) và **2 câu luận** (5-6) trong lối thơ ngũ ngôn, hoặc thất ngôn.

Thí dụ: *Lom khom dưới núi, tiều vài chú* < > *Lác đác bên sông, chợ mấy nhà* (Bà Huyện Thanh Quan – *Qua Đèo Ngang*).

-Câu đối phú (hoặc văn tế), có 3 loại: song quan, cách cú và gối hạc (hạc tất).

.Song quan: là những câu có 6 đến 9 chữ đặt thành một đoạn liền.

Thí dụ: *Nhọc nhằn cơn nhục, mát cơn vinh* < > *Cay đắng lúc cùng, bùi lúc phú* (Cao Bá Quát - *Tài tử đa cùng phú*).

.Cách cú: Câu đối mỗi vế có hai đoạn, một đoạn ngắn, một đoạn dài. Để ý chữ cuối mỗi đoạn và chữ cuối mỗi vế phải khác thanh (B đối với T; và ngược lại).

Thí dụ: *Thế mới biết học tài thi phận (T), miệng đàn bà con trẻ nói thế mà thiêng (B);*

Nào ai ngờ chữ tốt văn hay (B), tài bảng nhãn thám hoa lỡ ra cũng hỏng (T). (Tú Xương – *Phú Hỏng thi*).

.Gối hạc: Câu đối có từ 2 đoạn trở lên: chữ cuối vế là B, thì chữ cuối các đoạn phải là T; và ngược lại.

***Chú ý: -** Có một nguyên tắc bất di bất dịch là **chữ cuối mỗi vế luôn có thanh đối nhau**: Bằng (B) đối với Trắc (T); và ngược lại.

4. **Phân loại câu đối:**

Thời gian gần đây một số tư liệu, luận văn, luận án Thạc sĩ và Tiến sĩ phân loại Câu đối mỗi người mỗi cách khác nhau. Theo Dương Quảng Hàm, trong *Việt Nam Văn Học Sử Yếu*, câu đối Việt Nam gồm 11 loại theo *ý nghĩa*, như: câu đối mừng, câu đối phúng, câu đối Tết, câu đối thờ, câu đối tự thuật, câu đối đề tặng, câu đối tức cảnh, câu đối chiết tự, câu đối trào phúng, câu đối tập cú, câu đối thách (đối hay đố). Chúng tôi xin được tản mạn về một số loại câu đối thông dụng như: **câu đối Tết, câu đối thử tài và câu đối trào phúng.**

***Câu đối Tết (Xuân liên):** Như đã dẫn trên, cứ mỗi độ Xuân về Tết đến, có "thịt mỡ dưa hành", có "nêu cao tràng pháo" thì không thể thiếu Câu đối đỏ điểm tô cho Xuân hương sắc, Tết tưng bừng.

Cũng cần nói thêm, song song với việc làm câu đối Tết, còn có cả sự phát triển của *nghệ thuật thư pháp* đầu tiên bằng chữ Hán hoặc chữ Nôm, và về sau bằng chữ Quốc ngữ mà bài thơ *"Ông đồ"* nổi tiếng của Vũ Đình Liên đã phản ảnh rõ nét thú chơi nầy:

Mỗi năm hoa đào nở / Lại thấy ông đồ già / Bày mực tàu giấy đỏ / Bên phố đông người qua…/

Hoa tay thảo những nét / Như phượng múa rồng bay.

Hơn mấy mươi năm trước – và cho tới ngày nay, cứ mỗi độ Xuân về, Tết đến, các tay thư pháp mới cũng đua nhau viết câu đối Tết - thường là chữ Quốc ngữ, trên đường phố ở một số đô thị lớn như Hà Nội, Huế, Sài Gòn. Ông tổ của thư pháp Việt chính là nhà giáo, nhà thơ Đông Hồ (1906-1969). Nhà thư pháp Trụ Vũ, trước học viết thư pháp chữ Hán, sau có duyên may được gặp gỡ thầy Đông Hồ, đem lòng yêu mến nét chữ, nên đã thể hiện cái hồn của thi pháp Hán bằng chữ Quốc ngữ. Về sau, Tăng Hưng - nhiếp ảnh gia, học trò ruột và được đích thân thầy Đông Hồ chỉ dạy cho cách viết thư pháp Việt. Phong trào thư pháp bằng chữ Quốc ngữ được phổ biến rộng rãi nhờ sự phối hợp ăn ý giữa kiến trúc sư Nguyễn Thanh Sơn và nhà thư pháp Trụ Vũ. Rồi trên các trang báo Xuân báo Tết cũng không thể thiếu Câu đối Tết!

Một đôi câu đối Tết tiếng Việt, viết theo lối _thư pháp chữ Việt_, tại Đường hoa Nguyễn Huệ 2009: "Tân niên hạnh phúc bình an tiến / Xuân nhật vinh hoa phú quý lai".

Theo truyền thống người Việt Nam, mỗi độ Tết đến Xuân về, nhà nhà đều trang hoàng nhà cửa, cùng nhau mua sắm để chuẩn bị đón Xuân và …ăn Tết. Người ta chúc tụng nhau bằng những lời chúc tốt đẹp. Và câu đối Tết là một món quà Xuân đầy ý nghĩa, chẳng hạn như:

-Thiên tăng tuế nguyệt nhân tăng thọ < > Xuân mãn càn khôn phúc mãn đường.

(Trời thêm năm tháng, người thêm tuổi. Xuân khắp đất trời, phước khắp nhà).

Các danh sĩ hàng đầu chơi câu đối Tết hoặc Hán, hoặc Nôm phải kể đến Cao Bá Quát, Hồ Xuân Hương, Nguyễn Công Trứ, Nguyễn Khuyến, Trần Tế Xương v,v… Một vài thí dụ:

-Tối ba mươi khép cánh càn khôn, ních chặt lại kẻo Ma vương đưa quỷ tới;

Sáng mồng một lỏng then tạo hóa, mở toang ra cho Tiên nữ đón Xuân vào (Hồ Xuân Hương).

Hoặc: -Chiều ba mươi nợ réo tít mù, co cẳng đạp thẳng Bần ra cửa;

 Sáng mồng một rượu say túy lúy, giơ tay bồng ông Phúc vào nhà (Nguyễn Công Trứ).

***Câu đối thử tài**

 Các cụ xưa thường thử tài học trò, bằng hữu hay đối thủ của mình để …thử tài, để biết rõ chí khí, hoài bão của nhau qua những câu đối lý thú.

-Văn Bình lai bắc cụ: Giai thoại về học sinh "Văn Bình" hay chữ và tự cao tìm ông thầy đồ thách đối, bị ông thầy đồ chơi khăm như sau: Điều kiện là ông thầy khi ra vế xuất, ông chỉ nói ra từng chữ một, học trò phải đối lại từng chữ một.
Ông thầy đọc vế xuất (từng chữ một): **VÕ/TRẮC/VĂNG/NAM/CÔ**;
Học trò đối lại (từng chữ một): **VĂN/BÌNH/LAI/BẮC/CỤ.**

Chắc các bạn đã thấy ông thầy đồ chơi khăm cậu học trò tự cao ở chỗ nào rồi phải không? (Nói lái "Bắc Cụ"). Ông thầy đồ nầy không ai khác hơn là Thủ khoa Bùi Hữu Nghĩa (1807-1872).

-Da trắng vỗ bì bạch (Đoàn Thị Điểm):

Đoàn Thị Điểm (1705-1749) là người vừa xinh đẹp, lại giỏi văn thơ thời Lê Trung hưng, dịch giả truyện thơ ***Chinh Phụ Ngâm Khúc*** nổi tiếng. Một hôm nữ sĩ đang tắm, bỗng Cống Quỳnh (1677-1748) đến chơi, gõ cửa đòi vào. Nàng Điểm tức cảnh ra ngay một vế đối với điều kiện nếu Quỳnh đối được thì...cho vào!

Vế xuất ấy như sau: **Da trắng vỗ bì bạch**.

Quỳnh nghĩ nát óc mới đối: **Trời xanh màu thiên thanh.**

(Có người cho rằng vế đối nầy do một nho sĩ đời sau đối lại).

Bị cô Điểm chê không chỉnh, Quỳnh lủi thủi ra về.

Gần 300 năm nay, đã có rất nhiều nhà văn, nhà thơ, nhà giáo, nhà báo, nhà nghiên cứu phê bình văn học, nhà ngôn ngữ học đã thử đối lại vế xuất hiểm hóc ấy của Hồng Hà nữ sĩ. Nhưng trong mấy mươi vế đối, chưa có vế đối nào thật sự hoàn chỉnh, chẳng hạn như:

-*Tay tơ sờ tí ti - Hạc đỏ thở hồng hộc - Mập phù thở phì phò...* Kể cả vế đối của nhà ngữ học Nguyễn Tài Cẩn "**Rừng sâu mưa lâm thâm**" vẫn chưa chỉnh. Thế là cho tới ngày nay, chúng ta vẫn chưa trả được món "nợ văn chương" ấy.

***Câu đối trào phúng**:

Trào phúng là nghệ thuật gây tiếng cười mang ý nghĩa phê phán xã hội. Thật ra, nguyên nhân của tiếng cười trong xã hội có giai cấp thường nói lên sự tương phản, sự mâu thuẫn. Đó là sự mâu thuẫn giữa cái xấu xa và cái đẹp đẽ (Aristote); giữa cái tầm thường và cái cao quý (Kant); giữa cái có lý và cái phi lý (Richter). Từ cái tương phản, mâu thuẫn dẫn đến sự đối kháng. Câu đối trào phúng nhằm nói lên cái dở, cái rởm, thói hư tật xấu của người đời, là võ khí sắc bén của kẻ yếu thế cô chống lại kẻ mạnh có quyền thế.

-Vế đối khẩu khí dưới đây của Cao Bá Quát (1809-1855) đối lại vế xuất của vua Minh Mạng nhằm lên án chế độ bất công "cá lớn nuốt cá bé":

Vế xuất của vua Minh Mạng: **Nước trong leo lẻo, cá đớp cá**

Vế đối lại của Cao Bá Quát: **Trời nắng chang chang, người trói người**.

-Thời hội nhập tại nước ta, có câu đối ám chỉ việc làm phi kế hoạch, vô trách nhiệm của các tham quan:

Sai đâu sửa đó, sai đó sửa đâu, sửa đâu sai đó < > Lấy thu bù chi, lấy chi bù thu, bù thu lấy chi.

-Cặp câu đối dưới đây phản ảnh một cách nhẹ nhàng nhưng vô cùng chua xót thực trạng xã hội hiện nay:

Luồn lọt lên lương, lỗi lầm lấp liếm, luật lệ làm lơ, lũ lọc lừa luôn lẩn lút;

Phe phẩy phè phỡn, phân phối phập phù, phạm pháp phởn phơ, phường phản phúc phải phanh phui.

-Ngoài ra còn có những loại "thầy" như: thầy giáo, thầy đồ gàn, thầy lang băm, thầy cúng... xuất hiện trong câu đối với dáng dấp buồn cười, lố bịch, tồi tàn, thê lương của họ.

Chúng tôi cũng như phần đông các bạn đã từng hành nghề "gõ đầu trẻ", nhưng vì nghịch cảnh phải "đổi đời" nơi đất khách, nên rất thông cảm với sự bừa bộn, bầy hầy của những *cậu giáo nhọn* (đối lại *ông giáo tà*, không còn chỗ...đứng) mới ra trường, còn độc thân, ở nhà trọ, như vế xuất đối dưới đây:

Thầy giáo tháo giầy, vấy đất vất đấy.

Về sau có người đối lại: *Thầy tu thù Tây, cạo đầu cầu đạo.*

Thời bao cấp, kinh tế còn nhiều khó khăn nên tình trạng nghèo khó của giáo chức càng thê lương. Do vậy các "kỹ sư tâm hồn" xứ Nghệ đã tuôn ra đôi câu đối:

Thầy giáo tháo giầy, tháo cả ủng thủng cả áo, lấy giáo án dán áo;

Nhà trường nhường trà, nhường cả hoa nhòa cả hương, dùng lương hưu lưu hương.

Như vậy câu đối trào phúng đả kích không từ một ai, kể cả những kẻ tiêu biểu cho chánh quyền, đạo đức, lễ giáo trong xã hội cũ và mới.

***Phép đối trong văn chương bình dân truyền khẩu**, đặc biệt là thành ngữ, tục ngữ, ca dao. Thật vậy, mặc dầu chỉ được truyền miệng từ đời nầy sang đời khác, nhưng các tác giả dân gian đã để lại cho hậu thế những câu đối khá thú vị. Đặc biệt về cách sử dụng *Từ hoa*, các thi sĩ bình dân quả là những nghệ sĩ điêu luyện.

-Đồng nghĩa dị âm: *Con rể nết na xem tử tế < > Ông chồng cay đắng kể công phu.*

Tử tế: cắt nghĩa từng chữ một là *con rể*; *công phu* tức ông chồng.

-Đồng âm dị nghĩa: *Bà cử, ở cữ, làm cữ, nên kiêng cữ < > Ông hàn, ra hàng, ăn hàng, mắc thương hàn.*

-Dùng các thuật ngữ có ý nghĩa liên quan với nhau:

*Nước không **chưn** sao kêu nước **đứng** < > Cá không **giò** cũng gọi cá **leo**.*

Hoặc: *Bánh **nhiều** quá sao kêu bánh **ít** < > Chuối **non** nhớt cũng gọi chuối **già*** (1).

Và: **Bánh ít nhiều đường, bánh ít ngọt** (2).

Thật ra vế xuất nầy do Nguyệt san *Kiến Thức Ngày Nay* phát động (1997-1998), Chánh chủ khảo là GS An Chi. Vế đối trúng giải là: **Giò chả có quế, giò chả thơm.**

Vế xuất nầy đã có tới trên **30** vế đối (sưu tầm và sáng tác), chẳng hạn như:

-Trầu không có vôi trầu không cay – Nem chả có bì nem chả ngon.

***Giai thoại: Vợ cả vợ hai, hai vợ đều là vợ cả.**

Nguyễn Đỗ Mục (1882-1951) và Dương Bá Trạc (1884-1944) thường viết ra những giai thoại nhằm đả kích thực dân Pháp và tay sai, trong số đó có một câu chuyện rất hay và vui, đại khái như sau:

Một anh nông dân ở làng nọ có hai vợ. Theo thói thường, người vợ nhỏ/vợ bé vốn có nhan sắc và trẻ trung nên được "sủng ái" nhiều hơn. Một chiều nọ, để tránh sự so bì "một tháng đôi lần, có cũng không" của người vợ lớn, anh chồng nổi hứng đề nghị: *"Anh ta ra một vế đối, nếu ai đối "họa" được thì tối nay, anh sẽ "vô buồng" ngủ với người ấy"*. Cả hai bà vợ đều đồng thanh tán thành. Anh chồng bèn đọc: **Vợ cả vợ hai, hai vợ đều là vợ cả.**

Cô vợ nhỏ khiêm tốn nhường lời cho người vợ lớn đối trước. Nhưng chị vợ lớn vốn ít chữ nên chịu thua. Người vợ nhỏ bèn ứng khẩu đáp: **Chồng thôi chồng nửa, nửa chồng cũng vẫn chồng thôi**.

Chuyện gì xảy ra sau đó, chỉ người trong cuộc mới biết.

Trước năm 1975, trong một bài báo, tôi có thử đối lại cho vui:

Người ta người mọi, mọi người cũng giống người ta.

Ngoài ra, còn có hơn 20 vế đối (sưu tầm và sáng tác) nữa, chẳng hạn như:

-Con nuôi, con đẻ, đẻ con há cậy con nuôi - Con dòng, con giống, giống con mới thiệt con dòng.

-Chồng thôi, chồng bỏ, bỏ chồng cũng có chồng thôi (Lộc Bắc).

-Câu đối Nói lái: Nói lái - nói trại, là cách nói kiểu "chơi chữ" của dân ta trong những lúc trà dư tửu hậu hoặc để giúp vui. Nói lái có thay đổi đôi chút từng vùng miền tùy theo tiếng nói địa phương. Nói lái khi thì thanh khi thì tục, thể hiện tính hài hước của dân tộc Việt Nam. Thí dụ:

. Chim **mỏ kiến** đậu trên **miếng cỏ** / Chó **vàng lông** đứng dựa **vồng lang** (3).

Riêng Câu đối nói lái tục-mà-thanh-thanh-mà-tục có khá nhiều. Chúng tôi đang nói chuyện về một đề tài văn hóa, nên chỉ muốn dẫn vài câu đối nói lái có mùi vị... *mằn mặn* mà không dám đụng tới những câu đối *mặn quéo, mặn chát.* Ước mong các cụ...đặc xá!

-Gái Củ Chi, chỉ cu anh, hỏi củ chi? < > *Trai Cù Mông, còng mu em, đòi cù mông.*

-Giai nhân "tái đắc" giai nhân tử < > *Anh hùng "khai đống" anh hùng tiêu.*

Kết luận: Để kết luận, chúng tôi xin nhấn mạnh bằng cách lặp lại một số chi tiết:

1.- "Mỗi câu đối là một kết cấu ngôn ngữ ngắn gọn, hài hòa về ngữ âm, rành mạch về nội dung, cân xứng về tiết tấu, êm tai về vần điệu". Câu đối là một thú chơi tao nhã. Tất cả mọi người, mọi giới đều có thể gia nhập "sân chơi" miễn là tuân thủ "luật chơi". Câu đối có thể nói là một khoa Tu từ học đắc dụng cho những ai hằng lưu tâm đến ngôn ngữ học, nói riêng và văn hóa dân tộc, nói chung.

2.- Khi ra vế xuất/vế xướng hoặc họa đối lại, **phải nắm vững nguyên tắc căn bản, quy luật của Câu đối**: đó là **đối ý** và **đối chữ**. Đặc biệt **Câu đối thơ** (5-7 chữ), **phải tuyệt đối tuân theo luật Bằng Trắc** của thơ.

-**Câu đối phú** (song quan, cách cú, gối hạc), **luật Bằng Trắc có thể du di**. Bằng chứng là đã có nhiều tay cự phách chuyên trị câu đối đã "thoải mái du di" trong phá cách và sáng tạo, kể cả thất luật (theo Nguyễn Văn Ngọc). Nhưng câu đối vẫn hay.

3.- Phải để ý có bao nhiêu cái "bẫy" trong câu đối, để khỏi "sụp bẫy".

4.- Muốn làm câu đối thật chuẩn, **bắt buộc** phải biết chữ Hán, chữ Nôm. Rất đồng ý với nhận xét trên, nhưng chúng tôi xin mở một lối thoát, bởi các lý do:

*Ở hải ngoại, số người sử dụng nhuần nhuyễn tiếng Việt ngày càng ít đi, nên việc học chữ Hán, chữ Nôm là cả một vấn đề vạn nan. Đối với các bậc thức giả, nhằm phục vụ cho các công trình khảo cứu thơ văn cổ của tiền nhân, việc rèn luyện Hán-Nôm là mục tiêu hàng đầu.

*Thoát Hán, thoát Trung: Phải thoát "xác Trung Hoa" để thăng hoa "hồn Việt Nam". Chúng ta nên làm câu đối bằng chữ Quốc ngữ, sử dụng nhiều thành ngữ, tục ngữ, ca dao và điển tích Việt Nam. Chỉ sử dụng rất ít chữ Hán, chữ Nôm hoặc điển tích Trung Hoa thông dụng (trong trường hợp bất khả kháng).

Sau hết, chúng tôi xin mượn đôi câu đối Tết vừa sáng tác để chúc Tết toàn thể quý vị và các bạn:

TIẾN CHÚ GÀ ĐI, ĐỪNG GHÉT NHAU TIẾNG GÁY, QUYẾT TÂM XÓA SỔ LŨ CÕNG RẮN RƯỚC VOI (4).
MỪNG ANH CHÓ ĐẾN, CHỚ SỦA BẬY CẮN CÀN, RA SỨC TIÊU TRỪ PHƯỜNG TREO DÊ BÁN CHÓ.

Chúng tôi ước mong nhận được nhiều ý kiến phản hồi, những phê bình xây dựng của các bậc thức giả am tường về Câu đối, ngõ hầu bổ sung những sai sót của mình. Xin đa tạ.

Nguyễn Kiến Thiết

Montréal (Canada), ngày 18.XI.2017.

Chú thích:

(1) và (3): Trích Nguyễn Kiến Thiết: *Tánh Cách Đặc Thù Của Ca Dao Miền Nam*. Luận án Cao học Văn chương Việt Nam, ĐH Văn Khoa Sài Gòn, 1972, tr.109.

(2) Vế xướng nầy do chúng tôi soạn cũng là 1 trong 3 vế mời đối trong Cuộc Thi Câu Đối. Chỉ có 1 người trúng giải 3. -**Giải 3: Sầu riêng lắm múi, sầu riêng dài** (Tống Minh Hằng).

(4) Trong Cuộc Thi Câu Đối vừa qua do Hội Giáo Chức Québec phát động, với tư cách Trưởng Ban Giám Khảo, chúng tôi đã sáng tác vế xướng nầy để mời đối. Được sự thống nhứt của nhị vị Phó Ban (Trương Thị Khoa Nghi và Nguyễn Trọng Lộc), chúng tôi đã chọn được 2 vế đối trúng giải trong số 7 vế đối nhận được:

-**Giải 1: Nghênh cô Chó đến, hãy đâu cật chung vai, bền chí thanh trừng phường buôn dân bán nước** (Trần Hữu Quyền).

-**Giải 2: Mừng anh Cún tới, hãy cùng sủa oang oang, đồng lòng bôi tên bày ôm hùm thân sói** (Cả Ngố Họ Trịnh).

TRUNG CHÍNH HỒ
THÔI CŨNG ĐÀNH CHIA TAY THÁNG BẢY

Nắng chửa vàng thu, tháng bảy non
Mà mưa đã chín sợi cô đơn
Một góc chiều buông mây dưới phố
Ghế đá còn xanh một thoáng hương

Đã hết xuân thì trăng nhuốm bạc
Em bỏ vườn xưa hoa cũng phai
Tắt lửa hương rồi đêm đã mộng
Còn ấm thềm rêu một dấu hài

Năm năm, thôi nhé, hoài công đợi
Tháng bảy theo về những bão dông
Mưa chi cho ướt buồn hôm trước
Dột mấy tầng đêm nỗi nhớ mong

Chờ nhau, mưa lụn giấc mòn khuya
Rách mướp thời gian lỗi hẹn thề
Thôi, cũng đành, chia tay tháng bảy
Xanh cỏ, mù sương một lối về ∎

TÔN NỮ MỸ HẠNH
HƯƠNG MÙA HẠ

mùi nhớ dậy men từ cơn mưa rào
từ chiếc bàn học cũ, từ cánh thư viết dở dang
không phải ai cũng dễ nhận ra
hương mùa hạ thấm lên da thịt
thị giác không đánh lừa ta đâu
khi nhìn cánh phượng hồng ép khô nhiều năm trước
trong tập nhật ký thuở xa trường
có tên một người yêu dấu
từ lâu ta đã quên
hay cố tình không nhớ.

tiếng ve ran rộn ràng trên tán dầu cao ngất
đánh thức màu áo trắng tinh khôi ngày nào
tuổi mười tám mơ ánh trăng cài mái tóc
theo dấu chân người
qua từng góc phố thân quen
lá khẽ khàng thay áo mới
cơn mưa ẩm ướt ký ức xưa
sao quá đỗi ngọt ngào
ước chi hương mùa hạ vẫn đầy ô cửa lớp
ta ép vào lòng để nhớ để thương ■

NGUYỄN VĂN ĐIỀU
TÌM CHÚT BÌNH AN

Đốt trầm tôi lễ Phật
Cho lòng chút bình an
Ngày đi qua tất bật
Mà dông đời miên man

Em se sua màu áo
Tô thêm môi cho hồng
Quên đi thời chạy gạo
Tìm lại tuổi thanh xuân

Hai bàn tay mười ngón
Mà lòng còn phân vân
Tuổi xanh nào đánh mất
Khi chỉ có một lần

Ai đi vào ngõ tối
Khi trời chiều chuyển mưa
Thời gian qua đi vội
Hắt hiu ngọn gió đùa

Tôi chong đèn lễ Phật
Bao chuyện còn ngổn ngang
Làm sao nhìn lẽ thật
Khi đời còn gian nan ∎

TRẦN HẠ VI
VIẾT

chúng ta viết vào cuộc đời
chúng ta viết vào đời nhau
chúng ta viết vào nền văn thơ
bốn ngàn năm lúa nước
tiếng cồng chiêng xuôi ngược quấn quýt gọi hồn về

viết vào những đam mê
những ân tình cảm xúc tràn trề sâu thẳm đại dương chưa lần
bày tỏ
viết vào đời chúng ta
viết vào trăm, ngàn, triệu cuộc đời khác
những dòng đau thương
những dòng yêu thương
những dòng hy vọng
niềm tin, tình yêu, sự sống, sự tách lìa, cái chết, bi thương, sự
thống khổ, lẻ loi, ấm cúng, giận hờn

chúng ta có mong ước viết mình vào lịch sử
những dòng bất tử truyền đời cho mãi thế nhân

chúng ta viết cho đến khi những UFO
tầng tầng lũ lũ đáp xuống
chiếm lấy hành tinh xinh đẹp
tàn sát nô dịch triệu triệu tỷ tỷ người

chúng ta sẽ quên chiến tranh
chúng ta sẽ quên sắc tộc
chúng ta sẽ quên khác biệt tiếng nói, màu da, văn hóa
chúng ta - có cùng đứng lên

chúng ta viết cho từng giây từng phút từng ngày từng đêm
ngòi bút có thành vũ khí
hay run rẩy yếu mềm
giá trị phổ quát có còn tồn tại
quy luật sinh tồn khắc nghiệt
trăm triệu thiên hà tầng tầng lớp lớp khí quyển
mất ai còn ai

những quyển trục chi chít chữ viết nối dài
nhỏ nhoi phận người cố gắng

chúng ta vẫn viết
như một hy vọng tồn sinh
loài người... ∎

THIÊN DI
CHẠM CÁNH HẠC VÀNG

Chờ thu cùng họa vần thi mộng
Tự cõi hồn em ngào ngạt dâng
Tay ấp ngày nao hương lửa đượm
 Vội tan theo giọt nắng rưng rưng

Nhẹ nhẹ lá vàng theo ngọn gió
Bao mùa hoài vọng dáng người thương
Hoàng hôn giọt nắng vương màu mắt
Ai thả tình giăng lưới nhện buồn

Đêm sương gối chiếc mơ ngày cũ
Lạnh nửa hồn hoang cõi mộng du
Mi liễu lặng buông rèm ủ rủ
Còn chi thương nhớ với mong chờ

 Bao chuyến đò xuân qua bến hạ...
Lòng buồn kể chuyện với cỏ hoa
Thôi tình nhân nhé ngàn trùng cách
Chạm cõi trần gian bóng hạc xa ∎

LÂM BĂNG PHƯƠNG
CHẠM VÀO

Đời tựa giấc mơ qua
Chạm vào mơ hồ lạ
Ngày và đêm vội vã
Nên tình cũng phôi pha.

Chạm vào cõi đời ta
Hãy mở lòng như gió
Cõng ngút ngàn hương hoa
Trôi về tận trời xa.

Thương chiếc lá trên cành
Phai xanh rồi vàng úa
Năm tháng dầm nắng mưa
Chạm vào mùa thay đổi.

Chạm vào cõi cô liêu
Bóng thời gian mắt khép
Ngắt cánh mây ban chiều
Che xám màu quạnh hiu.

Giữa bao nhiêu bờ mộng
Chạm cõi nhớ vô cùng
Tìm chút hương sót muộn
Tím giữa trời hoàng hôn. ∎

LÊ HỮU MINH TOÁN
DÒNG TƯƠNG TƯ

Em vụt đến
cổng thiên đường chợt sáng
Thoảng mơ hồ như đốm nguyệt đầu non
Tình mới lớn sao muôn trùng xa thẳm
Em vụt đi còn lại chấm than buồn !

Ngày cúi xuống
nghiêng theo tình nhỏ giọt
Chưa bình minh đã nắng quái chiều tàn
Từng vết xước thời gian viền mí mắt
Trăng vội già ngọn nến chảy sau lưng

Em về đâu
biển đời cơn sóng dữ
Gió giao mùa có lệch gót chân son
Đường em đi có gập ghềnh trăn trở
Em nghĩ gì khi nắng ngả hoàng hôn

Đêm bật khóc
dấu thiên đường chợt biến
Mặt trời mòn hoá đá ngậm cơn đau
Ta mãi đứng bên hiên đời vọng tưởng
Dòng tương tư nỗi nhớ rụng men sầu…■

LÊ MINH HIỀN
THÁNG 7 HẠ XANH

Tháng 7 hạ xanh
trùng dương mây trắng
nghe tiếng em cười
chiều đi chợt vàng

Tháng 7 hườm hương
những cơn mưa cũ
trên đường thiên di
về mái hiên xưa

Tháng 7 mơ phai
hồn hoang nửa khuya
chiêm bao rất lạ
người xưa xuân thì

Tháng 7 hạ xanh
em non nõn nà
tôi cười một mình
dòng đời phôi pha ∎

July 7th, 2022

LƯU LĂNG KHÁCH
TÌM XƯA

Về tìm em thuở xa xưa
Tìm anh chưa chuyện nắng mưa cuộc đời
Thấy mình đếm cánh phượng rơi
Mà hồn phơi phới như trời đang xuân

Về tìm nhau buổi sang ngang
Tình xa thăm thẳm muôn ngàn dặm mơ
Thuyền đi bến chạm bơ vơ
Nằm trơ trọi khóc bên bờ đìu hiu

Về tìm nhau buổi xế chiều
Sông thầm lặng chở lời yêu cuối mùa
Thấy mình giã cuộc hơn thua
Đất trời như thuở đời chưa biết gì... ■

KIỀU HUỆ
NỐT TRẦM

Anh hãy trở về chốn bình yên
Đừng nuối tiếc chi kẻo muộn phiền
Cơn mưa bẽ bàng chưa thấm ướt
Chẳng nợ gì nhau chữ nhân duyên

Cứ để mặc em với nỗi niềm
Mình chia tay bóng nắng chiều nghiêng
Tình nhạc sĩ bổng trầm tiết tấu
Cung điệu buồn khúc hát không tên

Khúc tình ca sâu lắng êm đềm
Em nhớ anh trong từng quãng lặng
Tâm tư chùng buông rơi dấu giáng
Nốt thăng nào anh tặng cho em

Đàn réo rắt tha thiết vọng đêm
Nỗi lòng em vần thơ day dứt
Bờ yêu thương đỉnh cao âm vực
Nốt trầm...em giữ lại trong tim ∎

THANH-THANH
MÁI TÓC

cho Vân-Anh

Nàng có mái tóc huyền
Đẹp như tranh thủy-mặc;
Đường nét thật dáng duyên,
Thật mặn-mà màu sắc.

Tóc như múa nghê-thường;
Sóng đàn như tóc lướt;
Tóc như ướp trầm hương;
Tóc như nhung mịn mướt.

Khi nàng về với tôi,
Nàng thay nhiều kiểu chải;
Như mắt, má, và môi:
Vui tươi và trẻ mãi.

Tôi vuốt dợn tóc êm,
Tôi hít mùi tóc thuộc.
Nắng biển và sương đêm:
Tóc kiêu hào nhập cuộc.

Đời rộng cánh bằng âu;
Thanh-bần nên sướng chán.
Đôi lứa tưởng còn lâu
Mới bạc đầu, hói trán.

Nhưng, chớp bể, mưa nguồn!
Sắt thép kìm xương thịt:
Mắt nàng rát lệ tuôn,
Lưỡi tôi tê mật rịt!...

Nàng lặn-lội thăm tôi;
Tóc trùm khăn lấm bụi;
Tôi tránh nhìn mắt, môi;
Cổ nghẹn lời tức tủi.

Rồi, một hôm (ngỡ-ngàng!)
Nàng tháo khăn gỡ rối,
Tôi sửng-sốt nhìn nàng:
Tóc điểm màu tiêu-muối!

Ôi! Mới một thời-gian
Mà cồn dâu, bãi bể!
Giếng hẹp ếch gào khan;
Bức bần nên khổ thể!

Mắt nàng đã quầng thâm;
Môi khô và má hóp.
Nhìn mái tóc hoa-râm,
Tim tôi như nghiến bóp!

Tóc hết múa nghê-thường!
Sóng đàn tóc hết lướt!
Tóc hết ướp trầm hương!
Tóc hết nhung mịn mướt!

Tôi muốn vuốt tóc nàng,
Mà bị đời ngăn cấm!
Đành đợi giấc mơ-màng
Để sưởi lòng tạm ấm!

Nàng thương tôi mặn-nồng,
Vì tôi mà lận đận.
Tóc nàng càng trắng bông,
Lòng tôi càng uất hận! ∎

KC NGUYỄN
ỦI AN

mùa hè không đi chân đất
sợ bước loanh quanh cỏ dại bực mình
gió bay rối bời tóc ngắn
sợ anh không nhìn dù áo trắng tinh

thường đến với anh trong mộng
nhưng lại cứ ngỡ lửa vừa được nhen
sợ mưa rơi không báo trước
nụ cười tươi quá cho người mới quen

sợ bao nhiêu thứ vẩn vơ
không biết chân trời mịt mờ cột khói
mở mắt nhìn, đời đã đổi
sao đã dời, người đã mất tăm hơi

có tình nào là tình xưa
có người tình nào lại là người cũ
mặt hồ chỉ cần chút gió
lá chỉ chờ một chút của mùa thu

có thứ tình là tình muộn
còn trong tầm với chỉ là ủi an
đi trên cỏ vàng, chân buốt
đau cái đau của tất cả lỡ làng ∎

TRẦN THOẠI NGUYÊN

TA VỀ

tặng Zulu DC

Ta về đứng ngó phố phường
Thành hồ xa lạ, bạn đường phiêu linh
Một mình khắc khoải hồn mình
Gió miên man thổi lạnh tình vắt vai!

Ta về quê cũ còn ai?
Xóm thôn rét mướt tương lai mịt mùng
Tiếng đàn xưa đứt ngang cung
Cả dân tộc khốn đốn chung nỗi buồn!

Dòng sông nước chảy xa nguồn
Bồng bềnh một lũ vĩ cuồng múa may
Kẻ vong quốc, kẻ lưu đày
Quê hương chìm nổi mưa bay phận người!

Hỡi người em gái quê ơi!
Ta về em cũng hết thời vàng son!
Nhìn lên máu chảy Trường Sơn
Lặng hồn nhìn xuống biển Đông sóng gầm.

Ta về xa lạ bước chân
Chạnh lòng hoa cỏ mộ phần mẹ cha
Hỡi người em gái quê nhà
Nhớ thương sao trái tim ta lạc loài! ■

TRẦN C. TRÍ / EVER ROMÁN
CÁI HỘP GIÀY

Ever Román *sinh năm 1981, là nhà văn người Paraguay, hiện sống ở Argentina. Ông theo học ngành báo chí tại Đại Học Nacional de Asunción (Paraguay) và sau đó là ngành điện ảnh tại Đại Học Artes de Buenos Aires (Argentina). Ông đã xuất bản hai tập truyện ngắn Son Osobusco (2011) (trong đó có truyện **Cajita de cartón**, được chuyển ngữ sau đây) và Falsete (2015), cùng hai cuốn tiểu thuyết Serenos en la Noche (2018) và Resistencia (2021).*

Hai bố con đứng trong bãi đậu xe, trước mặt họ là một con đường lát đá. Chốc chốc lại có vài đứa trẻ cỡi xe đạp chạy ngang. Hay vài chiếc xe tồi tàn bên trong có những người lái xe mặt mày ủ ê. Mặt trời bắt đầu nôn nóng lặn xuống ở cuối chân trời, trong buổi chiều oi ả của mùa hè. Con bé trông nhỉnh hơn ba tuổi, còn người bố chưa đến hai mươi lăm. Cả hai đều gầy gò nhưng khoẻ mạnh, tóc để dài. Người bố tóc đen, còn con bé tóc vàng.

Con bé thoăn thoắt leo lên cái hàng rào màu xanh lục ngăn với con đường bên ngoài. Tay trái nó bám vào một chấn song, chân phải tì mạnh vào chấn song khác. Bàn tay và bàn chân kia của nó đong đưa trong khoảng không, để lộ ra những bắp thịt đùi đẹp và rắn chắc. Như một con khỉ nhỏ bám vào cành cây trong rừng, con bé hớn hở đứng lơ lửng trong vài giây, đu đưa qua lại, nhịp nhàng, từ chấn song này sang chấn song kia bằng những động tác chính xác. Rồi nó buông tay ra, tung người qua một khoảng cách ngắn rồi đứng xuống mặt đất bãi đậu xe. Con bé cười toe, hãnh diện về sức mạnh và tài khéo léo của mình. Hệt như một diễn viên nhào lộn chính hiệu.

Một người đàn bà xách nhiều cái túi nhựa đi ngang qua, giơ tay chào hai bố con. Người thanh niên vẫy tay chào trả lại và nhìn bà rảo bước xa dần. Con bé hỏi:

– Bố thấy sao?

– Bố thấy con càng ngày càng lớn rộ lên và mạnh hẳn ra. Càng ngày càng giống một con khỉ bé!

– Con là khỉ thật mà bố!

Con bé lại nhảy lên cái hàng rào.

– Bây giờ con đã hơn ba tuổi rồi, bố cần nói với con một vài việc. Bố vừa nói chuyện với mẹ. Mẹ nói với với bố là mẹ muốn lấy chồng khác. Con thấy sao?

– ...

– Con không sợ ngã à?

Con bé lại buông tay ra khỏi chấn song hàng rào, tung người lên không như một vũ công ba-lê, cách khoảng nửa bước, rồi đáp xuống mặt đất. Giữa những lọn tóc đẫm mồ hôi, nổi bật lên đôi mắt xanh biếc, tròn xoe và và sáng ngời.

– Lại đây với bố...

Con bé chìa hai tay ra, để bố đỡ đứng lên và giụi đầu vào bụng bố.

– Con ạ, nếu mẹ đi lấy chồng khác, mẹ muốn con sẽ đi theo ở với mẹ. Chồng mới của mẹ ở xa đây lắm, tận thành phố Encarnación.

– Mẹ muốn ở đâu? Ở với ai?

– Với con.

Người bố ôm nhẹ con bé vào lòng, đu đưa nó trong đôi tay.

– Hôm nay con xinh lắm, con biết không? Bố cũng buồn, nhưng được gặp con là bố vui rồi. Lúc nào bố cũng muốn ở bên con, con biết chứ?

– Con biết, bố.

– Bố cho con về tắm nhé. Mồ hôi con nhễ nhại cả đây này, con lợn bé! Con là con khỉ-lợn bé!

– Con là con khỉ-lợn bé thật đấy bố!

Người bố hôn và cắn nhẹ vào cổ, vào vai, vào bụng con bé. Nó cười lên ngặt nghẽo, vặn vẹo từng hồi, hai mắt nhắm tịt lại.

– Thế mình về tắm nhé?

– Chưa đâu, bố!

Người bố áp chặt con vào lòng như thể sợ nó bay mất hay sắp vỡ ra. Thân hình của anh cong lại như một cái nôi, trong đó con bé đang bơi lội trên một dòng sông được tạo thành từ hơi ẩm ướt của buổi chiều dần xuống. Nó trở lại thành một đứa bé mới được vài tháng, mới bập bẹ vài ba tiếng đầu đời.

– Bố thích đôi mắt của con quá, cục cưng ạ. Mắt con sáng lắm.

– Bố gọi con là con khỉ-lợn bé nữa đi!

– Bố sẽ tả cho con nghe đôi mắt của một con khỉ-lợn bé, chịu không nào?

– Dạ chịu!

– Đôi mắt của con khỉ-lợn bé to thật to, long lanh, càng ngày càng to ra và sáng rỡ. Nếu con nhìn một con khỉ-lợn hồi lâu, con sẽ thấy hai mắt nó phồng to lên như hai quả bong bóng, hay là như hai con thú giấy nhồi kẹo vậy. Nếu con vuốt ve hai mắt nó, nó sẽ mở to ra để cho con thật nhiều kẹo.

Con bé bắt đầu khúc khích cười khi người bố cù vào bụng nó.

– Nếu bố vuốt ve hai mắt của con thì kẹo có tuôn ra không bố?

– Có chứ! Cơ man nào là kẹo, con ạ! Đủ loại kẹo là đằng khác. Rồi có một viên kẹo be bé, màu vàng tuôn ra, đó là viên kẹo ngọt ngào nhất. Con có biết viên kẹo màu vàng của con khỉ-lợn bé gọi là gì không?

– Là gì hở bố?

– Viên kẹo màu vàng tên gọi là linh hồn. Và linh hồn của con khỉ-lợn bé lớn lên dần dần, tràn ngập trong tất cả những gì có chứa kẹo màu vàng...

Con bé oằn cả người lên cười vì người bố cứ tiếp tục cù vào bụng.

– Bố chẳng còn cái đó đâu, con ạ.

– Chẳng còn cái gì cơ?

– Viên kẹo vàng ấy mà. Linh hồn đó. Bố đánh mất nó rồi.

Mặt con bé tối sầm lại, nhưng lập tức lại rạng rỡ lên.

– Con biết linh hồn của bố ở đâu rồi...

Người bố sững sờ khi nghe điều con bé vừa nói. Một làn gió mơn man mái tóc của nó. Đứa bé nhìn anh, mắt nó nhuốm một tia sáng khác thường. Anh đón nhận ánh nhìn của nó như một niềm an ủi vỗ về. Nhưng liền sau đó, tim anh bỗng đập mạnh, tựa hồ như vó câu dồn dập của một con ngựa vừa rã rời về đến đích. "Con bé này muốn nói cái quái gì đây?", anh thầm nghĩ. Nhưng rồi anh lại nhớ đến cái trong trắng của những đứa trẻ con, mà như có người đã ví von, thường ăn nói như những con vật dễ thương, không bị sự hoài nghi hay nỗi đắng cay làm hoen ố, dùng ngôn ngữ trong trắng về những điều trong trắng, thứ ngôn ngữ như những bộ áo quần trở về tình trạng nguyên sơ theo năm tháng, ngôn ngữ của một thế giới cổ xưa nào đó. Ngôn ngữ của thánh thần. Ngôn ngữ của người ngoài trái đất.

– ... ở trong cái hộp đựng giày trong tủ quần áo của bố!

Người bố ôm chầm lấy con gái, hôn nó như mưa bấc, lòng ngổn ngang nhiều cảm xúc lẫn lộn, vừa rắc rối, vừa ngọt ngào. Anh bảo con:

– Mình về nhà tắm thôi, tối rồi, cục cưng ạ.

Về đến nhà, trong lúc con bé đang nghịch với mấy món đồ chơi trong bồn tắm, miệng hát nghêu ngao thật lớn, như muốn cho bố thấy mình hoàn toàn thoải mái, linh hoạt, không vướng bận bất cứ chuyện gì cả, người bố không thể nào dằn xuống nỗi thôi thúc phải đi vào phòng ngủ và dừng lại trước cái tủ quần áo. Sau cánh cửa vừa mở ra, ngoài ngổn ngang những áo và quần là đủ thứ giấy tờ và phải đến một chục cái hộp đựng giày chất thành đống. Anh mở nốt cánh cửa kia ra, lại thêm bao nhiêu cái hộp giày nữa! Anh mở thử một cái ra, bên trong là thật nhiều thư từ, địa chỉ, số điện thoại, hình ảnh, đồ lưu niệm, đủ thứ. Kỷ niệm. Những quãng đời nằm lẫn lộn vào nhau. Cái gì cũng có. Con bé muốn ám chỉ cái gì vậy nhỉ? Linh hồn mà một món đồ sao? Hay là nó nằm trong một trong những thứ này? Một tấm ảnh, một xâu chuỗi, một dòng chữ viết trong mảnh giấy gấp lại, đã ngả vàng? Ký ức. Lẽ nào con bé có ý nói hãy tìm về quá khứ, nơi đó có linh hồn? Chẳng phải là những cái hộp này đã chất chứa từng mảnh đời hay sao?

Thế rồi anh cứ lục tung hết hộp này qua hộp khác mà chẳng tìm thấy gì, để rồi lại xếp chúng vào tủ, không theo thứ tự nào cả.

Khi xếp xong cái hộp cuối cùng vào dưới mấy lớp khăn, người bố mới để ý là con bé đã ngưng hát tự lúc nào.

– Cục cưng ơi! Con tắm xong chưa? Con có sao không đấy?

Không nghe tiếng trả lời.

Anh chạy bổ ra khỏi phòng ngủ, vụt qua lối đi giữa những căn phòng, vừa chạy vừa la lớn.

– Con ơi! Trả lời bố đi!

– Con muốn ra thôi! Nước lạnh quá rồi!

Người bố bước vào, thấy con vẫn còn ngồi yên trong bồn tắm. Toàn thân nó phủ đầy bọt xà-phòng, mặt xanh mét, mấy con cá và con vịt bằng nhựa nổi bồng bềnh trên lớp bọt trắng. Con bé cúi đầu nhìn bóng mình trong làn nước. Nó đưa hai bàn tay lên trước mặt, săm soi một lúc. Hai bàn tay nó nhăn nhúm.

Người bố thấy tim mình thắt lại, rã rời. Anh nghe giọng con bé run run.

– Tay con nhăn nheo như tay bà già, bố ạ.

Khi anh nhấc con ra khỏi nước và quấn nó vào chiếc khăn, con bé chìa hai bàn tay cho anh nhìn.

Quả vậy, hai bàn tay con bé rúm ró như tay của một bà lão.

Trần C. Trí

chuyển ngữ từ nguyên tac tiếng Tây Ban Nha

NGUYỄN ĐÌNH PHƯỢNG UYỂN
VIẾT CHO NGƯỜI HÁT KHẼ

Mỗi lần về Việt Nam, tôi thường lân la vào những quán cà phê nhạc sống, nhạc máy hay hay, đẹp đẹp ngồi chơi cả buổi.

Nghĩ xem, vườn mát, nước chảy róc rách, nhạc Pop nhè nhẹ bao trùm không gian, đêm xuống, một vĩ cầm và một dương cầm, réo rắt cuộn theo tiếng hát trầm ấm hay véo von của ca sĩ.. thích quá đi chứ !

Sau nữa, tôi hay lang thang vô tiệm sách.

Cách đây chừng hai mươi năm, nhà sách ở Sài gòn mọc lên ồ ạt. Chiều xuống, mẹ đã xong công rỗi việc, con cái cất tập vở, mấy mẹ con cùng nhau rong ruổi trên chiếc xe gắn máy cà tàng, bữa ghé tiệm sách này, mai tiệm khác. Lũ nhỏ lăn xả vào tô tượng hoặc cắm đầu vô quầy tranh cát, mẹ cứ việc dán mắt vào đống sách vở. Vui !

Nhà sách dạo này hết "ăn" rồi nên chỉ còn lác đác vài nơi, tôi về nước, ghé vô, tìm lại chút kỷ niệm xưa, nhớ con đã từng ngồi chỗ này, mẹ từng đứng chỗ kia, quầy tính tiền nay đã dời tới gần cửa ra vào...

Ngoài sách truyện ,tôi còn vác về nước cả đống tập bài hát.

Ban đầu, coi mục lục "A, mình biết bài này." Mở ra xem "Cha, lời hay quá ta !" "Bài kia, thường." Hát được vài bản rồi cẩn thận cất đống sách vào tủ, lâu lâu bạn bè đến chơi, tụ họp văn nghệ, tôi lôi chúng ra nhưng chả ai buồn động tới vì Google giúp ca sĩ kiếm bài dễ hơn, bài nào cũng có, lại chua thêm phần hợp âm cho đàn địch, tiện lợi quá, tập bài hát nằm chỏng chơ, ế nhệ.

Phải đến sáu bảy năm trôi qua tôi mới coi kỹ lại chúng. Sách in đẹp, trang nhã, rõ ràng, của Phạm Duy, Trịnh Công sơn…mỗi cuốn cả trăm bài, vậy mà mình mua rẻ bèo. Lần này, không coi ngược từ phần mục lục mà lần giở từng trang giấy, đem đàn ra đánh mỗi bản, hy vọng kiếm được chi đó quen thuộc. Nhạc nhọt, nhiều lúc biết giai điệu mà không biết tựa, hay ngược lại là chuyện thường.

Lâu lắm rồi mới nhìn bản nhạc và đàn hát, chợt nhớ đến hồi niên thiếu, đạp xe ra Nguyễn Huệ lục lọi mấy trang bài hát quay roneo đen thui, đem về trải lên bàn, ò e, từng tưng cả buổi, bài nào giai điệu không quen thuộc, tiếc tiền đứt ruột, bài nào biết, nhất là những bản nhạc ngoại quốc, quý như vàng. Nhớ cả những cuốn tập nhạc ông bô đem bút đem thước kẻ từng dòng, cầm đàn và ký âm những ca khúc Việt Nam cho đàn con, nhiều lắm. Lúc công an vào lục soát nhà cửa, họ chộp ngay mấy cuốn nhạc viết tay này như một bằng chứng hùng hồn để bắt tội ông bô.

Vậy mà bây giờ sách in đẹp, nốt trắng nốt đen, lặng đơn lặng kép rành rành ra đó, khỏi ai cãi cọ hát sai, hát đúng, chưa kể, bài ca có nốt, trông lịch lãm hơn vậy mà chả ai thèm dùng.

Karaoke và youtube đã truất phế nhạc giấy dù không ít lần lời lẽ, âm điệu trên net sai toét tòe loe, chán thật!

Hát hỏng dăm bài, lật nhẹ từng trang, lọt vào mắt tựa đề "Chú Cuội".

Chau mày.

Phạm Duy có bài "Chú Cuội" à? Sao mình chỉ nghe của Lê Thương thôi nhỉ? Ừ, xưa tới giờ, Trung Thu toàn thấy trẻ con hát:

"Bóng trăng trắng ngà"

"Có cây đa to"

"Có thằng Cuội già"

"Ôm một mối mơ"

Nếu có một "Chú Cuội" nữa, nhất là của Phạm Duy, Tivi, báo đài phải hát ra rả mỗi rằm tháng Tám chứ. Lỗ hổng âm nhạc của tôi… tệ dữ vậy trời?

Liếc mắt:

" Trăng soi sáng ngời"

" Treo trên biển trời"

" Một đàn con trai"

" Rủ đàn con gái"

" Ra ngồi nhìn trăng"

....

" Ta yêu cô Hằng"

" Đêm xưa xuống trần"

"Nàng ơi nàng về dương gian"

" Tìm người nuôi nấng"

" Cung đàn Hằng Nga"

oOo

À, hóa ra tôi biết bài này đã lâu, từ ngày còn bé tí, nhưng không biết tên là " Chú Cuội".

Biết, vì mẹ hay hát bài này lắm. Ừ, dẫu có khổ mấy, như một cái tật, mẹ thường vừa làm vừa hát khẽ. Giặt đồ, hát. Nấu cơm, hát. May vá, hát.

Mới đọc mấy chữ đầu trên sách, tự nhiên tôi nín thở. Hình ảnh mẹ mặc bộ đồ lụa màu hồng, tóc tém sau gáy, da mẹ trắng, mắt nâu dịu dàng, tay mẹ thon dài, mũm mĩm, lọc cọc leng keng rửa đống bát đũa , nồi niêu trong bếp, miệng nghêu ngao" Cuội ơi để trâu ăn lúa", hiện rõ mồn một trong tôi.

Cái tật hát khẽ ấy kéo dài cho đến khi căn bệnh Alzheimer cướp đi trí nhớ, mẹ không hát thành lời được nữa, đổi qua huýt sáo, cả nhạc Tây lẫn nhạc Ta, huýt cả ngày.

Mẹ tôi, giờ co quắp trong đất lạnh. Ban ngày, khu mộ mẹ bình yên với cây xanh và thảm cỏ. Chậu hoa, chong chóng, dây đèn những mộ xung quanh chưng được vài hôm thì nhân viên bảo vệ sẽ đến dẹp sạch, nghĩa trang phẳng lì một màu xanh mượt mà, trông giống công viên hơn.

Đẹp thì đẹp nhưng trời chạng vạng tối thì rợn lắm, anh tôi bảo thế.

Mẹ đã có chỗ về chưa? Chả lẽ thế giới bên kia không cho phép mẹ ngoái nhìn con cái lần nữa? Con vẫn chờ mẹ vương vấn quay lại nhắn nhủ, dặn dò, kể lể nhưng... mẹ biệt tăm. Con tưởng mình vẫn còn những mối dây ràng buộc? Bát cháo lú đã phát huy tác dụng ngay từ hồi mẹ còn tại thế. Đường mẹ đi có gập ghềnh đá sỏi? Hôm nay vô tình con xem được bài " chú Cuội" của Phạm Duy, nhớ mẹ cái hồi đói no vất vưởng nhưng mẹ còn trẻ, còn tinh tường, con cái lớn tướng, mỗi khi ra đường mẹ thường dặn "Đội mũ vào." "Nhớ đem theo áo mưa." "Đừng về khuya." "Con gái gì chả ý tứ."....

Chờ mãi trong mơ mẹ nắm lấy tay và nói "Mẹ đây con."

Giấc mơ chìm lỉm.

Nguyễn Đình Phượng Uyển

31/07/22

Anh Thơ lượm nỗi đìu hiu
từ "hoa mướp rụng" buồn thiu trong lòng
"lũ chuồn chuồn nhớ" bao đồng
"gió vang tiếng trống" giọng cồng hè qua
"hơi sương" lạnh kẻ đi xa
chờ đò cảm tưởng đưa ma chính mình
lh
theo Sang Thu cuả Anh Thơ

QUAN DƯƠNG
TÌNH ĐẦU

Nhà chị Túc cách nhà tôi một hàng rào tre. Sát bờ tre sau vườn là một giếng nước xây bằng gạch có nền xi măng. Cạnh giếng nước có trồng một cây ổi sẻ cao vừa tầm tôi leo lên nghịch phá hằng ngày. Chị Túc thường chui rào qua giếng để gánh nước về nấu ăn và tắm giặt. Năm đó chị Túc 17 tuổi còn tôi 13. Mười ba tuổi tôi chỉ học đến lớp năm trường làng, còn chị Túc thì không được đi học. Theo lời ngoại tôi kể thì chuyện chị Túc không được đi đến trường bởi vì đầu óc của chị không được bình thường giống người khác. Lúc năm tuổi chị Túc bị một cơn sốt ác tính, nằm liệt giường cả tháng tưởng không qua khỏi. Sau cơn bệnh đó chị trở nên một người ngớ ngẩn. Chú Tư Ba chị buồn lắm nhưng không nói ra. Thím Tư mất sớm, tất cả tình thương chú đều dành cho đứa con bạc phước. Chú để chị Túc muốn làm gì đó thì làm không cấm cản. Chị Túc có một may mắn là cơn bệnh ngặt nghèo không làm méo mó dị dạng con người của chị như đã từng gây cho biết bao người khác khi vướng vào. Cơ thể chị Túc vẫn phát triển bình thường, càng lớn chị càng đẹp. Chị nghĩ gì nói gì vô tư đôi khi như một đứa trẻ. Một lần sau khi hai chị em đi xem phim Bích Câu Kỳ Ngộ về, chị Túc đâm ra mơ màng và lúc nào cũng nghĩ mình là tiên nữ. Cõi tạm này chỉ là nơi chị gửi nhờ cuộc sống phàm trần khi mắc đoạ. Chị đã đẹp, từ lúc chị nghĩ mình là tiên chị càng đẹp hơn. Mắt chị trở nên mơ màng long lanh, tóc dài mượt, hai gò má ửng hồng hơn và có nhiều cử chỉ dáng điệu cũng rất dễ gây tò mò cho tôi hơn. Trong xóm chỉ có mình tôi tin chị Túc là tiên nữ, ngoài ra tất cả mọi người xem chị là con khùng hoặc con ngớ ngẩn. Với tôi thì chị Túc nhỏ nhẹ, dễ thương lại đẹp nhất xóm, sao có thể khùng được?

Một ngày chủ nhật, chị Túc rủ tôi đến tháp An Chánh. Tương truyền tháp được xây từ thời Chiêm thành. Sau khi vua Chiêm lấy được Huyền Trân công chúa vào năm 1306 đã cho dựng lên ngọn tháp này đánh dấu sự thành công về mặt ngoại giao, để rồi vào năm 1470 vua Trần kéo quân vào đánh chiếm để mở mang bờ cõi. Tháp có ba ngọn, những tầng gạch được xếp chồng từng lớp lên nhau. Ba ngọn tháp đứng song song, ngọn giữa cao hơn hai ngọn tả hữu. Mỗi tháp có một cửa quay về hướng đông. Phần giữa tháp trở lên có những tảng đá xanh viền chung quanh đẹp như một huyền thoại. Chính vùng đất này là nơi phát tích bao đấng anh hùng của dân tộc : Nguyễn Huệ Quang Trung, Mai Xuân Thưởng, Trần Quang Diệu, Bùi Thị Xuân. Một thời oanh liệt xưa đã thành dĩ vãng để giờ này chỉ còn tôi đứng cùng chị Túc với khung cảnh chung quanh vắng ngắt, không khí âm u, như có những oan hồn của dân Chiêm Thành uất nghẹn còn lẩn khuất đâu đây. Bốn bề chung quanh là ruộng. Một con đường đất nhỏ là đường độc đạo lối vào tháp. Đứng trên gò cao nhìn xuống về phía xa xa có thể quan sát quốc lộ 19 dẫn đến huyện lỵ Bình Khê nằm uốn mình ôm dọc theo sông Côn. Tôi cũng có thể nhìn thấy bãi cát trắng ngần được đè dịu dàng bởi những hòn đá chồng thẳng đứng lên nhau trông thật ngộ nghĩnh. Khuất bên trái là một rừng dừa bát ngát, những thân dừa cao vút lả ngọn rì rào hát cùng gió sông thổi lên. Một bức tranh tuyệt đẹp của hóa công. Chị Túc đưa cho tôi trái dừa đã chặt sẵn không biết chị lấy từ đâu, tự lúc nào. Chị nói "em uống đi". Hương vị ngọt ngào của nước dừa xiêm cứ ngấm đọng mãi trong lòng. Bất giác tôi tự hỏi hương vị đó là hương vị của nước dừa, của cảnh vật thiên nhiên tuyệt mỹ hay là của chị Túc. Nhìn chị rạng rỡ cùng đất trời, tôi chợt lo sợ đến ngày chị hoá thành tiên bay lên trời bỏ một mình tôi ở lại.

Mùa hè chị Túc chèo ghe chở tôi đi bẻ mía trộm. Bãi mía nằm bên kia sông. Ngồi trong khoang chòng chành, tôi vụng về hết nghiêng bên trái rồi lại nghiêng bên phải. Ngồi trên ghe tôi cứ có cảm tưởng lúc nào cũng ở trong tư thế bị hất xuống sông trong khi tôi không biết bơi. Qua khúc quẹo, chị Túc nghiêng mình lấy đà, tôi hoảng vía bò lại phía chị. Ghe chao mạnh, nước tràn vào khoang. Ghe sắp chìm. Không ngờ đi ăn trộm mà cũng nguy hiểm hồi hộp như vầy, tôi la lên:

"Chị ơi, em không biết bơi"

"Chị biết, em đừng lo"

Nghe chị bảo biết bơi, bỗng dưng tôi mong cho ghe bị chìm để được chị cứu. Nghĩ đến cảnh được chị ôm vào lòng kéo vô bờ, tôi ước gì được chết đuối. Bèn ma mảnh tôi bò lại phía mũi ghe. Chị Túc vừa lấy đà nghiêng bên trái để chống cây sào chưa kịp rút lên khỏi mặt nước thì tôi lại lăn qua bên phải, hai tay quờ quạng, thế là chiếc ghe bị lật úp bất ngờ. Mặc dù là thủ phạm nhưng tôi vẫn không sao thoát khỏi hoảng hốt. Vừa chỉ vừa kịp la lên "chị ơi " là nước sông lờ lợ tràn vào cuống họng ừng ực. Chị Túc xốc tay vào nách tôi lôi dậy:

"Nước chỉ cạn đến ngực thôi mắc gì em uống dữ vậy"

Tôi thử đứng thẳng người quả nhiên nước chỉ đến ngực. Thấy tôi mắc cở, chị Túc không nói gì lẳng lặng kéo chiếc ghe lên và dốc nước. Hai tay chị đu đưa nhịp nhàng theo mạn ghe làm nước bắn lên tung tóe, một hình ảnh đẹp vô cùng liêu trai. Hồn tôi bất chợt thẫn thờ

Hết hè lên lớp sáu tôi phải ra trường quận. Quận lỵ cách nhà 4 cây số phải qua một con sông. Sáng nào tôi cũng phải thức dậy trước năm giờ để chuẩn bị cơm nước mang theo trưa ở lại trường. Phương tiện di chuyển là chiếc xe đạp đòn giông duy nhất trong nhà. Hôm khai giảng chị Túc nhìn tôi mặc áo sơ mi trắng, quần dài xanh, tém thùng đàng hoàng, tóc tai thẳng mướt, buột miệng:

"Trông em bảnh trai ghê, lại cao gần bằng chị rồi"

Năm đầu tiên của lớp sáu xa nhà tôi nhớ chi Túc. Chỉ mong cho mau nghe tiếng kẻng để cắm đầu cắm cổ đạp xe về cho lẹ. Trong lớp bạn học con gái cũng nhiều, nhưng thật kỳ tôi thấy mình không thể thân với ai. Chỉ cần nghĩ đến hình ảnh chị Túc lủi thủi một mình không ai thèm chơi với chị là lòng dạ tôi bồi hồi nôn nao. Tôi mồ côi cả ba lẫn mẹ. Ngoại nuôi tôi từ lúc mới lọt lòng. Tôi thiếu tình mẫu tử, chị Túc cũng thế. Có lẽ vậy mà hai chị em tôi thân thiết với nhau. Còn chị Túc hầu như buổi chiều nào khi tôi vừa quẹo qua khỏi chợ Mỹ Yên là đã thấy thấp thoáng bóng dáng chị ngóng từ xa.

Lên trung học tôi cũng đã bắt đầu đổi khác, tôi đi đứng chững chạc, sự học đưa đến tầm hiểu biết của tôi đi xa hơn. Tôi có thể nhìn lên bầu trời biết được sau những đám mây kia là không gian trống trơn vô cùng bao la rộng lớn. Mọi sinh vật khả năng có thể có vẫn còn đang nằm trong sự tìm kiếm khai phá của loài người. Việc học đại khái dạy cho tôi như vậy, nhưng tôi vẫn tin cao hơn nữa, xa hơn nữa là thế giới tiên nữ. Ở đó có người ta đang chờ đón chị Túc trở về. Giữa năm học mấy đứa cùng lớp gán ghép cắp đôi từng cặp. Tôi mơ hồ hiểu rằng người ta sống ở đời rồi cuối cùng ai cũng phải lớn dần với thời gian và cạnh một người nam cần phải có một người nữ. Giữa hai người khác phái này sẽ tạo cho nhau một cảm giác lạ lùng huyền nhiệm khác. Cảm giác đó thế nào tôi rất mơ hồ chưa hiểu tới.

Một ngày nắng hạ cuối tuần chị Túc rủ tôi ra đám ruộng sau nhà cắt lúa. Mặc cái áo cũ rộng thùng thình, chị Túc giống như một hình nộm. Chị như nhỏ bé lại đang trốn núp trong chiếc áo cũ kia. Trông chị Túc luộm thuộm và vui mắt ấy thế mà chị lanh lẹn vô cùng. Tay trái chị nắm gọn gàng từng dé lúa, tay phải chị đưa nhẹ nhàng chiếc câu liêm, thao tác thật nhịp nhàng. Tôi lẩn quẩn cắt bên cạnh chị. Dù cố gắng hết sức vẫn không cắt được bao nhiêu, lại mấy lần suýt đưa lưỡi liềm vào tay. Trong lúc mồ hôi tôi chảy ròng ròng thì chị Túc dường như thơ thới hơn. Dưới cái nắng hạ, những giọt mồ hôi đọng thành chuỗi trên trán chị, trên vành môi chị. Mùi mồ hôi con gái đánh động trong tôi cảm giác khó quên, nhất là người con gái đó là chị Túc. Mùi mồ hôi đọng hương trong tâm khảm chừng như thiên thu bất diệt. Cắt chưa xong đám ruộng trời đổ mưa. Mây giăng khắp cánh đồng một màu xám ngắt. Những đường sáng loằng ngoằng va chạm vào nhau trên không trung làm vỡ ra những tiếng sấm vang rền. Nghe trời như đang nghiến răng sắp sửa nổi cơn thịnh nộ giáng xuống trần gian một điều gì kinh hoàng. Mưa bỗng phủ trắng khắp cánh đồng. Tôi nép vào chị Túc, hai chị em chìm trong màn nước nặng trịch. Không biết hơi ấm của tôi chuyền qua chị, hay là hơi ấm từ cơ thể chị chuyền qua tôi. Chỉ biết rằng chiều mưa quên lạnh và cứ cầu mong mưa kéo dài đừng bao giờ dứt. Nhưng rồi mưa cũng tạnh, tôi luyến tiếc rời chị, và thật lạ lùng chừng như tôi đọc được sự đờ đẫn rõ ràng trên khuôn mặt chị. Vậy mà chị Túc lại phá lên cười rũ rượi xem như chẳng có gì:

"Thôi mình về đi em, trời mưa mau tối"

Hai chị em đi ngược dòng nước lên ruộng. Bùn nhão nhẹt dưới chân. Tôi trợt té lên té xuống mấy lần và lần nào cũng được chị Túc dang tay ra đỡ. Mỗi lúc đó tôi lại được ngửi mùi của chị và ước ao giá như mà được chị ôm đầu vào lòng ngực xuân thì kia. Đêm hôm ấy tôi nằm mơ thấy mình đang đi lắc lư trên chiếc câu khỉ, phía dưới là một vực sâu hun hút. Bỗng tôi trợt chân, khi còn đang chới với trong tư thế sắp sửa rơi thì một cánh sao từ đâu bay lại. Cánh sao càng đến gần càng lớn dần lên, tôi đưa tay bám vào và cánh sao hóa thành chị Túc. Tôi giật mình thức giấc. Đêm vẫn đang yên ả cùng đất trời. Tôi nhắm hai con mắt trở lại, cứ chập chờn, chập chờn cầu mong giấc mơ lại đến với mình để xem cánh sao trời kỳ diệu kia đưa tôi về đâu

Ba tháng hè cuối năm lớp 6 tôi được nghỉ hè. Chị Túc vẫn chưa về tiên giới như chị đã thầm thì. Tôi cũng đã lớn thêm một tí xíu để mù mờ hiểu thêm rằng cõi tiên kia là không có thật. Tôi muốn đem những điều tôi thu nhập được từ học đường để giải thích một cách khoa học cho chị Túc hiểu. Nhưng thật tội nghiệp cho chị, đầu óc chị trong sáng như trẻ thơ, chị không chịu tin những gì tôi giải thích. Chị vẫn cho mình là tiên. Tôi không còn tin là trên trời có cõi tiên, nhưng tôi tin chị Túc là tiên mắc đoạ. Tôi cứ lẩn quẩn trong ý nghĩ một cách mâu thuẫn về những điều này. Tôi đã lớn không thể chạy theo hỏi ngoại nữa, mà ngoại năm nay xem chừng đã già đi nhiều.

Những năm sau này chương trình học càng lên cao tôi càng bận rộn. Tôi ở hẳn ngoài quận, chỉ về thăm nhà để xin tiếp tế một tuần một lần chứ không còn sáng đi chiều về nữa. Tôi trổ giò cao nhanh như thổi. Chị Túc bây giờ chỉ đứng đến vai tôi thôi, và tôi thường choàng tay ôm qua vai chị. Chị nhỏ nhắn nép gọn vào lòng làm cho tôi cảm thấy mình trở thành người lớn. Chị Túc rất thích được ngồi cùng tôi trước thềm nhà để nghe tôi kể chuyện cổ tích. Càng lớn tôi càng thấy chị Túc càng con nít. Chị không còn mơ thành tiên để về trời nữa mà chị lại mơ ước được có một con búp bê làm bầu bạn trong những ngày tôi bận học ở quận lỵ. Tôi cố gắng nhịn ăn quà ròng rã cả tháng trời mới mua được cho chị một con búp bê bằng nhựa biết nhắm mắt mở mắt. Tôi biết chị Túc sẽ mừng run lên khi nhận được món quà bất ngờ này. Trưa thứ bảy như thường lệ sau khi vứt chiếc xe đạp vào góc hè, tôi vội vàng chui rào đem quà qua nhà chị Túc. Nhà trên không có ai, tôi gọi chị chẳng có tiếng trả lời. Bỗng tôi nghe như có tiếng nước xối phía sau chái. Tò mò vạch khẽ tấm liếp nhìn ra, tôi bỗng giật nẩy người sững lại. Cổ họng đột nhiên như bị nuốt một vật gì thật cứng mắc nghẹn. Tôi trông thấy chị Túc đang tắm. Ngực tôi đánh thình thịch. Chị Túc mặc chiếc quần dài đen, chiếc áo soa bông mỏng bên trong không mặc đồ lót. Chị đưa từng gáo nước xối lên đầu, tiếng nước róc rách chảy len lỏi trên từng vuông thân thể nghe như tiếng gào nhẹ của gió lướt qua mành cửa trong những buổi chớm thu về. Mặt tôi hừng hực và tôi nín hơi bất động trong một cảm xúc diệu kỳ cao độ. Hai vú chị Túc căng tròn lồ lộ qua làn vải ướt, tôi thấy rõ mồn một đầu núm vú nhỏ bằng hạt đậu xanh màu hồng. Chị đưa tay vuốt lên vai rồi chùi xuống vò lên ngực. Hai vú của một người thiếu nữ hai mươi tuổi tròn càng căng hơn khi bàn tay chị ấn phía dưới để vuốt ngược lên trên. Tôi cứ thế chìm đắm trong cảm giác dậy thì của một đứa con trai mười sáu tuổi. Tay kẹp chặt vào đùi, hai hàm răng cắn chặt vào môi. Hơi thở dồn dập như một kẻ động kinh, bỗng vang lên từ tâm thân một tiếng gì như là tiếng nắp chai bia vừa bật nút. Như tiếng bắt đầu của một chùm pháo bông bắn lên bầu trời trong đêm hội hoa đăng, tôi bay bổng theo chùm sáng lóe lên gần như bất tỉnh. Chị Túc trong bộ đồ ướt trở nên huyền nhiệm lung linh, những giọt nước đọng trên khuôn mặt, một hình ảnh đẹp tuyệt vời. Tôi khe khẽ gọi "chị Túc chị Túc ơi" trong cuống họng không phát thành tiếng. Tôi cứ đắm chìm

mê sảng như vậy không còn biết đất trời chung quanh đang xẩy ra
chuyện gỉ. Cho mãi đến lúc có tiếng chị Túc phía sau lưng:
"Ủa em về hồi nào, sao không gọi chị"
Tôi hết hồn tỉnh lại, ngượng nghịu ấp a ấp úng. Chị Túc cười:
"Rình xem chị tắm phải không"
Phản xạ tự nhiên tôi chối:
"Dạ đâu có"
Chị cười to:
"Không có mà lấp la lấp ló như ăn trộm vậy"

Chị xem chuyện nhìn chị tắm là chuyện bình thường như tôi
đang xem một đứa bé tắm. Với chị như chẳng có gì đáng phải quan
tâm. Trước giờ chị vẫn thế, vẫn trong sáng vô tư chẳng có gì phiền
hà. Chị hỏi:
"Em đi đường có mệt không. Chờ chị thay đồ xong ra chơi với em"

Tôi chỉ biết dạ nho nhỏ. Khi chị Túc vào buồng thay đồ, tôi
mới phát giác chiếc quần tôi đang mặc phía dưới ướt một mảng. Tôi
vội để con búp bê trên bàn nói vọng vào:
"Em chạy về có chuyện chút xíu em qua liền nha chị"

Không đợi chị Túc trả lời tôi vụt lẹ ra bờ rào và biến thật
nhạnh. Đó là lần đầu tiên tôi biết thế nào là cảm giác của tuổi dậy thì.
Lần đầu tiên và cũng là lần duy nhất đậm sâu trong cơ thể tôi không
thể nào phôi pha. Sau này qua bao cuộc thăng trầm vật đổi sao dời,
lên voi xuống chó bao phen, nhục vinh cũng có bầm dập đủ điều
nhưng không bao giờ phai nhạt trong tôi hình ảnh của chị Túc đang
tắm trưa hè. Chị Túc đã mở cánh cửa trong tôi bước vào để rồi định
cư vĩnh viễn

Cuối năm lớp 10 thì miền Nam mất. Ruộng đất hương hỏa bị
tịch thu đưa vào hợp tác xã. Ngoại không còn nguồn thu nhập để
nuôi tôi tiếp tục ăn học, vì thế tôi phải bỏ ngang nửa chừng. Cạy cục
mãi mới xin vào được làm công nhân viên cho Ty lâm sản Pleiku.
Lương công nhân viên chỉ đủ lây lất vài ngày đầu tuần, phải chạy
chọt mánh mung mới có thể cầm cự qua ngày, vì thế tôi không có
thời giờ để về thăm ngoại thường xuyên nữa. Ngoại với tôi, chỉ có
hai bà cháu mà lại trở thành một cảnh hai quê. Ngoại đã già, phần vì
tiếc ruộng tiếc vườn, một phần vì nhớ cháu uất ức không dám nói ra,

sanh bệnh qua đời. Từ Pleiku tôi đón xe về làng Đại Chí để chôn cất ngoại. Cành nhà sau khi tôi đi xa xơ xác, hàng rào tre nơi tôi và chị Túc thường chui qua không ai rong chà, cỏ dại mọc phủ kín cả lối đi. Thấy chú Tư ẵm một đứa bé khoảng năm sáu tháng, ngạc nhiên tôi hỏi:

"Con ai mà chú ẵm"

"Thì con của con Túc chứ ai"

"Chị Túc lấy chồng"

"Chồng con gì. Khùng điên ai thèm lấy"

"Vậy sao có con. Ai là ba nó"

"Chú không biết. Ai gặng hỏi gì nó cũng không nói. Chỉ biết một lần mờ sáng cả xóm thấy nó chạy về hớt hơ hớt hãi, người lạnh như cắt và mồm thì ú ớ nói hông ra lời. Với người bình thường thì người ta sẽ khóc lên cho hả, cho vơi đi, nhưng với con Túc thì nó lại không khóc. Nó cứ ngơ ngơ ngáo ngáo cho đến khi thấy chú nó chỉ biết ôm ghì tay chú. Sau đấy thì bụng nó cứ to lên mặc cả xóm bàn tán xì xào rỉ tai nhau đoán xem ai là ba đứa nhỏ. Đủ tháng đủ ngày thì nó sinh đứa bé này giao chú, cả ngày cứ đi lang thang trên mấy cánh ruộng. Chú vừa làm ông ngoại vừa làm ba đứa bé chứ con Túc nó có màng đến đâu"

Tội nghiệp chú Tư già đi trông thấy. Đi hết từ nỗi đau này đến nỗi đau khác, tóc chú bạc nhanh và lưng hơi còm xuống. Chiều chị Túc về. Ôi còn đâu dáng năm xưa của chị. Trông chị tiều tụy xơ xác, tóc tai bơ phờ như là vừa thoát qua một cơn chạy loạn. Tôi chạy đến nắm tay chị:

"Chị Túc nhớ em không"

Chị gật đầu. Chờ lúc chú Tư ra phía sau, tôi hỏi nhỏ :

"Chị có thể cho em biết ai là ba của đứa bé không"

"Thằng Báu công an xã. Nửa đêm nó gặp chị ngoài ruộng nó dí súng bắt chị phải ủng hộ cách mạng"

"Sao chị không la lên"

"La lên cho nó bắn à. Nó làm chị đau quá hà"

"Sau đó sao chị không nói cho chú Tư biết để bắt nó cưới"

"Ai thèm cưới nó cái thằng hôi như chuột chù ấy"

Tôi chỉ biết lắc đầu. Buổi chiều trước khi sáng hôm sau lên đường trở lại Pleiku, tôi bảo chị Túc tắm rửa sạch sẽ chải tóc gọn gàng để tôi dẫn ra mả thăm ngoại. Tôi đùa:

"Chị có biết tắm không. Hay để em tắm giùm chị"

"Em đừng có ham. Chị lớn rồi chứ bộ. Nhưng lần này em không được rình xem chị tắm đó nghen "

Khi chị nói có chú Tư đứng đó làm tôi ngượng đỏ mặt. Còn chú Tư thì ngơ ngác không hiểu hai chị em đang nói chuyện gì

Ngoại tôi được chôn trên mảnh vườn trống dưới một gốc xoài. Gió chiều hiu hiu, đồng quê im vắng. Chị Túc ngồi dựa vào gốc xoài, tôi đứng sau lưng đưa tay chỉ ra đám ruộng xa xa:

"Chị còn nhớ kỷ niệm hồi nhỏ của hai chị em mình không"

"Sao không nhớ. Hôm cắt lúa, em giả đò trợt té để được chị ôm"

"Em té thiệt chứ bộ. Nhưng em thích được chị ôm vào lòng"

Nắm tay chị, nhìn sâu vào mắt tôi lại hỏi:

"Giờ chị có còn muốn ôm em vào lòng nữa không"

Chị Túc lắc đầu:

"Em bây giờ lớn rồi làm vậy kỳ chết"

"Với chị, em vẫn là thằng bé ngày nào lăng xăng khắp nơi"

Tôi định nói tiếp một điều quan trọng, nhưng chưa biết mở Lời bằng cách nào. Đối với một người ngô nghê không bình thường như chị Túc nói chuyện đàng hoàng nghiêm chỉnh không phải là dễ. Cuối cùng tôi cũng nói:

"Chị có biết là em yêu chị không"

Chị Túc tỉnh queo:

"Biết chứ"

"Vậy chị biết yêu là có nghĩa gì không"

"Là rình xem người ta tắm không biết mắc cở"

"Thôi mà. Em hỏi thật đấy"

"Thì chị cũng nói thật đó"

"Nếu vậy hồi em rình chị tắm chị có giận ghét em khoẳng"

" Không bao giờ chị giận ghét em. Em là em của chị là người duy nhất trên đời này mà chị thương mến"

"Ừ thôi em là em của chị. Chị có còn thích nghe em kể chuyện không"

Chị Túc gật đầu. Tôi ngồi sát vào chị đưa tay choàng qua bờ vai bây giờ đối với tôi trở thành nhỏ bé. Chiều thinh lặng nuốt dần hai chị em vào chạng vạng. Tôi đọc khe khẽ bài Lá Diêu Bông của Hoàng Cầm:

"Váy Đình Bảng buông chùng cửa võng
Chị thẩn thơ đi tìm
Đồng chiều
Cuống rạ
Chị bảo:
- Đứa nào tìm được lá diêu bông
Từ nay ta gọi là chồng

Hai ngày, em tìm thấy lá
Chị cau mày
- Đâu phải lá diêu bông
Mùa đông sau,Em tìm thấy lá
Chị lắc đầu
trông nắng vãng bên sông
Ngày cưới chị
Em tìm thấy lá
Chị cười se chỉ ấn trôn kim
Chị ba con, Em tìm thấy lá
Xoè tay phủ mặt chị không nhìn

Từ thuở ấy em cầm chiếc lá
đi đầu non cuối bể
Gió quê vi vút gọi
Diêu bông hỡi !
ới Diêu Bông ! "

Chị Túc ngã đầu trên vai tôi ngủ ngon lành. Dù khuôn mặt kia có tiều tụy hốc hác cằn khô vì năm tháng, nhưng giấc ngủ không giấu được nét trẻ thơ. Tôi khẽ đưa tay vén lại sợi tóc mà gió vô tình làm bay lòa xòa trên khuôn mặt. Chị Túc và tôi ngồi yên lặng như vậy cho đến khi trời tối hẳn.

Sau đó tôi trở lại Pleiku. Đám bạn bàn tính chuyện tổ chức vượt biên. Ngoại mất tôi tứ cố vô thân nên quyết định đồng ý tham gia một cách lẹ làng. Chuyến vượt biên trót lọt. Tôi không kịp đem chị Túc theo, mà chắc gì chị đã theo. Còn bàn tính kế hoạch với người bất bình thường như chị lỡ hé môi sơ hở điều gì có nước ở tù cả đám. Tôi mất tin chị Túc từ đó đến giờ

oOo

Người đàn ông ngừng kể. Chiếc giường trải ra của bệnh viện trắng toát trông buồn bả. Cô y tá áng chừng ngoài hai mươi, đưa tay sửa lại chiếc gối và nâng đầu bệnh nhân đặt cho ngay ngắn. Không ngăn được tò mò cô hỏi:
"Thế chú có biết lá diêu bông hình dáng nó như thế nào không"
Người đàn ông lắc đầu:
"Trên đời này làm gì có lá diêu bông. Nhưng có hay không đâu có gì quan trọng. Chỉ biết đối với chàng trai đã có một thứ lá như vậy trong đời. Tình yêu dịu dàng đầy e ngại nhưng chân thành. Chàng trai muốn trao cho cô gái kia tất cả niềm khao khát của mình, trao niềm hạnh phúc kiếm tìm và hy vọng. Nhưng lá diêu bông chỉ là một chiếc lá ảo ảnh, nghĩa là không có thật, vậy mà tình yêu của chàng trai đó quá tuyệt đối đến nỗi biết là ảo ảnh nhưng vẫn đi tìm. Người con trai trong bài thơ của Hoàng Cầm khác gì tình yêu chú dành cho chị Túc. Biết rằng không bao giờ thành sự thực vậy mà trong sâu thẳm tận cõi hồn chú hình bóng chị không thể phai mờ"
Cô y tá rơm rớm nước mắt:
"Từ đó đến nay chú có biết tin tức gì về cô Túc không"
"Hai mươi năm còn gì. Sống giữa một đất nước khổ nạn mà người bình thường còn không kiếm ăn nổi đừng nói chi một người ngô nghê như chị ấy. Làng chú lại xa quốc lộ nghèo xơ xác nằm dưới chân ngọn Trà Sơn. Gọi là núi chứ thật ra đó chỉ là một ngọn đồi trọc, cây cỏ mọc không nổi. Cây chỉ là những cọng chà loe ngoe, dân làng bẻ mót để dành làm củi, còn rau cỏ dại vừa nứt đọt nào là bị bẻ đọt đó để ăn cầm đói. Lại còn đứa bé con chị Túc nếu còn sống, năm nay cũng đã hai mươi. Chú thật đoảng, cũng không hỏi đứa bé trai hay là gái "
"Vậy bây giờ chú còn yêu cô Túc không"

"Chị Túc là bóng mát cho chú đụt nắng mỗi khi lòng chú đang có điều gì nóng nẩy. Chú trôi giạt giữa dòng đời lên ghềnh xuống thác cũng đã bao phen. Có cái gì trên cõi sống này mà chú chưa từng nếm qua. Đời đã huấn luyện cho chú trở thành một người gần như chai đá, cả thân xác cũng như con tim. Vậy mà mỗi lúc bất chợt nhớ đến chị Túc, chú không sao tránh khỏi chao lòng. Chị ấy là mối tình đầu của chú "

"Thế theo chú nghĩ cô Túc có yêu chú không"

"Chú nghĩ là có. Bởi vì như cháu biết ai cũng bảo chị Túc khùng. Người ta nói như vậy cũng đúng. Đối với mọi người chị Túc khùng thiệt. Ai có chửi mắng đánh đập la hét gì chị cũng trố mắt lên cười không hiểu không biết gì. Chỉ có mình chú khi nói chuyện với chị thì cái gì chị cũng hiểu và cũng đối đáp lại trơn tru. Cách trả lời của chị mộc mạc chất phác bởi vì con người chị là con người hiền lương bẩm sinh. Chắc có lẽ chị cảm nhận được rằng chỉ mình chú là yêu thương chị ấy chân tình và thật lòng, nhưng chị không diễn tả được cảm giác của mình mà thôi. Đôi lúc chị trả lời ngô nghê cũng bởi đầu óc chị trong sáng không hề vẩn đục bởi những toan tính ở đời.."

Đột nhiên người đàn ông nhỏ giọng:

"Cháu có thể giúp chú một điều tâm nguyện không"

"Dạ chú cứ nói"

"Nếu lỡ bệnh chú không qua khỏi, khi người ta đem thiêu chú cháu nhớ mua một con búp bê bằng nhựa bỏ theo vào hòm. Cháu đề tên Túc trước ngực con búp bê đó và để con búp bê nằm cạnh chú. Nhớ để nằm bên trái vì nơi đó gần trái tim chú hơn. Hứa với chú làm điều này nha cháu. À mà này cháu phải nhớ cho kỹ là chữ Túc có dấu sắc phía trên. Chữ Việt Nam mình khác chữ Mỹ ở những con dấu."

"Dạ cháu hứa. Nhưng chú cứ yên tâm, chú sẽ qua khỏi mà. Khoa học bây giờ tân tiến lắm"

"Cám ơn lời an ủi của cháu, nhưng chú biết khoa học vẫn chưa tìm ra thứ thuốc nào có thể chữa chứng bệnh ung thư của chú"

Người đàn ông không nói gì thêm, miệng hơi mỉm cười khẽ nhắm mắt lim dim. Ngày hôm sau người đàn ông qua đời

Cô y tá đầy tình người lái xe dạo cả buổi sáng sùng lục hết khắp cả các shopping trong thành phố để tìm mua một con búp bê bằng nhựa. Cô đi khắp cùng vẫn không tìm được một con búp bê nào tóc đen, mắt đen, da vàng, mũi tẹt. Cuối cùng cô chọn đại một con búp bê tóc đen nhưng đôi mắt màu xanh lơ. Cô van vái thầm: "Chú ơi, chú thông cảm ở nước Mỹ này tìm được một con búp bê giống Việt Nam khó quá chú à !"

Cô viết tên cố nhân của người vừa chết lên ngực con búp bê và trước những đôi mắt ngạc nhiên của nhân viên nhà quàng đang tẩm liệm,cô đặt con búp bê ngay ngắn vào hòm bằng một thái độ chân thành trang trọng với hai hàng nước mắt rưng rưng.

Cho mãi đến khi chiếc hòm được đẩy vào lò thiêu xác cô mới chợt nhớ ra là khi cô viết tên Túc, quen theo lối Mỹ quên đánh dấu sắc phía trên

Quan Dương

mùa thu cũ rích cũ rơ
đâu khác chi những vần thơ cũ mềm
cũ đâu khác chi các em
vẫn những bộ phận hâm lên nóng hồn

vàng cây vàng lá vàng cồn
gió vu vơ điệu cùn mòn ngàn xưa
khác gì tiếng tí tách mưa
méo tròn rời rạc dây dưa buồn buồn... lhoán

NGUYỄN CHÂU
NGƯỢC NƯỚC

"Chiều chiều trước bến Văn Lâu/ Ai ngồi ai câu ai sầu ai thảm/ Ai thương ai cảm ai nhớ ai trông/ Thuyền ai thấp thoáng bên sông/ Đưa câu mái đẩy chạnh lòng nước non..." (Ưng Bình Thúc Gịa Thị)

Giai điệu câu hò mái nhì da diết, mềm mại, thiết tha khiến lòng Đoan Bình bâng khuâng, nhớ về miền sông nước quê nhà. Hò mái nhì mà đưa câu mái đẩy, con thuyền mỏng manh như lá tre khô lênh đênh, khòm lưng chèo ngược nước như người ngược dòng đời, chạnh lòng tha hương thương non nhớ nước trong vất vả, gian nan.

Miền quê Ba Tri - Bến Tre của Đoan Bình cũng nước ròng nước lớn. Cuộc đời cô thăng trầm theo vận nước đảo điên. Cha cô – cụ Đề Giang, gom góp của cải ủng hộ và hưởng ứng phong trào Đông Du của cụ Phan Bội Châu, thuở nhỏ Đoan Bình theo học chữ nho, bốc thuốc với bà Sương Nguyệt Anh (Nguyễn Thị Khuê – con gái cụ Đồ Chiểu), lúc này Sương Nguyệt Anh đã mù giống cha mình. Đoan Bình được cha dạy võ từ sớm, cô lên Saigon tìm nơi dựng nghiệp, đã gần ba mươi nhưng vẫn chưa chồng. Thập niên 50 nhiều biến động, cô vừa học vừa làm. Xã hội đã phân hoá như Cửu Long Giang đổ ra chín cửa, lòng cô chơi vơi giữa dòng đời.

Thời thế nhiễu nhương, các phong trào chống Pháp ồ ạt nổi lên. Dương Văn Dương, thủ lĩnh các nhóm giang hồ Nam Bộ thống nhất lực lượng ở Tân Quy, Tân Thuận, Nhà Bè, Thủ Thiêm và lực lượng Bình Xuyên ra đời, hàm ý tấn công, bình định các vùng đất trên sông rạch.

Tại Tân Châu - Châu Đốc, Long Xuyên, Hà Tiên, Cần Thơ, lực lượng Hoà Hảo với người sáng lập giáo phái là Huỳnh Phú Sổ. Tại Tây Ninh giáo sư Thượng Vinh Thanh thay mặt Hộ Pháp Phạm Công Tắc tập hợp các tín đồ Cao Đài liên minh với quân đội Nhật chống Pháp. Việt Minh và Liên Việt hợp nhất lấy tên Mặt trận Liên Việt hay Việt Minh, quy tụ nhiều thành phần quốc gia yêu nước. Mục tiêu duy nhất của các lực lượng là chống kẻ thù chung giành độc lập cho dân tộc mình.

Đoan Bình không theo ai cả, cô tập hợp lực lượng toàn nữ giới có cùng chí hướng, luyện tập võ nghệ và khai sáng "dân trí". Cô không dám mang hoài bảo lớn lao như cụ Phan: "Khai dân trí. Chấn dân khí. Hậu dân sinh". Chủ trương "khai dân trí" của cô không dành cho người mù chữ, đồng chí của cô là nữ lưu anh kiệt, con nhà danh gia thế phiệt có dũng khí bà Triệu, bà Trưng.

Cô cho người theo dõi và ra tay trừng trị những tham quan ô lại, bất kỳ ai đang có quyền thế mà hống hách, giàu có bất minh, không kể đảng phái, phe nhóm nào. Lực lượng của cô xuất quỷ nhập thần như thích khách, như cao thủ võ lâm trong truyện kiếm hiệp của Kim Dung.

Một đêm không mưa gió nhưng màn đêm tối trời, cai tổng An nghênh ngang vung gậy quất vào đầu đám nông dân đang quỳ lạy cầu xin bớt sưu, giảm thuế. Bọn sâu dân mọt nước tôn cai tổng An lên bậc thượng thừa. Bỗng lưỡi dao như lá lúa xuyên thủng tim, chết đứng. Lũ quan làm to, mưu mô càng khó đoán, nhưng cứ nhìn hành vi của bọn tay chân, suy ra chân tướng kẻ tham tàn.

Mật thám Pháp đưa lưỡi dao đi lấy vân tay, truy tìm hung thủ. Lưỡi dao mỏng manh như có thần, cong lưỡi chĩa vào yết hầu Rober – trưởng Phòng Nhì Pháp, hắn hoảng hồn vung tay, lưỡi dao bay cắm phập vào ngay mắt bức chân dung của hắn treo trên tường.

Cai tổng An chết, dân nghèo cũng không bớt khổ, hằng ngàn tên đầu sỏ, cai tổng An khác còn bạo liệt, tàn nhẫn hơn trên đất nước này. Dân càng nghèo, càng cong mình cam chịu ách thống trị bất công.

Đoan Bình bỗng mất phương hướng, lý tưởng của cô mong "Quốc thái dân an" như mò kim đáy biển. Mộng tranh bá đồ vương của các phe phái, tàn sát lẫn nhau, gây ra biết bao thảm cảnh, trong khi đất nước như dầu sôi lửa bỏng. Ai vì nước vì dân?

Không gian mù mịt, từ đỉnh núi lan toả những áng mây bay la đà, đường dốc quanh co chập chờn bướm hoa muôn sắc. Con bướm bà to đen mỏi cánh vừa vụt qua, rồi lảo đảo trên bụi cỏ thấm đẫm những hạt sương long lanh.

Đoan Bình dụi mắt, những sắc màu lung linh của đôi cánh bướm như những viên ngọc tí hon, chấm phá trên nền nhung đen đang nhẹ nhàng ve vẩy. Cành lá xanh um pha lẫn màu rêu, hiện dần ra trong ánh bình minh. Chim thi nhau hót véo von đón chào ngày mới.

Thung lũng dưới chân cô ẩn hiện những mái nhà tranh lửng lơ làn khói xám, tiếng vọng của suối ngàn róc rách đâu đây. Chỉ cần một cái nhún chân, cô sẽ bay về chốn cũ.

Đường lên đỉnh trời xa vời vợi, dốc đá khúc khuỷu hiện dần ra theo bước chân cô miệt mài, mong tìm được chốn bình yên cho tâm hồn. Càng lên cao, cô càng thấy lòng nặng trĩu, không lẽ cô đã mang theo nỗi u hoài và khổ đau Trong hành trang tìm về cõi thiên thai của đời mình?

Dưới chân Đoan Bình hàng hàng lớp lớp tầng mây lơ lửng, đỉnh trời tròn vo trần trụi, màu trời xanh lơ chói chang ánh nắng gay gắt, nghiệt ngã. Hư không hiển hiện rõ nhất trong cô, chỉ nhìn thấy trần gian bao la một màu trắng đục.

Đỉnh trời đã tắt nắng, màn đêm âm u ghê rợn hơn cõi ta bà. Đoan Bình hụt hẫng, mất phương hướng vì niềm tin quá lớn, nhưng cô không thể quay lưng.

Sự cô đơn và thất vọng trong cô không thể sẻ chia, những vì tinh tú và chân lý ngàn đời lặng lẽ soi rọi thế gian trong an nhiên khiến cô ganh tị.

Con bướm bà lẽo đẽo theo cô, bỏ lại sau lưng những li ti phấn độc màu tang chế, pha lẫn trong mây.

Nguyễn Châu

NP PHAN
BẾN ĐÒ XƯA

1.

Tôi rất thích hai câu thơ này trong "Cung oán ngâm khúc" của Nguyễn Gia Thiều:

Cầu thệ thủy ngồi trơ cổ độ
Quán thu phong đứng rũ tà huy

Đọc hai câu này, lúc còn học trung học, tôi cứ nghĩ phải có một cái cầu tên là cầu Thệ thủy (viết hoa) và một cái quán tên là quán Thu phong (cũng viết hoa). Cầu và quán đã được nhân cách hóa: *ngồi* và *đứng*.

Thực ra thì chẳng có cầu nào là cầu thệ thủy, chẳng có quán nào là quán thu phong cả. Tôi thấy thấp thoáng trong hai câu thơ kia là hình ảnh một bến đò hiu hắt dưới bóng nắng chiều rời rã, dòng nước cứ xuôi chảy miên man, không bao giờ dứt.

Hình ảnh một bến đò xưa cứ ám ảnh mãi trong tôi:

"... Có một thoáng mù sương
Lẩn trong chiều cổ độ"...
("Có ta và em" – NP phan)

"Cổ độ" là hình ảnh bến đò xưa và dòng sông thời thơ ấu của tôi. Đã nhiều lần tôi nhủ lòng là phải về thăm lại bến đò xưa. Nhưng cuộc sống cứ cuốn lấy tôi. Cứ mãi lần lữa, dây dưa.

2.

Tôi có dịp trở lại thăm nhà ngoại sau hơn bốn mươi năm.

Cậu Ba là người em cùng mẹ khác cha với mẹ tôi. Cậu mất đột ngột do đột quỵ lúc hơn bảy mươi lăm tuổi. Vợ chồng tôi phải về để tang cậu. Có lẽ đã hơn bốn mươi năm tôi mới trở lại thăm nhà ngoại. Ngoại đã mất từ lâu, năm nào tôi cũng không nhớ. Mẹ tôi cũng đã xa anh em chúng tôi hơn một năm khi ngoài tám mươi.

Căn nhà của ngoại ngày xưa bây giờ đã thay đổi quá nhiều, tôi không thể nhận ra. Con đường đất trước nhà ngoại đã được đổ bê tông. Hai gian nhà tranh đã được thay bằng hai căn nhà ngói liền nhau với các tiện nghi của cuộc sống hiện đại ở vùng nông thôn. Những thửa ruộng xung quanh nhà, bây giờ đã là khu vườn rộng, có mấy cây xoài to lớn. Tôi hỏi mợ tôi:

- Con nhớ hồi xưa có hai cây mít ở hai đầu nhà và trước nhà là một cái mương nước, phải không mợ?

- Đúng rồi, trí nhớ con tốt đó. Hai cây mít đã chết từ sau khi ngoại con mất. Cái mương nước trước nhà cũng bị lấp sau khi xã làm lại hệ thống thủy lợi.

- À, bến đò Cầu Voi bây giờ còn không hả mợ?

- Không còn bến đò nữa. Mà sao con lại hỏi bến đò Cầu Voi?

Tôi chỉ cười, không nói gì.

Xong việc thì trời đã tối. Vợ chồng tôi phải vội trở về thành phố.

3.

Đó là vào khoảng gần cuối năm 1964.

Năm ấy tôi đang học lớp Tư (tức là lớp Hai bây giờ) trường làng. Mới vào học độ chừng hai tháng thì tôi phải nghỉ học vì chiến tranh nổ ra trên khắp cả tứ thôn Đại Điền. Quê tôi đồng khởi, phá ấp chiến lược, thành lập "chính quyền cách mạng". Cha mẹ tôi và mọi người vẫn gọi năm ấy là năm "ly sơn". Trường tiểu học nơi tôi học đóng cửa. Các thầy cô giáo cũng đã rời trường. Bạn bè tản mát.

Vì tuổi còn quá nhỏ, tôi chẳng nhớ gì nhiều. Chỉ nhớ rằng, tôi không phải đi học mà rong chơi thỏa thích, nào bắt dế, bắn chim, thả diều và rất nhiều trò chơi vui vô kể. Tối đến, thỉnh thoảng được coi các đoàn văn công diễn ở trụ sở thôn (Trụ sở sau này bị đánh sập một lần và sau đó bị đốt cháy một lần nữa nên vẫn thường gọi là "Trụ sở sập" hay "Trụ sở cháy"). Các tiết mục múa hát, cả diễn kịch có anh lính giải phóng đánh nhau với anh lính cộng hòa. Tôi nhớ có người đã nhảy lên sân khấu đòi đánh anh lính cộng hòa trong khi vở kịch đang diễn. Tất cả khán giả là người dân quê tôi.

Đêm đêm, nhất là những đêm trăng sáng, thỉnh thoảng có những "sinh hoạt" gì đó tôi cũng chẳng biết. Và thỉnh thoảng, có những đoàn quân rất đông người với bao nhiêu là súng ống đạn dược, kéo về trong một đêm, rồi sáng sớm hôm sau họ lại lên đường. Chắc là đánh nhau ở đâu đó. Tôi nghe loáng thoáng cha mẹ tôi nói là bộ đội chủ lực gì gì đó.

Những chuyện này tôi sẽ kể thêm sau khi có dịp.

Tôi cứ suốt ngày rong chơi trong gần một năm học.

Khi bắt đầu vào năm học tiếp theo, trường học vẫn chưa được mở lại.

Không thể để con phải nghỉ học, cha tôi đã bàn với bác Hai tôi, bằng cách nào đó phải cho lũ trẻ đi học trở lại. Lũ trẻ ở đây là tôi và chị Sáu (con của bác Hai), lớn hơn tôi một tuổi.

Tôi có người chú họ ở Phú Ân Nam, bên kia sông Cái. Dạo ấy, vùng này còn tương đối an ninh (như cách nói của người lớn). Nhà chú tôi ở gần cầu Ông Bộ, ngay bên đường quốc lộ 1, trên đường về thị xã. Chú tôi làm nghề thợ mộc, có nhà cửa, cơ ngơi làm ăn khá rộng rãi, đàng hoàng. Bên kia cầu Ông Bộ là thôn Võ Cạnh thuộc xã Vĩnh Trung, quận Vĩnh Xương.

Thôn Võ Cạnh nổi tiếng vì nó gắn liền với câu ca dao về các đặc sản của "Xứ trầm hương":

Yến sào Hòn Nội
Vịt lội Ninh Hòa
Tôm hùm Bình Ba
Nai khô Diên Khánh
Cá tràu Võ Cạnh
Sò huyết Thủy Triều
Đời anh cay đắng đã nhiều
Về đây ngọt sớm ngon chiều với anh

Trong sáu đặc sản trên đây, có hai món bây giờ có lẽ đã "tuyệt tích giang hồ" là nai khô Diên Khánh và cá tràu Võ Cạnh.

Võ Cạnh còn nổi tiếng với tấm bia Võ Cạnh. Bia Võ Cạnh được Viện Viễn Đông bác cổ phát hiện tại làng Võ Cạnh và đưa về Hà Nội năm 1910. Đây là tấm bia cổ duy nhất còn lại của vương quốc Champa xưa, khắc bằng chữ Sanskrit, là tấm bia cổ nhất vùng Đông Nam Á, có giá trị lịch sử lớn.

Đó là những gì về Võ Cạnh tôi biết về sau này.

Cha mẹ tôi đã gửi tôi và chị Sáu ở trọ nhà chú Năm và học ở Trường Tiểu học Võ Cạnh, nằm phía bên kia cầu Ông Bộ, cách nhà chú chỉ khoảng vài trăm mét.

Trường Tiểu học Võ Cạnh nằm bên cạnh đình Võ Cạnh, một ngôi đình cổ, uy nghi.

Đó là một ngôi trường nhỏ, nằm sát bên đường quốc lộ, một dãy nhà hình chữ L, có khoảng năm sáu phòng gì đó, tường xây, lợp ngói. Tôi và chị tôi vào học lớp Ba (cũng là lớp Ba hiện nay) mặc dù chưa học xong lớp Tư. Tôi nhớ lớp học có khoảng bốn chục học sinh mà bây giờ tôi chẳng nhớ ra ai cả, trừ một bạn có học chung với tôi ở bậc trung học mấy năm sau đó.

Ở trọ nhà chú Năm, tôi và chị tôi chỉ lo ăn học, chẳng phải làm việc gì vì còn quá nhỏ. Nhà chú cũng có mấy đứa con cùng trang lứa với chúng tôi nên vui chơi thỏa thích, nhất là vào chập tối, lúc ăn cơm xong (vì ban ngày phải đi học cả ngày).

Những đêm sáng trăng, chúng tôi chơi đủ trò chơi từ u mọi, cút bắt, bịt mắt bắt dê... Có một dạo, tôi bị "quáng gà", chắc là do ăn uống thiếu chất, với lại tôi cũng rất kén ăn. Ban đêm tôi chẳng nhìn thấy gì, không chơi được trò chơi gì, tức muốn phát khóc. Sau một thời gian ngắn, chừng hơn tháng gì đó, thì cũng tự khỏi, không biết làm sao.

Nhiều đêm, nhớ nhà, nhớ cha mẹ và các em, tôi cứ nằm khóc rưng rức mà chẳng có ai dỗ dành.

4.

Dòng sông Cái ngăn giữa hai thôn Phú Ân Nam (thuộc xã Diên An) và Phú Ân Bắc (thuộc xã Diên Phú). Lúc ấy, từ bên này sang bên kia hoặc ngược lại, phương tiện duy nhất là đi bằng đò. Từ Phú Ân Nam, gần nhà chú tôi, có một con đường nhỏ chạy giữa cánh đồng lúa của làng, dẫn đến một bến sông. Bên kia sông là bến đò Cầu Voi. Sở dĩ có tên gọi như vậy là vì nó nằm gần bên một chiếc "cầu tre lắt lẻo" tên là Cầu Voi (Không hiểu sao lại gọi là Cầu Voi), bắc ngang một nhánh sông nhỏ. Ở đó, thường có một chiếc nhỏ đò chờ đưa khách qua sông.

Thường thì cứ vào cuối buổi chiều cuối tuần (có khi hai tuần), tôi và chị tôi xin phép chú thím, dắt díu nhau về thăm nhà. Hai đứa bé, một lên tám, một lên chín tuổi lôi thôi lếch thếch đi bộ quãng đường dài sáu cây số. Chị đi trước, em lẽo đẽo theo sau, nhiều lúc đi theo không kịp chị, cứ vừa đi vừa khóc, cố chạy theo cho kịp chị để còn lên đò qua sông.

Chị Ngôi là người chèo đò đưa chúng tôi qua lại trên dòng sông Cái. Bây giờ tôi cũng không hình dung ra được khuôn mặt chị, chỉ nhớ là chị còn trẻ, hơn chúng tôi độ gần mười tuổi, hay đội chiếc nón lá. Hôm nào chị bận việc gì đó không chèo đò thì có cha chị (tôi đoán vậy) chèo thay. Mấy mươi năm rồi, không biết bây giờ chị thế nào, gia đình, chồng con ra sao, sinh sống nơi đâu?

Tôi nhớ có hôm hai chị em về đến cánh đồng gần nhà thì súng bỗng nổ vang, đạn bay "chíu chíu" trên đầu, đạn cối nổ ngay trước mặt, chớp lửa nhoáng nhoàng. Phía bên này và phía bên kia từ trong các khu vườn nhà dân thi nhau nã đạn về phía nhau. Chị em tôi nháo nhào chạy dưới hai làn đạn, chạy cả xuống ruộng bùn, vừa chạy vừa la khóc. May mà cũng về được đến nhà không sao cả.

Trong thời gian tôi học lớp Ba tại Trường Tiểu học Võ Cạnh, chiến tranh vẫn diễn ra ở tứ thôn Đại Điền và ở nhiều nơi khác.

Sau gần một năm thì "chính quyền cách mạng" ở tứ thôn Đại Điền giải tán. Phía "quốc gia" tấn công ác liệt để giành lại vùng tứ thôn Đại Điền. Phong trào "ly sơn" tan rã, cán bộ, du kích rút hết lên núi.

Hết năm học, tình hình tạm yên. Cha tôi đưa chúng tôi về quê. Chúng tôi giã từ chú thím và các em, giã từ thầy cô và các bạn học trường Võ Cạnh trong tiếc nuối bùi ngùi.

Tôi về lại Trường Tiểu học Đại Điền Đông, học lên lớp Nhì.

Đó là vào khoảng tháng 9 năm 1966, năm Bính Ngọ.

Năm sau và những năm sau nữa, khói lửa chiến tranh lại tiếp tục bùng lên dữ dội.

5.

Trời đã về chiều nhưng nắng vẫn còn gay gắt.

Từ nhà ngoại, tôi chạy xe dọc theo xóm thôn bên bờ bắc sông Cái. Nhà cửa khang trang, ruộng đồng tươi tốt. Đi mãi một lúc thì đến Cầu Voi. Chiếc cầu tre năm nào được thay bằng chiếc cầu bê tông kiên cố.

Bến đò Cầu Voi năm nào đâu rồi?

Tôi hỏi một chị bán hàng gần cầu:

- Xin lỗi chị, chị có biết bến đò Cầu Voi chỗ nào không?

- Em không biết bến đò nào cả, chỉ biết Cầu Voi này thôi. À, có khi anh hỏi bà bác kia kìa, bác ấy lớn tuổi chắc là biết.

Tôi tiến tới người phụ nữ lớn tuổi, chắc cũng xấp xỉ tám mươi, trông còn khá khỏe mạnh, lễ phép hỏi:

- Thím cho cháu hỏi, thím có biết bến đò Cầu Voi hồi xưa bây giờ ở đâu không ạ?

Thím nhìn tôi từ đầu đến chân rồi hỏi lại:

- Cháu người vùng này hay ở đâu? Muốn tìm nhà bà con ở đây à?

- Dạ, quê cháu bên Đại Điền. Hồi nhỏ, cháu trọ học bên Phú Ân Nam, hàng tuần hay đi về thăm nhà, qua bến đò Cầu Voi này. Cũng đã lâu lắm rồi, chắc cũng gần năm mươi năm. Cháu chỉ muốn thăm lại bến đò ngày xưa thôi ạ.

Thím cười giòn giã:

- Bến đò Cầu Voi đã bỏ lâu rồi cháu ạ. Nó nằm ở chỗ kia kìa.

Theo tay bà thím chỉ, tôi thấy mấy ngôi nhà cây cối um tùm, không có lối nào dẫn xuống bến sông.

Nhìn sang bên kia sông, tôi cũng không thấy dấu vết gì ngoài hàng tre xanh mướt.

Bến đò xưa, từ lâu đã không còn nữa.

Tôi cám ơn chị bán hàng và người thím, rồi thẫn thờ nhìn ra dòng sông.

Chiều đã xuống. Nắng tắt dần.

Trong lòng tôi là một khoảng trống mênh mang.

NP Phan

VŨ KHẮC TĨNH
CÀN KHÔN

Càn Khôn ngủ thiếp đi lúc nào không hay, khi thức giấc, lão Tư Bền đã đi ra khỏi nhà. Trời rét và Càn Khôn muốn đi ra ngoài. Càn Khôn với tay lấy trên kệ sách xuống một tập thơ để mang theo đọc, Càn Khôn rất mê thơ. Một tập thơ của tác giả nước ngoài từng nhận được nhiều đánh giá ưu ái của nhiều nhà phê bình văn học lớn. Càn Khôn đọc chậm rãi. Một lúc, Càn Khôn gấp sách lại rồi lại mở ra và cuối cùng để lại chỗ cũ. Lần đầu tiên trong đời, Càn Khôn thấy cả tập thơ này viết theo thể loại tự do hoàn toàn nhưng thú thật là không hiểu nội dung tác giả nói gì. Những câu dài ngắn được ngắt xuống dòng một cách tuỳ hứng, nhợt nhạt đến rỗng tuếch trong một thoáng chân không. Như một hố nước trong veo nhưng Thực chất khá nhiều vi khuẩn, rốt cuộc chẳng có một chút dinh dưỡng nào. Không có luồng ánh sáng mang tia hồng ngoại chiếu rọi để giết những con vi khuẩn.

Trong đêm tối tăm mất đi tia lửa bùng lên, các thánh thần trở nên hiềm khích để tạo ra mối điên loạn để tô điểm cho sự cô đơn. Một bức tường, một bức tường đã ngăn mũi tên bắn xuyên qua rồi dừng lại rớt xuống đất để lại sự hoài nghi về thân phận của những bài thơ này. Những hoài bão cháy bỏng trong lồng ngực mang nặng tính năng động hoàn hảo của đất và hạt xuống được gieo trồng đã trở thành một trò chơi trí tuệ, như một kiến trúc sư về phát hoạ ra ngôi nhà cổ kính lẳng lặng và rối rắm với hình thù quái dị.

Càn Khôn lại lấy tập thơ xuống, giở ra và đọc đi đọc lại một lần nữa. Tại sao những bài thơ này hắn đọc không hiểu tác giả đã nói gì, lại chinh phục Càn Khôn trong quãng thời gian này bằng sự biến hoá ngôn từ theo tuỳ hứng. Thơ siêu hình, thuộc về siêu hình chủ nghĩa, cuộc sống đã biến thành một trò chơi khởi sắc. Đã nhiều lần Càn Khôn thử sức mình bằng cách bắt chước làm nhưng không được, nếu được một bài thơ hoàn chỉnh người ta sẽ nói hắn ăn cắp ý tưởng và ngôn từ. Thôi, hãy để nó tự thăng hoa trong mạch chảy luân lưu qua mọi thời đại, có ai đó đọc qua và hiểu được càng tốt.

Tất cả những cái đó mang tính chất trừu tượng, dù sao cũng một thời mê hoặc Càn Khôn. Nếu đem ra mổ xẻ thì đó là một trò nhào lộn của trí tuệ, mà ngôn từ là sự biểu diễn tài tình của một con người tài hoa sinh sản ra. Một nền văn hoá mở ra không gian, đến lúc trỗi dậy trong lập dị bao giờ cũng được chiếu sáng trong vầng hào quang, rồi kết thúc hoặc được tôn vinh trên nền tảng nghệ thuật ẩn dụ trong cách sáng tạo để đời. Đó là những trò ảo thuật bậc thầy trong cấu trúc thơ thuần tuý sẽ sống mãi, âm nhạc thuần tuý sẽ sống mãi, tư tưởng thuần tuý sáng tạo nhân văn sẽ sống mãi với thời gian. Như một cái cây tươi tốt được chăm sóc và bón phân thường xuyên, mỗi ngày một tố chất được dung nạp để nuôi dưỡng một cách khoa học nó sẽ phát triển bén rễ và hút nhựa nuôi sống thân cây và tạo ra hoa quả. Sau khi nó đã biến thành ngôn từ, mọi cụm từ đơn giản là sự tung hứng ra thơ, ra âm nhạc. Con người cuối cùng cũng đi xa hơn nữa trong tột đỉnh hân hoan hay tột đỉnh cô đơn, làm sao mà biết được.

Chẳng một ai khác chính là đức Phật tồn tại mấy trăm năm. Càn Khôn giật mình thốt lên.” Đó là một điều bí ẩn và sự tuyệt vời của ngài!” Đức Phật là linh hồn chủ thể trút những dư cảm vào chỗ trủng, vào sự tồn tại của hàng ngàn trái tim hỗn loạn đang cố bám víu vào sự giác ngộ và tôn thờ.

Trên thực tế, nguồn dự trữ tâm linh có khả năng chiêu hồn những tiết tấu mang âm hưởng của cuộc vật lộn sinh tử chống lại sức mạnh huỷ diệt đang thai nghén rình rập trong hắn. Một cuộc đấu tay đôi làm hao mòn dần dần trí tưởng tượng đang sinh sôi, cuối cùng rồi cũng tuỳ thuộc vào cuộc đấu trí vô cùng cam go này.

Một cách tuỳ hứng và chịu đựng qua thời gian. Càn Khôn vội vã lấy tập bản thảo. Càn Khôn đã phát hiện ra tất cả các mục sẵn có của mình, giờ đây Càn Khôn mới biết được phải làm gì. Ai là người cuối cùng rơi vào giữa hư không, chơi vơi giữa giòng đời cố bám víu vào cánh tay cứu rỗi để tồn tại. Mọi cái tiềm ẩn đến lúc Càn Khôn phải trục xuất ra khỏi cái hồ lô trống rỗng càng sớm càng tốt.

Hắn hiện hữu trong cách suy nghĩ, trong tầm nhìn bao quát và hắn bắt đầu viết. Viết là một cuộc săn đuổi lý thú để loại khỏi nơi ẩn náu những con quái vật vô hình bay nhảy đang diễn ra trong thầm lặng. Thực tế, nghệ thuật là một khái niệm đơn thuần trong câu thần chú diệu kỳ đang rao giảng trong những cuộc sinh hoạt mẫu mực, được cụ thể hoá, bằng cách này hay cách khác cũng được lan toả. Chính những cái trừu tượng mang nặng sự tăm tối rình rập giết chết chúng ta. Thế rồi nghệ thuật xuất hiện với những tiếng nói ngọt ngào và giải thoát chúng ta khỏi những rào cản để ta bước qua.

Càn Khôn viết và viết. Vừa vật lộn với cơm áo vừa vật lộn với ngôn ngữ lập dị được bài tiết, vật lộn với ngày và đêm không biết đến ngơi nghĩ là gì. Vậy là đến những ngày hôm sau hắn kiệt sức trên tập bản thảo.

Khi lão Tư Bền bước vào nhà, trời đã nhá nhem tối nhưng vẫn thấy rõ vẻ mặt lão rạng ngời. Lão cũng tìm ra được những thắc mắc hiềm khích về mối tương quan nào đó, giờ là thời điểm lão đem khoe một đề tài mới về quan điểm khái quát, về việc cách tân lại cái lò gạch làm sao sản xuất hàng có chất lượng được hiệu quả. Hắn thầm nghĩ và hắn chờ đợi.

Càn Khôn bắt đầu nôn nóng, mà cách đây mấy ngày hắn đã nhắc nhở lão.

Lão Tư Bền nói những cách nghĩ hệ trọng. Như vậy lão sẽ thảo luận với ông chủ, lão Tư Bền không thể nói toạc móng heo ra ở đây. Càn Khôn thầm nghĩ cũng đúng vì cái lò gạch có liên quan gì với hắn đâu. Khi lão nói hắn tưởng tượng ra ngôn ngữ thơ hay một câu chuyện nào đó để viết ra truyện.

Lão Tư Bền hiểu ra được vấn đề. Vốn liếng của Càn Khôn đã cạn dần nguồn dự trữ, cần bổ sung và thêm bớt cái gì, phải làm nhanh lên. Nếu là ý tưởng mới lạ, nếu là cái lò gạch, công việc làm hay tình yêu.

Lão Tư Bền gãi đầu:

- Vốn liếng nguồn cảm hứng đang cạn dần hả? Gay go đấy! Nếu là tiền bạc, lão có thể cho mượn, chứ về cái đó lão bó tay chịu thua không giúp gì được.

Trầm ngâm một chút lão tiếp:

- Còn vấn đề gì nữa!? Chuyện lò gạch lão đã nói rồi, công việc làm thì chú em cố gắng làm để kiếm tiền, nghe đâu chú em làm ở trong mát với một công việc nhẹ nhàng.

Lão Tư Bền lần lượt nói hết mọi chuyện liên quan đến Càn Khôn.:

- Còn gì nữa? Về tình yêu, lão biểu bó lại tập bản thảo rồi châm một mồi lửa hay lấy cái khăn tay gói tập bản thảo đem gởi cho cô gái đọc, chú em cũng không thực hiện lão lấy làm tiếc. Lấy cô gái con ông chủ thì chú từ chối, chú không muốn làm tổn thương đến cô gái nhất là người trong làng, mấu chốt của vấn đề là chú không muốn ở lại quê suốt đời, không thoát ra được vũng lầy ruộng đồng. Chú không ở lại quê, thì cứ việc ra đi tìm một hướng đi khác, được vậy thì tốt.

Lão Tư Bền rũ đầu xuống, câm nín trong vòng xoáy cuộc đời. Đâu phải có tiền giàu có là giải quyết hết được mọi ngịch lý trong cuộc đời. Đâu phải có kiến thức rộng, hiểu biết hết mọi khía cạnh rườm rà là giải quyết rốt ráo những mâu thuẫn hiềm khích trong đời.

Và giờ đây lão Tư Bền trở về với vợ con trong cuộc sống đời thường.

Càn Khôn thành công trong mọi suy nghĩ, trong niềm đam mê văn chương, trong niềm lạc quan về cuộc đời có vay có trả, đó là qui luật tồn tại muôn đời. Hắn đã tìm ra góc độ của sự việc thích hợp. Đã có một thời gian nó tuột mất khỏi tay hắn, cố chạy thoát nhưng hắn đã nắm ghì lại được và giữ chặt.

Sáng hôm sau, Càn Khôn đi với lão Tư Bền tới tận đầu làng, tạt vào quán cà phê ngồi. Chị phụ nữ vui mừng hỏi lão sao lâu quá không thấy lại uống cà phê, lão nói lúc này uống cà phê vào ban đêm về khó ngủ, thức thì nghĩ lung tung mệt trí óc. Chị giờ cũng mệt mỏi với những câu đùa giỡn, mất hết hứng thú rồi.

Uống xong ly cà phê, Càn Khôn chia tay lão đi làm, còn lão lên đồi đứng ngắm biển. Lão Tư Bền thấy một màu xanh biếc giữa mênh mông, ngắm mây trắng bay về nơi vô định, rồi lão đi tìm một ngôi mộ vô danh. Lão Tư Bền ngồi lại hằng giờ ở đó, lão nghi ngờ trong mấy ngôi mộ này có ngôi mộ của đứa cháu lão đi lính chết oan bởi bom đạn huỷ diệt. Giờ hoà bình lập lại rồi, không còn hận thù mà lão tìm vẫn chưa ra. Lão thắp nén nhang để tưởng niệm mà không biết người lính đó bên nào. Trong khi đi xuống một con dốc dài, lão đạp phải hòn sỏi, sỏi lăn lão cũng nhào theo, may là lão gặp tảng đá lớn chắn ngang lão mới dừng lại được, một lúc hoảng hồn kinh ngạc tựa hồ như lần đầu trong đời vấp phải. Lão Tư Bền quay sang nhìn bốn bề tưởng đâu có Càn Khôn đứng bên cạnh, và trong cái nhìn ấy, lão nhận ra một thoáng sự sợ hãi.

Trong lần gặp Càn Khôn sau này, lão Tư Bền kể lại hết mọi chuyện. Lão có thấy và nghĩ ra điều gì không? Cuối cùng lão cũng lên tiếng. Trên những con dốc đá sỏi đã sống động trở lại, trở mình trong đơn độc. Càn Khôn không nói gì, nhưng cảm thấy một niềm vui sâu xa bất tận ấy. Hắn nghĩ ngay đến một nhà thơ lớn có cái nhìn lớn trong mọi sự vật diễn ra trong thầm lặng, họ đã thấy mọi diễn biến hiện ra trước mặt họ mới thật sự sáng tạo ra nó.

Càn Khôn giờ mới lý giải ra được mọi vấn đề. Đá sỏi có cuộc sống riêng của nó, nằm lăn lóc nếu có bàn chân nào đụng đến nó, nó lăn tròn và đau đớn vì nó cũng có linh hồn. Càn Khôn lại nhớ đến cố nhạc sĩ Trịnh Công Sơn ông đã từng nói " Ngày sau sỏi đá cũng cần có nhau " Như vậy đó, vật vô tri cũng có tâm hồn, biết đâu được đến một ngày nào đó đá sỏi cũng cần có bên nhau huống hồ chi là con người trơ mặt ra coi sao được.

Càn Khôn không nói ra nhưng lão tỏ ra xúc động, vì lão có tâm hồn của một người biết làm thơ, biết mọi ngọn nguồn của trào lưu trong tầm nhìn của một thiên chức có tấm lòng độ lượng cảm xúc, năng động trong sáng tạo.

Càn Khôn rời khỏi con đường mòn, leo lên một mõm đá và bắt đầu nói với lão những câu chuyện tâm huyết.

- Rồi một ngày nào đó không biết được, có thể những ngày tháng trong Tết hoặc là sau Tết, hắn sẽ ra đi không còn ở trong làng này nữa, có nghĩa là hắn không còn gặp lão nữa. Hắn sống mỗi một mình và hắn luôn luôn muốn thế.

Một lần nữa, nỗi khát khao cháy bỏng muốn đi xa lại xâm chiếm tâm hồn hắn, cồn cào tâm hồn hắn. Không phải hắn muốn rời bỏ nơi đây, thực tế hắn lại muốn rời bỏ nơi đây một thời gian tìm một chỗ nương thân lâu dài. Ở quê một mình hắn sống đâm ra lạc lõng bơ vơ, nữa đêm hôm có mệnh hệ gì xảy ra thì sao, cô gái đó chắc gì đã yêu thương hắn suốt đời. Cuộc đời vốn dĩ không thể nói trước được chuyện gì, mù mù tăm tăm.

Một thời gian dài trôi qua, hắn vẫn đi làm ở lò gạch ít có thời gian ghé lại nhà thăm lão Tư Bền. Giờ công việc làm dồn dập, hắn phải cố gắng làm hết sức mình. Đến khi hắn rãnh rỗi mới ghé lại nhà thăm lão, lúc đó mới biết lão đi du lịch bên trời Tây. Lão được cô em gái bảo lãnh qua Mỹ, lâu nay có nói lão có cô em gái ở Mỹ đâu hèn gì đôi lúc thấy lão xài tiền đô. Hỏi lão, lão chỉ cười hề hề không nói.

Lâu nay Càn Khôn đã nhận chân ra rằng, mình sinh ra đời không phải để làm con trâu hay con ngựa, chỉ có những con vật mới biết sống để mà ăn, để làm nô lệ cho con người. Để tránh khỏi những lời kết tội như trên, hắn bày vẻ rạ những công việc rối rắm cho mình " Thà làm một con cá ốm bơi lội trên ao hồ còn hơn con chim cu cho ăn mập mình mà bị nhốt trong lồng "

Càn Khôn là người có bản lĩnh và chí khí mà không hao tổn và hèn kém gì. Hắn không phải là con người như thế và sẽ không bao giờ để xảy ra tồi tệ như thế. Bất kể những thứ đó trả giá như thế nào. Có người thì tin có thiên đường, có người không tin cho là nói bá láp không có cơ sở, có người thì nói có địa ngục, có người nói làm gì có địa ngục vô ra có người canh gác cổng. Hắn chỉ biết làm thế nào có sự tự do, hắn muốn làm những gì hắn muốn mà không phạm đến pháp luật và làm tổn thương đến một người nào hết. Hắn không ao ước lên thiên đường, nơi tâm hồn hắn sẽ nhồi nhét đầy mọi sự ràng buộc cắc cớ. Càn Khôn là một thằng dốt có học nhưng không biết cách bưng bít sự thật hay diễn đạt trơn tru mọi vấn đề.

Mọi hão huyền của sự đời sẽ vượt qua trong tâm bão lướt qua để lại sự hoang tàn, chẳng cần suy nghĩ, không sung sướng tột bực với cái tốt mà cũng chẳng tỏ ra tuyệt vọng vì cái xấu xa. Nếu một ngày nào đó nghe tin lão Tư Bền kết thúc cuộc đời nhàn rỗi ở bên Mỹ, cũng chẳng khác chi cuộc đời lão sống ở đây.

Đó là những điều nhăng nhít hắn vừa nói đã trở thành dây mơ rễ má trong nguồn cảm hứng đang diễn ra, mà hắn không bao giờ giải thích được.

Đầu óc Càn Khôn đang xáo trộn lộn tùng phèo và hắn sắp sửa hoàn tất sự rồ dại trong niềm hân hoan bất đắc dĩ của hôm nay và ngày mai. Xin lão hãy vui lòng cầm bút viết cho hắn ngay sau khi nhận được lá thư này như một tín hiệu lạc quan về thân phận, về dòng đời lang bạt chưa có nơi để dừng. Vì hắn còn trẻ và đi hết quãng đời còn lại, còn khao khát những khát vọng làm một con người cao thượng hay một con người rẽ rúng, chung quy chỉ có vậy thôi. Hắn ngẫm nghĩ chiêm nghiệm biết bao nhiêu năm rồi về bản lý lịch trích ngang còn ẩn chứa vết tích vàng son thời quá khứ của những con người sinh ra hắn. Nơi đó Càn Khôn gọi là cội nguồn, giờ tên Càn Khôn đã bị gạch tên trong sổ của thượng đế, và trong sổ của những con người nắm quyền sinh sát trong tay. Họ đang giận dữ quát tháo hắn là kẻ hữu danh vô thực, may mà còn có lão Tư Bền, cô con gái của ông chủ lò gạch, có anh Đồng người anh xóm làng và bạn bè xa gần đã ghi tên hắn vào sổ đoạn trường, hắn nghĩ vậy nên hắn quí mến và tỏ ra trân trọng cuộc đời này vẫn còn tốt đẹp.

Hắn cũng không còn nhớ rõ chiều hôm ấy là chiều thứ mấy trong tuần. Hắn đi làm về sớm, ngồi trên bậc thềm nhìn ra cánh đồng trước mặt. Hôm ấy, hắn đã trông thấy một đàn cò trắng bay nhịp nhàng về núi, hắn cảm thấy sung sướng vô cùng vì nó có cội nguồn để bay về. Hắn vui sướng vì đồng quê hôm nay bình yên không còn tiếng súng đạn nổ bom rơi, đồng lúa xanh mơn mởn trong tiếng gió vi vu, những tiếng mõ lốc cốc, tiếng chuông ngân nga vọng ra từ một ngôi chùa cổ kính ở làng quê nghe nôn nao trong lòng và câu phù chú xoá bỏ những nền tảng ảnh hưởng của đức Phật tuôn ra giữa thanh thiên bạch nhật và cuộc đấu tranh sinh tồn đã làm dịu đi một phần nào, hắn không còn nỗi lo sợ mông lung và tuyệt vọng nữa mà tin chắc rằng mình sẽ được giải thoát một ngày gần đây

Trong bức tranh tối và sáng, ngày và đêm, sự tuần hoàn đến rồi đi trong sự ngỡ ngáng và tiếc nuối. Qui luật của nó là như thế, không một ai có thể sửa đổi được, ngay cả Chúa, Phật và thánh thần rong chơi trong không gian như có một sự thoả thuận ngầm là không can dự vào rối rắm, sinh tử đời người, số mạng con người đã được định đoạt, ai làm sai người đó phải chịu tội. Đã có luật nhân quả sờ sờ ra đó, chỉ có đến chậm nên người ta không biết được. Sinh ra từ cát bụi thì trở về với cát bụi.

Hôm ấy, có luồng gió Lào dữ dội nóng bỏng, thổi từ cõi vô biên tới những vùng miền tạo nên những con trốt trên đường, tạo nên cơn lốc xoáy vòng tròn rộng lớn, cuốn hút lá khô và bụi đường. Đó là một con lốc xoáy vô hồn.

Nguồn cảm hứng, cảm xúc một sớm một chiều bay lơ lửng gặp cơn gió thổi bay thoát khỏi trí tưởng tượng biến thành luồng không khí ngột ngạt. Trong những ngày khó thở này, trong bản thân Càn Khôn cũng chìm ngập một nỗi rạo rực với những ngày nắng ráo sắp sửa chào đón xuân về. Một thoáng mỏi mệt, một chút căng thẳng trong lớp hào nhoáng, một cảm giác, một ước muốn hay một hồi ức về hạnh phúc đơn giản và lớn lao.

Hắn đi trên con dốc đầy những đá sỏi vô tri, ngây ngô. Một cảm xúc đột ngột thôi thúc hắn cầm trên tay những viên sỏi, mấy mươi năm rồi bị vùi lấp trong những cơn mưa, trong sương mù, trong những cơn mưa dai dẳng nước chảy tràn trên cao đổ xuống, lại một lần nữa được sưởi ấm khi nắng lên hừng hực khí thế. Hắn nghĩ sau khi cuốc bộ về làng, sự mệt mỏi, chán nản sẽ làm dịu đi nỗi bồi hồi do một mùa xuân mang lại.

Những viên đá, viên sỏi sạch bóng trơ trụi một vẻ trần trụi rực sáng giữa con dốc và những hòn đá tảng ẩn mình chờ đợi một cái gì không rõ nét, nằm bên đồi cây hoang vắng mà hắn yêu. Một con chim cú mèo ở đâu bay tới đậu trên ngọn cây, đôi mắt tròn, mắt tựa như con mèo, nhìn trân trân, trang nghiêm, đẹp và bí ẩn. Hắn bước nhẹ, nhưng tai nó rất thính, nó hốt hoảng lặng lẽ bay đi không để lại tiếng kêu nào. Vì loại cú mèo Chỉ đi săn mồi ban đêm, thường thường vào nửa khuya nó mới thả những tiếng kêu rợn người, đôi mắt nó sáng chiếu vào đêm đen để tìm con mồi nhất là những con chuột, nó thuộc loại ăn thịt sống.

Không khí chung quanh được mùi cỏ xạ hương. Những thân cây, cành, nhánh có gai mọc lởm chởm nở những bông trắng rất đẹp. Cây có hoa đẹp thường có những nhành gai nhọn hoắt chìa ra. Đứng từ xa mà nhìn chớ có chạm tay vào hoa làm gì. Hoa đẹp là hoa có gai.

Hắn đi lại con đường nhỏ, những bụi cây mắc cở, Càn Khôn mới chạm tay vào là lá tự động xếp lại ngay ngắn phơi mình dưới ánh nắng chiều vàng nhạt. Mùa thu mới đi qua một nửa, còn một nửa kia buồn man mác. Ai đó nói mùa thu đẹp nhưng với Càn Khôn thì không. Bầu trời u ám, phất phơ trong ngọn gió heo may. Càn Khôn như cảm thấy đang nhìn trộm bức tranh vẽ hàng cây phong lá màu đỏ sẫm được treo trong quán cà phê. Đã có lần anh Đồng nói với hắn loại cây phong này bình thường lá màu xanh như các loại cây khác, nhưng hễ đến mùa thu là chuyển thành màu đỏ sẫm trông rất đẹp mắt. Ở Việt Nam làm gì có loại cây này, chỉ có ở Mỹ và một số nước khác trên thế giới.

Nói thì nói vậy thôi, lâu lâu cũng có ngày đẹp trời rất dịu dàng nhờ vào nắng thu, nhất là vào mỗi buổi chiều. Hắn và anh Đồng ngồi trước nhà, trong khu vườn nhỏ, dưới cây trứng cá trĩu trái, thấp thoáng qua vòm lá là cánh đồng lúa chin vàng rì rào uốn lượn nhấp nhô, hoàn toàn tĩnh lặng. Những đám mây lững lờ liên tục trôi ngang qua mặt trời, làm cho mặt đất có lúc ảm đạm, lúc tối, lúc sáng lúc thì tươi vui như đang thở vậy.

Hôm sau, trời mưa. Trời đất hoà quyện vào nhau vô cùng thân mến. Càn Khôn nhớ đến một bức phù điêu hắn thấy được người đàn ông ôm người đàn bà trên đá nâu xám đậm. Người đàn ông quàng tay ôm người đàn bà một cách dịu dàng và cam dịu đến nổi ta có cảm giác do mưa nắng sương gió đã tác động vào và gần như tôn vinh sự mềm mại vào đôi thân thể chàng và nàng.

Càn Khôn đứng dậy và đưa tay ra hứng mưa, như một lời sám hối. Đột nhiên hắn thấy muốn khóc. Một nỗi buồn đau nào đó không phải của riêng hắn, mà sâu sắc hơn, ẩm ướt hơn đang dâng lên từ mặt đất. Bất chợt hắn ngẩng đầu lên không thấy gì nhưng đánh hơi trong không khí bao quanh, biết rằng hắn đang đi tìm một lối thoát trong sự sàng lọc của thời gian, xuất phát từ những yếu tố vĩnh cửu, không khí miền quê trong lành ánh nắng núi đồi và biển cả mênh mông.

Mọi thứ đều có thể, hắn muốn kêu lên một tiếng biết rằng làm như thế sẽ nhẹ bớt nỗi niềm, nhưng hắn ngượng không dám kêu..

Gió mỗi lúc một thổi mạnh, vù vù qua cây lá, qua mái nhà. Hắn đứng nhìn, tim hắn phập phồng nhè nhẹ…

Vũ Khắc Tĩnh

có lẽ mùa thu không lại
dẫu chiều hiu hắt mưa rơi
con chim nép mình dưới lá
nghiêng vai ngẫm nghĩ nhìn trời
mây xa nằm phơi tâm sự
chờ người đọc thấu nội tâm
ngọn lá vu vơ buồn rụng
chạm đất nghe như xước lòng…
lhoán

LƯƠNG THIẾU VĂN
HÌNH ẢNH NGƯỜI LÍNH TRẬN MIỀN NAM TRONG THƠ CÁI TRỌNG TY QUA TÁC PHẨM "CÓ MỘT MÙA TRĂNG XA NHƯ BIỂN"

Ở ngoài đời thực tôi chưa từng gặp mặt hay quen nhà thơ Cái Trọng Ty, nhưng qua lời kể của nhà văn Phạm Văn Nhàn cùng định cư chung với anh ở Houston đó là một người hiền hậu, dễ gần gũi, còn với Tô Thẩm Huy thì "Anh lành như đất, nhỏ nhẹ như mưa phùn tháng giêng". Tôi đọc thơ anh đã lâu trên các trang của Trần Thị Nguyệt Mai, Văn Việt, Cái Trọng Ty, Trung Tâm Văn Bút Nam Hoa Kỳ... nhưng vẫn chưa có cái nhìn khái quát về thơ anh kịp đến khi nhà văn Nguyên Minh(chủ biên tập san Quán Văn) gởi tặng tôi tập thơ "Có Một Mùa Trăng Xa Như Biển" do nhà xuất bản Thư Ấn Quán in trong lần anh về Việt Nam gởi lại nhờ anh Nguyên Minh tặng lại các bạn thơ thì tôi mới có dịp đọc tìm hiểu kỷ thơ anh hơn.

Tập thơ "Có Một Mùa Trăng Xa Như Biển" là tập thơ đầu tay của Cái Trọng Ty sau khi định cư qua Mỹ, đã có một số bài thơ đăng trên báo, tạp chí người Việt. Đây là ấn bản in lần thứ ba có bổ sung. Sách dày192 trang, in đẹp với bìa láng, gồm khoảng 63 bài thơ của Cái Trọng Ty và phụ trang gồm 7 bài cảm nhận của 7 tác giả là Phạm Văn Nhàn, Phan Xuân Sinh, Lương Trung Thư, Đinh Cường, Nguyễn Âu Hồng, Trần Yên Hòa, Tô Thẩm Huy. Ta hãy đi vào cõi thơ của Cái Trọng Ty để thấy hơi thở của nhà thơ một thời khoác trên vai màu áo trận trải qua bao khổ nạn của kiếp tù đày khi "Tháng tư bẻ súng":

> biển gầm núi hú quân tan rã
> lịch sử sang sông bão tố tràn
> ráng chiều đỏ quạch đời vô hướng
> biển dâu cung kiếm bóng chiều sương
> về đây ngồi ngóng triền sông cũ
> chợt thấm vô cùng thương tích xưa
> tháng Tư bẻ súng người tự sát
> oan khiên tận khốc nỗi niềm đau.

Tại sao lại là "bẻ súng và không phải "gãy súng", vũ khí vẫn còn nguyên vẹn để chiến đấu, người lính lại tự hủy nó đi vì còn có ích gì khi chiến trận đã tàn và mình là người thua cuộc, cái đau đớn khi phải tự sát và chuốc lấy những oan khiên của cuộc đời là niềm ray rức khôn nguôi trong lòng người trong cuộc ngày đó nên chúng ta không lấy làm ngạc nhiên về hình ảnh người lính gần như chiếm trọn nhiều trang thơ của tác phẩm nầy.

Đúng như lời mở đầu giới thiệu tác phẩm của nhà văn Trần Hoài Thư, chủ biên nhà xuất bản Thư Ấn Quán khi đọc tác phẩm của nhà thơ: *"Có Một Mùa Trăng Xa Như Biển là một nỗi niềm của người* lính cũ miền Nam. Nó như có ma mị dẫn dắt người yêu thơ đi trên con thuyền "thơ" của một người lính một thời cầm súng, một thời tù đày. Nó như một dòng sông thơ bất tận chảy mãi. Khi thì tình yêu bao dung bát ngát vô lượng. Khi thì dạt dào tình đồng đội thủy chung. Khi thì uất nghẹn bật lên trên những giòng rỉ máu, đau xót đến tận tâm can. Khi thì hào khí ngang tàng của một thời ba lô và nón sắt..."

Nhà thơ Trần Yên Hòa khi viết về thơ Cái Trọng Ty giải bày tâm sự của mình: "Tôi đã qua đời lính, đã từng đi hành quân, đã là một người lính trận, đọc bài thơ này mới thấy thấm thía một nỗi buồn của người lính tác chiến. Thơ Cái Trọng Ty viết về người lính không hô xung phong, không kèn xung trận, không kêu gọi bắn giết, không khẩu hiệu gì cả. Đó là thân phận của một con người, giữa cái chết và sống, giữa còn và mất, của xác thân. Nó mang nỗi buồn thê thiết của một kiếp người "sớm triền đông chiều chết đồi tây".

Riêng tôi khi đọc bài thơ "Tình em rau đắng" của Cái Trọng Ty, cái cảm giác rờn rợn giống bước chân mình đang đi qua một vùng đất khổ, làng mạc thôn xóm tiêu điều chỉ có "hạt gió Lào khô" thiêu chín con người, hình ảnh cô gái mắt nhòe lệ nhìn theo tê tái làm sao:

> quê em tận đồng sâu heo hút
> gió mùa lép hạt gió Lào khô
> sáng di quân quay quắt em nhìn
> sau tay áo lệ nhòa giấu kín
> trong bụi mù bóng em đang trôi
> đời rong ruổi rừng thâm u muỗi vắt
> bãi nước sình gạn lọc nấu nồi canh...

Cái tình của người lính chiến Cái Trọng Ty trong bài thơ "tình em rau đất" sao giống quá cái tình của Phù Hư trong bài "Ngậm thẻ qua sông" quá, chỉ nghĩ đến điều đó thôi tôi cũng cảm thấy đau buốt tận đáy lòng;

> thơm lửa hương khoai tiếng hát rừng
> ven thôn vừa ghé buổi di quân
> khói mẹ sau lều cơm chín tới
> nước em chè lá đậm phèn sông

Bước chân của người lính trận trải dài qua những vùng lửa đạn, nơi đâu trên mảnh đất miền Nam cũng có dấu vết bom cài đạn xới, cái chết luôn rình rập khắp nơi, nỗi u uất mơ hồ luôn vướng vất cùng suối ngàn ngọn cỏ:

cành nhãn tháng ba
trổ cờ hoa tránh muốt
từ Phú Xuân
bay suốt suối ngàn
đậu xuống phận người
nở oan tình thời chiến
(qua đầm Ô Loan)

Dấu chân người lính trận trong thơ Cái Trọng Ty đã dẫn chúng ta qua suốt những chặng đường di quân mà anh cùng đồng đội đi qua, các địa danh với những trận chiến sinh tử: Kon Tum trong "cuộc rượu bốn người", Tuy Phong, Mường Mán trong "tháng tư bẻ súng", Sông Mao, Phan Rí trong "đêm trăng hoang dại", Tuy An, Củng Sơn qua "qua đầm Ô Loan", Bình Định, An Phú trong "biên cương", Bình Tuy, Sông Lũy trong "hương thơ"... để thấy chiến tranh khốc liệt đến nhường nào, nó như chiếc vòi con bạch tuộc vươn dài tỏa ra khắp nơi trên mảnh đất miền Trung khốn khổ đầy kinh hoàng chết chóc.

Đôi khi trong cuộc hành quân, ở một góc rừng nào đó trên cao nguyên trong một đêm khuya giá lạnh, người lính bỗng cảm thấy vô cùng cô đơn, tại sao ta bị cuốn lốc vào cuộc chiến tranh vô nghĩa. men rượu cay nồng có làm làm vơi đi nỗi buồn chiến tranh hay không:

Uống đi người bạn vừa quen biết
Đơn vị nơi đâu quê quán phương nào
Liêu xiêu ta hát cơn cuồng nộ
Trong cõi đời bạc phước ngộ tri âm
Ta với ngươi chôn theo dòng cát lỡ...
(Ban Mê)

Chiến tranh như một cơn dông bão lớn cuốn phăng những gì mà nó đi qua: thân phận, tình người, nước mắt, máu xương, giống con độc trùng gậm nhấm cơ thể con người đến tàn rữa, tấm thân trôi dạt muôn trùng không định hướng giữa chốn biên cương trùng trùng lam khí:

> *...gọi ai nơi tận cùng sơn thủy*
> *ai làm khách lạ gió muôn phương*
> *ta về bạn hỏi từ đâu lại*
> *mây khói tàn tro phủ tượng đài*
> *đêm rơi giọt lệ sôi trên bếp*
> *dấu giầy thô người ở trọ quê nhà.*
> *(biên cương)*

Ta thấy đâu đây tái hiện hình ảnh một biên cương đầy chết chóc, mùi tử khí bốc lên dày như sương trong bài thơ Biên Cương Hành của Phạm Ngọc Lư khiến ai cũng phải kinh hoàng:

> *đây biên cương, ghê thay biên cương!*
> *tử khí bốc lên dày như sương*
> *đá chảy mồ hôi rừng ứa máu*
> *rừng núi ơi ta đến chia buồn.*

Cái ký ức đau buồn sau ngày tàn binh lửa ấy, người cha-người lính trận ấy- ôm xiết đứa con nhỏ vào lòng trước khi vào trại tù vì anh có linh cảm không bao giờ còn gặp lại, mãi đến hai mươi ba năm sau mới tao phùng. Đó cũng là hình ảnh rất quen thuộc về người lính miền Nam, những người trong cuộc không thể nào quên:

> *ký ức đau buồn*
> *có đâu ngờ*
> *buổi chia ly bỗng thành tai kiếp*
> *mãi hai mươi ba năm sau*
> *lần đầu gặp lại con*
> *thành phố cảng Sydney*
> *dưới vòm cầu Darling Harbour*
> *(thư về Sedney)*

Tiếp theo là cảnh người lính bị tù đày trên chính quê hương của mình, cảm thấy con đường trở lại làm người đúng nghĩa sau gian nan đến thế:

> tuyệt đường Kỳ lộ lưu đày
> kiếp tù thay vật kéo cày vỡ hoang
> dấu chân mộ huyệt rũ tàn
> xó rừng Xuân Phước gian nan nẻo về
> ...đêm về gom đống tang thương
> em nằm ôm mộng vô thường áo quan
> trăm năm dẫu cuộc chiến tàn
> dấu binh lửa đã nhuộm vàng chiến y
> (bên dòng Trà Bương)

Trải qua mười năm lưu đày, mười năm tang thương ngẫu lục, mười năm vật đổi sao dời, có ai thấu được tâm tình của người lính tù miền Nam hơn anh haykhông?

> mười năm lưu đày trông vời cố xứ
> lê chiếc nạn cùn vượt đường ra bắc
> đất tù đày lũ ma đói thảm thương
> núi đồi hoang vu suối sông dằng dặc
> lòng người đổi thay vực thẳm khôn lường
> những chị những em xem chừng lạnh nhạt
> núm ruột rà quặn thắt đau thương
> một gã cùng đường như tên khất thực...
> (khúc tù ca)

Nhưng dù trong hoàn cảnh nào, dù rời khỏi cuộc chiến bẽ bàng, cam chịu cảnh tù đày chấp nhận số phận bi thương của một bại binh, người lính không hề khuất phục, dòng thơ ấy sao ngang tàng đến thế:

> ...tôi người lính Miền Nam
> phủi tay rời cuộc chiến
> tuổi trẻ tù đày đứng vững đôi chân
> lòng kiêu hãnh làm người lính thất trận...
> (tuyên ngôn gởi người dưới mộ)

Có một bài thơ, cái tựa được Cái Trọng Ty lấy đặt tên cho tác phẩm: "Có Một Mùa Trăng Xa Như Biển" làm tôi chú ý: cái tựa thật lạ: Biển gần ta lại rất xa ta, mùa trăng có liên quan gì đến biển, có thật "có một mùa trăng xa như biển" ở trên đời nầy không? Tôi không biết bài thơ nầy Cái Trọng Ty viết vào thời điểm nào: lúc anh khoác trên mình màu áo chinh y hay khi tù đày mười năm, hoặc dõi mắt ngóng về quê nhà từ bên kia bờ đại dương cách biệt nhưng chắc chắc đó là nỗi lòng của một con người từng trải qua trận cuồng phong bão táp dữ dội của thời đại, sống sót trở về chợt thấy đời như "hạt bụi cay khóe mắt", chỉ thấy nơi nào cũng in đậm "dấu tàn phai", chỉ thấy "em xa vọng lại một âm ba" thì thân phận con người là gì trước những "hư hao chiều viễn xứ", vậy thì ta cũng đừng phải phân định rạch ròi làm chi chữ nghĩa trong câu "Có một mùa trăng xa như biển" làm gì:

> *có một mùa trăng*
> *xa như biển*
> *lênh đênh trôi mãi bến vô cùng*
> *hoang mang có lạc vừa dậy mộng*
> *em từ đâu lại*
> *động chân không*

Nói như nhà thơ Trần Yên Hòa: *"Tôi đọc những bài thơ của Cái Trọng Ty trong một buổi chiều sau 30-4. 30-4.15 gợi tôi nhớ về bốn mươi năm trước, những ngày thất vọng nhất của người lính bại trận. Hôm nay đọc những lời thơ của Cái Trọng Ty, tôi thấy lòng mình thanh thản hơn, nó như có một phù phép nào đó lôi tôi ra khỏi cơn mộng dữ 40 năm. Thơ Cái Trọng Ty làm cho tôi tỉnh lại, như người vừa đi qua những chặng đường gai lửa, tôi đã an nhiên, tự tại và êm đềm theo những câu thơ của anh."* Tôi cũng mong người đọc tập thơ "Có Một Mùa Trăng Xa Như Biển" có cùng tâm trạng như vậy. Những ký ức đau buồn về chiến tranh một thời đến một lúc nào đó chúng ta nên quên đi để lòng thanh thản hơn mà sống tiếp.

Tôi xin mượn lời giới thiệu của nhà văn Trần Hoài Thư làm lời kết cho bài viết của mình:

"...Dù nhà thơ làm thơ cho ông, nhưng khi đọc "Có một mùa trăng xa như biển", chúng ta nhận ra là ông làm cho chúng ta. Chúng ta thấy

lại chính hình bóng mình, đồng đội mình, người thân yêu và cả một miền Nam của mình trong một thời "chập chùng khổ nạn."(mượn lời Cái Trọng Ty).

Lương Thiếu Văn

Bên bờ Kênh Tẻ, tháng 7-2022

*Tham khảo:
1- Cái Trọng Ty – với Có Một Mùa Trăng Xa Như Biển của Trần Yên Hòa
2- Cái Trọng Ty, Người Giữ Mùi Hương Thơ của Nguyễn Âu Hồng
3- Cõi thơ Cái Trọng Ty của Tô Thẩm Huy

NGUYÊN CẨN
TÌNH CHA

Ông Năm trở mình nghiêng qua bên trái. Nghe nhói đau vì vết thương bên vai khá sâu. Cái thằng độc ác, chém gì mà dã man. Ông nhớ tới gương mặt đầy cuồng nộ của Ba Tiết, ánh mắt đỏ ké của hắn lúc vung dao chém tới mà ông lãnh thế khi nhảy vào can ngăn cuộc ẩu đả giữa hắn và thằng Út Trường. Bác sĩ nói tình trạng ông rất xấu, nhưng còn chút hy vọng, chứ trúng đầu thì ông tiêu đời chắc. Chuyện chòm xóm không còn như ngày trước. Cái thị xã Ngã Bảy này hồi xưa đâu có nhiều chuyện gây gổ, đâm chém nhau tàn bạo như bây giờ! Con người hồi xưa sao hiền khô. Có chuyện gì cũng ngồi lại lai rai chén rượu nói chuyện phải quấy, chứ đâu mà đụng một chút là vác dao phay, mã tấu vung lên. Khiếp quá! Sao thời thế bây giờ ác vậy cà? Ông Năm cứ lẩm bẩm câu hỏi đó nhiều năm rồi mà không tìm ra lời giải. Ông nhìn lên trần nhà, một màu trắng xóa. À, ra mình đang nằm trong bệnh viện. Chai nước biển mới truyền xong còn đong đưa tòn ten kìa! Hình như mình ngủ cũng lâu à nhen! Nhớ rồi, cậu y tá dễ thương mập mạp đưa cho mình viên thuốc gì dài có mấy khấc màu trắng, uống vô ngủ say như chết! Nhìn xung quanh, khoảng chục giường cũng toàn mấy người đang lăn lộn, tay chân lặt lìa, treo lủng lẳng. Hình như ai bị tai nạn hay đâm chém mới được đưa vô đây? Ông nghe có tiếng ai lao xao loáng thoáng bên ngoài phòng. "Ông Năm ơi! Ông nằm phòng nào?". Một cô gái ốm yếu, đen nhẻm, dắt theo một thiếu phụ ngoài 40 đi phía sau. Con Thảo dắt thím Tám vô thăm ông. Thím Tám, người hàng xóm, gương mặt phúc hậu, tròn, trắng trẻo, bán bánh tằm bì ngoài chợ. Thím bị chồng bỏ theo vợ bé, bán hết ruộng đất, phải đi bán bánh nuôi thân. Không biết hên hay xui là thím không có con cái, cũng không phải lo lắng nhiều, nên không thấy thím già. Thím cười: "Trời đất ơi! Hồi khuya tui tính dzô nhưng họ nói đang mổ cấp cứu cho anh, sợ nhiễm trùng nên đuổi dzìa! Giờ anh thấy sao, khỏe chưa? Tụi quỷ này chém người như chém chuối. Đi tù hết rồi! Cha Ba Tiết bị công an còng tay đưa đi sáng nay, còn thằng Út Trường trốn đâu xuống Năm Căn gì đó, đang kêu dzìa. Mà anh Năm không đỡ nhát chém đó chắc thằng Trường hôm nay mở cửa mả rồi!". Ông Năm thều thào: "Thím ngồi chơi. Con Thảo đưa thím dzô hả?". Ông hỏi cho có chuyện thôi chứ chỗ đâu mà ngồi. Con Thảo nó ngồi thu lu ngay mép giường ông. Con nhỏ năm nay cũng trên 20 rồi mà ốm yếu như trẻ mới lớn. Ngày thường nó bán vé số, rồi ông Năm mua giùm nó riết thành quen. Có người xúi nó lấy chồng Đài Loan như con Thắm nhà ông Năm nhưng nó không chịu, nhờ vậy ông Năm mới có đứa sai vặt, nhờ vả chuyện chợ búa khi ông bận đi làm thêm hay có ai nhờ vả chi đó.

Thím Tám lấy cà men ra, múc cháo cho ông. "Trời ơi sao thím chu đáo quá!". "Có gì đâu, anh Năm, tình làng nghĩa xóm mà! Tui còn lo cho anh nhiều hơn nữa chứ nhiêu đây nhằm nhò gì!". Ông Năm nghe mát ruột quá! Từ hồi mẹ con Thắm mất đi sau tai nạn bị xe tốc hành quẹt phải trong một buổi sáng khi ông đưa vợ ra chợ bằng xe đạp. Ông Năm đã thề ở vậy nuôi con. Dù cũng có người mai mối chắp nối nhưng quá thương con, sợ cảnh "mẹ ghẻ con chồng", ông không đành. Riết rồi cũng quen, thời trai trẻ qua đi theo sự lớn khôn của con Thắm. Ông tìm quên nỗi buồn mất vợ bằng cách lao đầu vào công việc: ai thuê gì cũng làm, cho đến ngày ông phải nhập viện vì đột quỵ. Bệnh viện quyết định phẫu thuật nội soi, gắn đến 3 stents vào người ông vì tim bị nghẽn mạch. Hơn 300 triệu phải bỏ ra cho cuộc phẫu thuật tốn kém ấy, khiến ông khánh kiệt, phải bán vườn và cầm cả cái nhà ọp ẹp, rồi thì vay mượn tứ tung, cả bọn xã hội đen. Ngày ra khỏi viện là ngày ông hoang mang, nợ đầm đìa. Ông đã nhớ đến vợ. Nếu còn bả chắc mình cũng đỡ chật vật. Hai người đi làm phải hơn một người chứ! Bây giờ gà trống nuôi con mà con Thắm học giỏi, được vào trường chuyên nên ông phải cho học thêm khá tốn kém. Những ngày ấy ông không dám nhìn ai vì ngại người ta nghĩ mình làm quen mượn tiền! Bệnh tim nên không thể làm việc nặng. Ông xin làm quản kho cho con cháu họ xa có vựa trái cây lớn. Nhưng cũng không đủ trả nợ. Cuối cùng, người ta xúi ông gả con cho Đài Loan như bao cô gái nhà quê khác. Ban đầu ông cương quyết chối từ, vì dù gì con ông cũng đang là sinh viên Đại học. Nhưng một hôm con Thắm từ Cần Thơ về thăm nhà chứng kiến cảnh người ta lồng lộn xỉ vả ông vì thiếu nợ trây không trả. Nhà cửa thì cầm cố cả rồi. Họ gọi ông là thằng già ốm yếu, chết mẹ đi cho rồi, sống mà mắc nợ lì không chịu trả. Thắm khóc và khi bọn môi giới đến, gạ gẫm nó. Ông gọi chúng là lũ Mã Giám Sinh thời đại. Và Thắm đồng ý thuyết phục ông cho nó trả hiếu. Cái ngày ông gật đầu cho con Thắm lấy chồng Đài Loan, ông đã dặn lòng không khóc. Ông thấy nhớ vợ da diết. Hôm đám cưới, khi thắp nhang khấn mẹ con Thắm, nước mắt ông giàn dụa. Lần thứ hai trong đời sau đám ma mẹ nó, ông khóc. Ông xin lỗi đã không làm gì để bảo vệ con, để lo cho con tươm tất thành người mà phải gả bán. Tủi nhục quá! Và ông trả bớt một phần nợ. Tạm yên. Sau đó, Thắm vẫn thường xuyên gửi tiền cho ông trả đến khi dứt nợ. Khi hết nợ rồi, ông lại ân hận. Phải chi mình có tiền lo cho con, thì nó đâu phải tha phương xứ người, xa cách nghìn trùng!

Đã nhiều đêm từ khi con Thắm đi lấy chồng, ông tha thẩn bên bàn học của con. Mân mê những món đồ nó bỏ lại: cây viết máy, những quyển vở cũ, những tờ giấy khen, những huy chương thể dục... Rồi lại mở cuốn album hình, có những tấm chụp từ hồi nó còn học tiểu học ra xem. Duy có hình đám cưới là ông để riêng, không muốn xem. Ông nhớ dáng con ngồi học bài, dáng nó gội đầu sau bếp. Cho đến 8 tuổi, ông thậm chí vẫn còn phải tắm, gội đầu cho nó, rồi dỗ nó ngủ khi nó cứ đòi mẹ về. Nhớ mỗi lần gội đầu, nó la làng khi xà bông văng vào mắt, ông phải hứa mua chè bà ba cho nó ăn, nó mới chịu nín khóc. Ông nhớ làm sao những sợi tóc mềm của nó bay lòa xòa vào mặt ông mỗi khi chở nó ngồi phía trước. Ông nhớ tiếng cười của con lúc kể chuyện vui ở trường hay sau này khi Thắm lớn lên, hai cha con nói chuyện đời như bè bạn. Thắm là đứa thông minh, học rất giỏi. Ông chứng kiến con lớn lên từng ngày từ khi 4 tuổi đến giờ.

Căn nhà trống vắng đến nao lòng khi con ra đi. Nhiều đêm thức dậy lúc 3 giờ sáng, ông lại hồi tưởng những ngày xưa. Ông thấm thía lời ca dao: "Má ơi, đừng gả con xa chim kêu vượn hú biết nhà má đâu?". Bây giờ cha con đôi ngả, nhìn ngày về sao mờ mịt quá. Rồi ba năm sau khi lấy chồng, Thắm về đem theo một thằng nhóc gọi là cháu ông, dễ thương kháu khỉnh làm sao! Nhưng ông chỉ bên cháu được hơn một tháng trước khi nó phải về bên Nội ở xứ Đài. Sau khi con và cháu đi, ông lại buồn cả tuần. Ông thương con xứ người cơ cực. Ba cái Tết rồi nó không về dù ông trông ngóng. Ông luôn run người mừng rỡ khi nghe chuông điện thoại reo! Ông tập thở vì Thắm nói ba rán sống cho con vui vì nhiều khi ông cũng thấy tức ngực khó thở. Ông biết người bệnh tim đi rất nhanh nên ông dặn hờ thím Tám nhiều việc đến nỗi bả kêu cha già này lẫm cẩm quá, có một chuyện dặn hoài. Có người xúi ông sao không lấy thím Tám hủ hỉ cho đỡ buồn lúc tuổi già nhưng ông thấy mệt mỏi. Ông nói sống một mình riết cũng quen. Bây giờ sống hai người rồi lại phải thích nghi cho vừa lòng nhau, rủi xảy ra tranh cãi, bắt mệt!

"Ăn cháo đi anh Năm. Sao anh thừ ra dzậy. Nhớ con phải hôn?". Tiếng thím Tám kéo ông về với thực tại. "Ừ thì cũng nhớ nó chứ thím! Nghe nói nó đang mang bầu đứa thứ hai! Thím Tám đút từng miếng cháo vô miệng ông." Con Thảo tủm tỉm: "Già mà tình ác!".

Ông dặn thím. "Con Thắm điện thoại dzìa, thím đừng kể nó nghe, nó lo lắng thêm tội nghiệp! Thím nói tui dzô chùa, dự khóa tu ba ngày mới dzìa, nhen thím!". Vừa lúc đó, điện thoại trong túi thím Tám rung lên. "Con Thắm, anh Năm ơi!". Thím Tám cầm điện thoại ra ngoài hành lang nói chuyện. Hai người nói chuyện vui vẻ khá lâu. Con Thảo đút cháo cho ông Năm ăn tiếp. Nó nói. Thôi kết bả luôn đi, nhận tui làm con nuôi cho thành một gia đình, hổng dzui sao ông

Năm! Ông nhếch mép muốn cười nhưng thấy đau dưới hàm. Ông tính nói. Mày khôn quá dạy con, nhưng ông ê ẩm khắp sườn.

Ông thấy cơ thể mình yếu đến lạ kỳ, nhấc tay không được, chừng như xụi hết một bên rồi. Nhát chém chí mạng ấy chắc sẽ để lại nhiều hậu quả cho ông. Tự nhiên ông nghĩ quẩn: "Sống mệt mỏi quá, sống dai làm chi bắt mệt, chết quách cho rồi! Mai này lấy ai hầu hạ? Thím Tám còn công chuyện của bả nữa chứ! Mình báo người ta cũng kỳ!".

Ông thiếp đi trong một giấc ngủ dài. Ông mơ thấy mình đang lênh đênh trên chợ nổi, thuyền ghe tứ xứ đổ về. Ông đi từ phía Cái Côn tới, gặp bà vợ đang ngoắc ông, hình như từ miệt Sóc Trăng... Chu choa, bả đi đâu mà diện quá! Trẻ như hồi đôi mươi, vành môi của bả sao giống ai kìa? À, giống con Thắm. Ông nhớ vành môi trái tim ấy! Nhiều thằng chết! Mà sao ghe của bả chở nhiều cam quá vậy? Cam sành Ngã Bảy nổi tiếng mà. Ông ngoắc tay gọi bà đưa ghe sát ghe mình vì có một lớp sương mù khiến mọi thứ mơ hồ. Ông tính khoe bà một chuyện bí mật mà bà không biết. Ông tính nói: "Mình ơi, tiền con Thắm gửi về, tui đã chi tiêu tần tiện mua được 2 công đất trồng cam rồi, bà tha hồ bán." Ông dự tính tháng tới đi nghe phổ biến cái vụ trồng theo Viet Gap gì gì đó để xuất khẩu. Ông reo to lên. "Mình ơi, lại tui kể nghe chuyện này nè." Mà sao mình mua mà bả không biết vậy cà? Ông thấy ghe mình cặp sát ghe của bà, nhưng càng gần càng thấy mờ mờ. Ông chồm tới trước nhưng thấy bóng bà lóa lên rồi tan biến trong hư không. Ông níu áo bà thì bừng tỉnh dậy. Thì ra là mơ. Áo còn ướt đẫm mồ hôi. Tay ông nắm chặt mép tấm drap. Trời sáng từ lâu rồi. Ông bác sĩ thăm bệnh còn đang bận chăm sóc những người khác sau khi đi ngang qua giường ông, thấy ông còn ngủ.

Thím Tám xuất hiện phía ngoài. "Sao hôm nay Thím tới sớm vậy?". "Mua đồ ăn sáng cho ông anh đây nè." Bà rút ra từ trong giỏ lỉnh kỉnh nào mấy hộp bánh ướt, bánh bao, và cả cơm tấm nữa, sao mua chi dữ dạy? "Tiền đâu thím mua. Tui chưa đưa mà?". "Đáng bao nhiêu đâu. Mua cho anh ăn mau hồi sức, còn dzìa mà đón cháu ngoại nữa chứ! Tui kêu con Thắm dzìa thăm nhà tháng tới nè. Nó nói để nó thu xếp. Tui nói nó chuẩn bị ăn đám hỏi thằng cháu con ông anh tui ở Xẻo Môn, sẵn đi chơi luôn. Tui tính mời anh đại diện đàng trai đó nghen!". "Trời đất, tui ăn nói như thằng cà lăm mà thím kêu tui, chắc chết quá!".

Ông thều thào nói. Chợt nhớ ra điều gì, ông nói nhỏ với thím Tám. "Tui nhờ thím hai việc, vì tui thấy mình cũng yếu lắm rồi, mất máu nhiều quá!".

"Việc gì anh cứ nói." Ông Năm chậm rãi: "Thứ nhứt là nhờ thím bón phân cho 4 cây Sứ Thái Lan mà con Thắm nó mua cho tui hồi Tết ba năm trước. Phân thì không cần bón nhiều chỉ bón thúc khi cần thôi, và nước thì vài hôm thím châm cũng được."

"Chuyện thứ hai là chuyện riêng chỉ tui với thím biết. Chuyện là tui có hai công đất ở thị xã này." Thím Tám la lên: "Trời đất tiền đâu anh mua dzậy?". "Ừ, thì tiền con Thắm nó gửi, tui xài nhín lại còn dư mua được 2 công, tính tháng tới tui trồng cam." "Sao anh nói tui nghe chi?". Thím Tám thắc mắc. "Tui sợ nếu tui có làm sao thì Thím đưa 2 cái số đỏ cho con Thắm giùm tui. Nói nó là của hồi môn cho con mà bây giờ tía mới có." "Trời ơi, nó la tui chết! Anh không lo tẩm bổ thân anh, còm nhom mà bày đặt mua đất làm gì. Bao giờ nó mới về Việt Nam, anh ơi!". "Thì cho người ta thuê cũng được, có thêm thu nhập, cho con cái. Còn tui già rồi biết còn sống bao lâu nữa mà ham ăn với ham xài."

"À mà còn một chuyện nữa, thím ghé qua nhà, lấy trong ngăn kéo bàn học ra cái hộp bánh bích quy cho tui." "Hộp đựng số đỏ hả?". "Không, sổ đó tui để dưới đầu giường, thím lật lên thấy cất giùm tui, còn cái hộp đó đựng cuốn album. Dzô đây coi hình làm chi?". "Thôi, tui hiểu rồi. Anh muốn coi hình hồi xưa chứ gì? Bệnh này là bệnh nhớ con đây mà!". Ngay lúc đó con Thảo đi vô. Câu chuyện cắt ngang lưng chừng. Nó khoe con mới mua điện thoại xịn nè. "Con để dành gần một năm mới mua được. Hay lắm. Bây giờ ông muốn nghe ai hát con mở ông nghe. Khỏi mua dĩa mua băng mua máy chi cho mệt." Ông Năm ngờ ngợ: "Tiến bộ dữ? Bây giờ tao muốn nghe Út Trà Ôn hát Tình Anh Bán Chiếu được hôn?".

"Ông Năm chờ con." Nó quay sang hỏi anh y tá. "Ở đây có mạng không anh. Xong, anh mở giùm em Tình Anh Bán Chiếu đi." Cậu y tá dặn dò: "Mở nhỏ thôi nghe, đừng làm ồn." Xí, nó nguýt anh ta. "Mai, tui mua cái loa ngoài tui mở cả cái bệnh viện nghe luôn bây giờ. Xứ này, ai chẳng khoái cải lương, cha nội."

Và nó để điện thoại lên giường ông Năm, giọng hát Út Trà Ôn vang lên, gợi nhớ một thời đã xa…

Buổi chiều, ông Năm thấy bỗng dưng phát mệt, khó thở. Bác sĩ chuyển ông trở lại phòng Cấp Cứu. Ông nhắn với con Thảo mai có "dô" cho mượn nghe lại bài Tình Anh Bán Chiếu. Nghe như có tiếng thím Tám kêu thất thanh. "Anh Năm ơi." Ông thiếp đi bồng bềnh, lại thấy bà Năm trên ghe vẫy gọi… Ông trườn mình tới trước, nhẹ như sợi khói. Tiếng hát nghe vọng từ xa…

Ghe chiếu Cà Mau đã cắm sào trên bờ kinh Ngã Bảy / Sao cô gái năm xưa chẳng thấy ra… chào.

Cửa vườn cô đã khoá kín tự hôm nào /…Tôi đã vác đôi chiếu bông từ dưới ghe lên xóm Rẫy, / Chiếc áo nhuộm bùn đã lấm tấm giọt mồ hôi… / Nhà của cô sau trước vắng tanh, gió lạnh chiều đông / Bỗng có ai dạo lên tiếng nguyệt cầm, / Như gieo vào lòng tôi một nỗi buồn thê thảm…

Ông đã chìm sâu trong giấc ngủ. Không bao giờ thức dậy. Mắt dường như có chút lệ ứa ra. Có tiếng gió rít nhẹ sau khe cửa và tiếng lộp độp ngoài hiên. Ngoài kia mùa mưa đã về…

Nguyên Cẩn

VŨ TRỌNG QUANG
"VỌNG" VỀ NGUYỄN THÀNH: THỰC & MỘNG

Nguyễn Thành giữa Thực và Mộng, nhân rộng ra Thực có thể là Thực tại Thực tế, Mộng là Mộng mơ Mộng ảo; trong Thực tế Nguyễn Thành là người lo in ấn tác phẩm cho thân hữu cho các tác giả khác và giờ đây cho chính mình; đó chính là nơi chốn lan tỏa đến mọi người bằng cách phát hành tập san Ra Khơi mà anh là người chịu trách nhiệm chính, từ chọn lọc nội dung bài vở cho đến hình thức trình bày. Thực và Mộng là hai cõi khác biệt, bổ sung thân thiết cho nhau, cõi Thực thực hiện sản phẩm văn chương, cõi Mộng thể hiện nội tâm bằng thi ca.

Và Mộng trong tập thơ đầu tay của anh: Chữ Mộng ám ảnh choáng ngợp là điểm nhấn dung chứa trong toàn tập, một nỗi ám ảnh khôn nguôi, ngay bài đầu tiên Tiếng Vọng Thời Gian *"Trăm năm Mộng gửi lá thu bay"*, Mộng có bay nhưng không bay luôn vẫn quanh quẩn tồn tại, và tiếp tục sẽ thấy:

"Cho kẻ lỡ làng Mộng dưới trăng" (Mộng Sáng)

"Ngậm ngùi quốc Mộng phù du" (Hư),

phù du Hư kéo theo phù du Tình Ảo

"Từng đêm xõa Mộng bên đàng phù du" (Tình Ảo)

"Đêm đêm gối Mộng bồi hồi hư không" (Ngải Hương Em)

"Hai chai ru giấc Mộng lành" (Tửu Thi),

tửu làm tác giả say chưa, chắc phải mười chai hay hơn nữa mới tới bến mơ, quán tính trượt dài đến Mộng, thì chạm ly thêm

"Rượu cạn phím chùng giấc Mộng tan" (Cung Thơ);

hy vọng rằng không vấp ngã say để tiếp tục bay tới làn ranh Giao Mùa:

"Dáng kiều tha thiết Mộng tròn ánh trăng" (Giao Mùa),

chữ Dáng Kiều làm liên tưởng "Đêm mơ Hà Nội dáng kiều thơm" trong bài Tây Tiến của Quang Dũng., nhưng dĩ nhiên là khác. Còn vô số Mộng Mộng và Mộng, trùng lắp trùng vây trùng điệp một cách riêng lẻ, Mộng nổi lên trên mặt phẳng thơ, tựa hình ảnh chiếc phao trái tim bồng bềnh mênh mang như lục bình vừa dừng lại nơi mặt nước yên vừa trôi đi theo dòng chảy..

"Ngàn đêm Mộng mị ngàn thu cách" trong cùng bài Tháng Tận Năm Cùng Đất Nở Hoa lại như tiếng ru vọng lại từ xa ngái *"À ơi... xõa Mộng đêm tiền kiếp."*

"Thánh đường chuông đổ Mộng du" (Đi Tìm Ký Ức)

Mãi dõi theo đường Mộng mị tôi bắt gặp bài Sự Thật Trong Cái Ví, tác giả và tôi tìm thấy *"Những tờ dollar tôi giấu ở ngăn này ngăn nọ"*, nhà thơ lơ đãng nhỉ?. Những tờ dollar làm nhớ một chuyện có thật; tôi có người bạn nhà thơ (lại là nhà thơ, sao cùng mẫu số lơ đãng thế), để 1.000 usd trong một tập thơ mới phát hành, rồi quên, đem tặng thơ cho thân hữu, khi xem lại thì không biết đã tặng cho ai; hỏi hết những người được tặng thì kỳ quá, với lại số lượng thơ tặng hơi bị nhiều; tôi thì biết, vì tôi là người được tặng tập thơ có một bao thư chứa số dollar đó; số tiền đó bạn vay để trả nợ, bạn rầu rỉ than với vợ không biết đã tặng cho ai, khi báo lại với bạn tôi có giữ, bạn vui mừng quá thể. Chuyện hơi lạc đề dài dòng, thôi tạm quên Thực tế tiền bạc, bước đi và trở về với Mộng, trở về với tâm hồn của tác giả.

"*Bút tháp thăng hoa giấc Mộng hờ*" (Trăm Năm Mãi Rộn Ràng)

"*Anh mơ dệt Mộng mong manh trên đồi*" trong cùng một bài Treo MỘNG Trên Cành "*Thôi về treo Mộng trên cành*"

Để nhớ

"*Bàn tay vô lượng ru đời Mông*" (Nhớ)

Và Người Ở Lại "*Vẫn hồng giấc Mộng buổi trời đông*"

Đâu chỉ có Mộng, còn có cả những giấc mơ, và Mơ với Mộng là anh em, nên ta thường nói Mộng Mơ "*Dáng cong.. cong cả giấc mơ*", đây là một câu thơ hay.

Bỗng dưng nhớ tích xưa Trang Chu Mộng Hồ Điệp, truyện kể : Xưa Trang Chu chiêm bao thấy mình là bướm, vui phận làm bướm, thấy thích chí, không biết có Chu nữa, chợt tỉnh giấc thì lại thấy mình là Chu. Không biết Chu chiêm bao là bướm hay bướm chiêm bao là Chu?. Nguyễn Thành không Mộng Hồ Điệp như Trang Chu, đúng hơn là không dám Mộng thần thoại ấy, Thành chỉ mong thân xác mình là chính Thành cộng với hành trình mơ Mộng bay bướm bướm bay, là đủ.

Bản thảo đầu tiên hoàn thành trong bôi xóa, nhưng mãi mãi là sự khởi đi, để ngoái lại, để bước vào đêm dài thao thức trăn trở, mong sản sinh những nụ hoa trầm tư. Câu thơ tàn úa, còn lại tro than. Mộng trở về với Thực.

Như cõi người là mê, Đức Phật nói vậy, ai cũng tưởng là mây bay gió thoảng. Mộng có phải là cõi có Thực? Một tra vấn đã từ rất lâu.

Chưa bàn đến giá trị của văn bản, mỗi người làm thơ là mỗi cái ngã hướng đến cái đẹp, mà cái đẹp thường đem đến điều bất trắc, Nguyễn Thành hướng đến cõi Mộng mị, nhưng bình yên không ma mị.

Bài viết này có thể có mâu thuẫn len lỏi vào ngóc ngách, nhưng mâu thuẫn cần thiết dưỡng khí, mâu thuẫn cần thiết cho thơ, cho Nguyễn Thành.

Chuyện về Bùi Giáng, nhà văn Mai Thảo kể: Tôi cũng lấy làm lạ, anh (BG) lang thang suốt ngày, chẳng thấy lúc nào ngồi viết. La cà hết nơi này đến nơi khác, uống rượu say ngất rồi về lầu lăn ra sàn ngủ, nhiều ngày bỏ cả bữa ăn. Đêm cũng không thức, chỗ nằm tối, mà viết in không kịp, nói ảnh tạm ngừng thì ảnh ngừng. Nói có máy, có giấy, nói buổi sáng buổi chiều ảnh đã tới ném bịch xuống cả năm, bảy trăm trang. Cứ thế đem sắp chữ thôi, đâu có thì giờ đọc. Điều kỳ lạ là không riêng một thể loại mà thể loại trước tác nào anh cũng có ngay sách, dễ dàng và nhanh mau vô tả. Từ thơ đến văn. Từ một cuốn tiểu luận về Camus đến một cuốn tiểu luận về Nguyễn Du. Từ dịch thuật tiểu thuyết đến phê bình triết học. Tất cả như đùa như chơi vậy.

Rồi Mai Thảo lại đem những thắc mắc này ra hỏi chính Bùi Tiên Sinh thì ông chỉ: Cười cười nói: "vui thôi mà". Ừ vui, ba chữ "vui thôi mà" là câu trả lời mơ hồ nghịch ngợm duy nhất cuả Bùi Giáng trước mọi tìm hiểu lực thơ và số lượng thơ không thể tưởng tượng được ở nơi ông, cõi thơ vô bờ của ông"

Cuộc viết cuộc đọc; cuộc vui chỉ là cuộc dạo chơi "vui thôi mà" như thi hào Nguyễn Du viết hơn ba ngàn câu Kiều, cuối cùng phán:

Lời quê chắp nhặt dông dài
Mua vui cũng được một vài trống canh

Hãy mở tập sách ra để được "một vài"
Thế thôi.

Vũ Trọng Quang

(Trích lời trong tập Vọng của Nguyễn Thành)

TRỊNH BỬU HOÀI
MỖI SÁNG

Mỗi sáng ra đường lòng cảm thấy vui
Khi gặp được gương mặt người hớn hở
Trong lòng ta như có đóa hoa vừa nở
Khi mắt ai kia chợt sáng nụ cười

Giữa dòng người tấp nập ngược xuôi
Có bao nhiêu đang nặng đời cơm nợ
Có bao nhiêu đắm chìm trong nỗi khổ
Cõi con người sao lắm đa đoan

Xã hội ngày càng thêm kẻ giàu sang
Khoa học phi thường luôn dịch chuyển
Tâm hồn con người càng nhiều tai biến
Có một điều gì sau tấm gương trong

Buồn thay cho gió độc thong dong
Thổi cái chết âm thầm qua cuộc sống
Người chỉ vì mình chưa tỉnh mộng
Bước sao qua khỏi đỉnh thăng trầm

Mỗi sáng ra đường thương lắm trăm năm
Cám ơn nụ cười vừa hóa thành giọt nắng
Nhỏ xuống hồn nhau một ngày nồng ấm
Dù rất nhỏ nhoi nhưng cũng đủ yêu đời...∎

NGUYỄN QUỐC HƯNG
ĐÊM NẰM BỆNH, VÀ NGHĨ

Khuya nằm không ngủ được
Đầu óc nghĩ lan man
Bao lâu đời xuôi ngược
Ngựa xe rồi cũng tàn!

Ta thương cha thương mẹ
Mong một đời báo ân
Mà ngày qua rất lẹ
Giờ ta buồn trầm ngâm

Ta thương em áo trắng
Thu khai trường đón đưa
Biết đâu ngày tình vắng
Phố bây giờ không mùa

Ta thương bạn cùng lứa
Một thời vui qua mau
Khởi nghiệp đời khốn khó
Bạc đầu mà chưa giàu

Ta thương ta tuổi trẻ
Ngực căng mạch sống tràn
Ngỡ rằng mình sống đẹp
Đâu hay tuồng hạ màn!

Ta thương ta lận đận
Công danh xin bỏ qua
Đời cho vui mấy bận
Cạn ly rồi chia xa

Ta thương ta bệnh tật
Đeo đẳng cùng tuổi già
Hễ có thì sẽ mất
Ngồi nhìn mây bay qua!. ■

HUỲNH LIỄU NGẠN
THANH XUÂN LAY ĐỘNG

chiều đã thổi những sợi buồn lên mắt
mà tay còn thả nơi chiếc ghế
một làn hương bay
lại theo con đường xưa lẻ bóng
tìm lại lời hẹn hò trên tàng lá thấp

bàn tay như tơ hong
dấu nỗi cô đơn tháng ngày
theo đám mây màu xám báo hiệu trời mưa
một ngày cũng mỏi mệt như mặt trời
làm tan chảy những ánh mắt
trên vai chiều thứ bảy
chiều cuộn màu gió chướng vào từng bước đi
từng nỗi nhớ tháng sáu nhức mỏi

nỗi nhớ cũng chỉ là gió
vướng trên cành cây
dư âm tên một người
như lan như cẩm chướng trà mi
như hư vô cuộc đời
như chia lìa của biển của núi
còn mù trong tay áo

còn mù trong
chiếc váy màu trăng non dòng tóc
đong đưa
ngực em cao những khúc hát
thanh xuân lay động
và tim tôi
còn ngoại ô khói thuốc

một phút nữa tôi sẽ lên đường
cho hoa chiều còn hương
rồi đúng hẹn về tìm
bên con suối chẻ nhánh đời lên cao
trắng màu sao xa vời

ở nhà ga không có bóng người
tôi ngủ gục
khi lỡ chuyến khứ hồi
về đồng bằng sông hồng vĩnh cửu
chảy xiết mùa mưa mắt em tím lá bàng rụng
vào hồn tôi tháng sáu
còn dòng máu trôi vào môi em
đỏ

mãi mãi đỏ màu môi
của ánh đèn khuya vỡ mộng mòn gai
trên làn da loài bò sát
chui vào hang đá tìm lại cổ sơ tiền sử
em là ngọn cỏ nằm chờ tận thế. ■

28.6.2022

NGUYÊN BÌNH
CHIẾC CHÌA KHÓA

Tôi lần ngón tay tìm chiếc chìa khóa
biến dạng vì rỉ sét trong não bộ từ lâu
căn phòng đang cần ánh sáng
giấc mơ bật dậy trên chiếc giường ẩm mốc quẹt que diêm.
Vô thức trườn qua ngọn đồi
đá mềm như thân con bạch tuột
đôi chân linh vật đứng thẳng chập choạng bước
thế giới hồn nhiên nhảy múa cùng cơn bão.
Que diêm của giấc mơ lóe cháy lên
gương mặt những chiến binh gươm giáo sáng lòa
Tôi hỏi:
các người đi đâu hỡi sức mạnh của niềm tin
ánh mắt và miệng quá khứ nghiêm nghị
mặt ngước thẳng về phía trước.
Hết thời gian que diêm bùng cháy
chiếc chìa khóa ngủ yên đâu đó trong đám bụi
tôi đánh thức tôi sau ô cửa. ■

HOÀNG XUÂN SƠN
PHÁI TÍNH CỦA CHƠN MÀY

Em có chơn mày mang dấu ớ (^)
khi nao nét mặt cũng đượm buồn
sao mắt em tinh anh ngời sáng
giữ cho thần một vẻ luôn luôn

Như lụa mềm sắc nhu óng ả
như sóng nhẹ ban mai mặt trời
hương đầu ngày tinh khôi của giọt
sương uốn mềm trên những lọng cây

Anh thích đi luồn trong tóc em
bắt gặp mùi ngai ngái của rừng
giọt sương vẫn nằm im trên lá
lắng nghe đất cùng mùa dâng hương

Ta đi qua chặng đường lao dịch
chơn mày em vẫn dấu ớ buồn
anh chỉ biết cúi nhặt hòn sỏi
thận không màu đổ đốn tai ương

Một buổi chiều có mây bay ngợp
em vô tình thả cánh hoa bay
quên hẳn chúng ta đi ngược gió
dấu vẫn xuôi ú ớ chơn mày ∎

09-6-2022

HỒ CHÍ BỬU
NGƯỜI CHẲNG BAO GIỜ HIỂU HẾT ĐÂU...

Đời như sương khói tan rồi tựu
Đâu nẻo phù hư dấu bụi hồng
Trao nhau mật ngữ còn chưa đủ
Ai biết ai còn thương nhớ không ?

Chiều ra quán cóc ngồi nhâm rượu
Quán vắng – mình ta ngắm đất trời
Mới hay thiên hạ còn mê ngủ
Một mình ta lạc bước chơi vơi

Người đi đi biệt chân trời lạ
Ta ở ta về ta với ta
Sắp hết mùa xuân rồi mùa hạ
Mà khách độc hành xa vẫn xa

Uống thêm ly nữa nghe hồn rụng
Biết đến khi nao hết nỗi sầu
Buồn như tiếng mõ hồi kinh tụng
Người chẳng bao giờ hiểu hết đâu.. ? ■

NGUYỄN VŨ SINH
THƯƠNG QUÊ QUA MỖI CÂU HÒ

Một dải đất cằn khô nhỏ hẹp
Khi đi xa không thể nào quên
Ơi dải đất miền Trung thương nhớ
Mỗi tên làng, con phố nhắc tên.

Quê dẫu nghèo, giàu tình nhân ái
Hiền như cây lúa trổ trên đồng
Bao gian khó chẳng hề quản ngại
Ngửa mặt cười đi giữa trời không.

Đất với người sá chi mưa nắng
Dù họa tai bão lũ trắng đồng
Nghe câu hò miền Trung sâu lắng
Mang ấm tình xứ sở ngày đông.

Những cồn cát mùa hè cháy bỏng
Dấu chân còn in của ngư dân
Thuyền ra khơi buồm căng lướt sóng
Nhìn biển đảo quê thấy thật gần.

Kẻ tha phương xa quê xứ sở
Cứ chiều chiều ru lại giấc mơ
Trong tâm tưởng lòng luôn hằng nhớ
Chạnh thương quê qua mỗi câu hò ∎

NGUYỄN SÔNG TRẸM
SÔNG CHẢY CÙNG TÔI

Hãy chảy đi sông
ngày thêm xa vời vợi
những bãi bờ chìm theo bóng hoàng hôn
tôi như con nước mãi xa nguồn
miền sông cũ một thời xưa tắm gội

Tôi cũng như sông
theo dòng trôi mê mải
chợt một chiều về lại quán không
giấc mơ đời trôi qua mấy vàm sông
thấy bóng mây trắng bồng bềnh như tóc mẹ

Cám ơn em
đã cùng ta qua ngày dâu bể
chọn miền sông bến đục để neo đời
hạt phù sa lặng lẽ bãi bồi
hồn như lá nghiêng mình đêm mưa phố

Cứ chảy đi sông
dẫu trăm năm bờ bên bồi bên lở
để gió đùa trên mặt sóng hồn nhiên
tôi hòa vào sông gột rửa những muộn phiền
một mai hạt bụi trần gian xuôi về biển rộng

Sông hãy chảy cùng tôi
giữa đất trời lồng lộng
bến bờ nào gửi lại giấc mơ xa... ∎

NINH TRẦN
CHÂN DUNG TÌNH

Lòng vẫn nhớ như in đêm hôm ấy
Hồ con rùa len lén tặng nụ hôn
Em bối rối sợ người nhìn trộm thấy
Mặt đỏ hồng hạnh phúc đến vô ngôn

Em nào biết tình yêu nhen nhúm lửa
Cuồn cuộn khơi mạch sóng của con tim
Nơi lắng đọng nồng nàn vùng đất hứa
Lời thì thầm âm vọng cõi lặng im

Thế giới sống chỉ hai người vỏn vẹn
Tình chúng mình chợt lớn quá đi thôi
Xin đừng để vuột tay vì e thẹn
Hạnh phúc yêu luôn mãi đẹp tuyệt vời

Hồn đắm đuối một thời ru nỗi nhớ
Năm mươi năm tròn giấc mộng mơ dài
Đời chung lối duyên nồng càng rạng rỡ
Ta cùng nhau bước nốt cuộc trần ai

Chân dung họa bức tranh tình tuyệt mỹ
Con đường yêu dìu mãi bến tận cùng
Trong sâu thẳm lặng nghe lời thủ thỉ
Đẹp vô ngần tròn trịa nghĩa thủy chung ∎

BIỂN CÁT
LẶNG LẼ NHỮNG GIẤC MƠ

Những giấc mơ không có thật
Chập chùng giữa chiều hoang hoải
Mây giăng ngang trời
Chim rã rời bay
Hoa cúc dại mùa hè rực vàng cơn nắng
Bước chân hụt một nhịp đời
Em ngã trên thảm cỏ
Lăn
Lăn…

Những giấc mơ nối tiếp muôn đời không có thật
Chỉ có dòng nước mắt chảy dài
Đẫm ướt cả tháng năm
Gió từ nơi đâu
Dạt về đây giông bão
Em thức giấc nửa vời
Đêm vẫn chênh chao.

Từ bao giờ em ôm những giấc mơ hoang tưởng
Khóc một mình lặng ngắt những âm đau
Hụt hẫng giữa mênh mông
Rớt mãi xuống vực nào
Sâu thăm thẳm
Cánh tay gầy chới với.

Giấc mơ không có thật
Nhưng xót xa là có thật
Đời buồn tênh se sắt heo may
Nghe đâu đây văng vẳng tiếng thở dài
Dường như có như không
Chìm trong lặng lẽ ∎

CHU NGUYÊN THẢO
VỀ LẠI SAN DIEGO

Con sông sắp vào biển
Sông trôi êm lặng lờ
Bầu trời, sắp miên viễn
Ngày trôi chậm
Như thơ

Tôi bây chừ có tuổi
Sống tiếp cuộc yêu người
Lãng du đời, phố, núi...
Về cõi nhà là vui

Chén rượu ngon ai rót
Uống vừa vừa... chưa say!?
Mưa mây thôi đoạn chót
Dây dưa chỉ đoạ đày

Bạn bè không là thánh
Rộng lượng lòng quên nhau
Dòng đời rẽ muôn nhánh
Phần kiếp nào
... ngàn sau !?

Cần chi nghĩ đổi thay
Quê hương là quả đất
Người,... sông, núi, cỏ cây...
Mái nhà chung nương náu
...
Cổng trời mở!!!...Cùng bay!!!
Bye- bye!!! ∎

Narita AirPort Tokyo 28/6/2022

VƯƠNG HOÀI UYÊN
KHÔNG CHỈ CÓ HOA HỒNG...

Australia tháng 12
Tôi dừng lại ven đường
Nơi có tiếng vĩ cầm réo rắt
Nơi có người đàn ông mang nỗi buồn trong đôi mắt
Anh là người homeless lang thang
Lần hồi kiếm ăn bằng những bản đàn

Come back to Sorrento *
Tiếng vĩ cầm buồn như nỗi nhớ quê hương
Như nỗi nhớ nhà khắc khoải
Anh hát thay nỗi nhớ nhà của tác giả
Nhưng riêng anh lại không có một mái nhà!

Bao nhiêu ngả đường anh đã đi qua
Bàn tay kéo từng phím đàn rời rã
Sydney, Melbourne..những ngày buốt giá
Giọt nước mắt nào chưa kịp rơi xuống đã thành băng

Mùa Noel lại về từng tiếng chuông ngân
Bao người đi qua... anh còn đứng đó
Mái tóc xoăn rối bù trong gió
Những đồng bạc nhỏ nhoi nằm trong chiếc hộp đàn

Ơi người nghệ sĩ lang thang!
Tôi đi qua mà lòng lạnh ngắt
Australia tháng 12
Không chỉ có hoa hồng **
mà còn có tiếng đàn và những giọt nước mắt. ∎

Come back to Sorrento: Trở về mái nhà xưa. Bài hát nổi tiếng của nhạc sỹ người Ý Emesto De Curtis. Lời Việt Phạm Duy.

**Tháng 12 là tháng cuối mùa xuân ở Úc. Mùa hoa hồng nở rộ.*

NGUYỄN HẢI THẢO
CHỌN

Chọn một con đường
thênh thang lối đi
bước chân thư thái
thong dong ngõ về

Chọn một ước mơ
không xa tầm với
nhiều người mong đợi
được sống bình yên

Chọn một mối tình
tươi như nắng sớm
nhẹ như gió thoảng
êm như chiều rơi

Và chọn một nơi
cho mình cuối đời
thân tâm an lạc
tôi - tìm - thấy - tôi... ∎

NGUYỄN HÀN CHUNG
BA LA YẾT ĐẾ*

Tôi ngồi gõ mõ tụng kinh
tội từ tâm sám hương linh lúc về
từng gây tội lỗi dầm dề
tấm thân ngũ uẩn muội mê đã đời

Thời trai chơi chạy, chạy chơi
giọt sinh linh chẳng biết rồi còn không?
những khuya lén vợ trốn chồng
gây bao oan nghiệt bờ sông chân cầu

Tiếng chuông đánh thức nhiệm màu
oan oan phiền não ưu sầu rỗng rang
sanh cầm trú xứ thế gian
bị che khuất bởi tấm màn vô minh

Tôi ngồi gõ mõ tụng kinh
cớ sao lục dục thất tình còn y
án ma ni án ma ni...**
ba la yết đế... từ bi độ người ∎
21/7/22

*** Ba la yết đế: (pàragate)**, *có nghĩa là đi qua bờ bên kia tới giác ngộ (Ma ha Bát nhã Ba la mật đa tâm kinh)*
***Án ma ni bát di hồng : (Om mani padme hum):Lục tự đại minh chú .Vì là thần chú nên không thể giải nghĩa .*

NGUYỄN NGUYÊN PHƯỢNG
TẠ ƠN ĐỜI

Cánh hồng ơn tạ sương mai
Con đường từ tạ tháng ngày em qua
Rạ rơm thơm tạ quê nhà
Tình quê rưng tạ bao la khói đồng

Cội nguồn lưu ta dòng sông
Tử sinh thấu tạ lưng còng mẹ quê
An yên tình tạ bộn bề
Rong chơi ngộ tạ bốn bề bể dâu ∎

Núi Chứa Chan, 9/7/2022

KHÊ KINH KHA
ĐỂ DÀNH CHO TÔI MỘT MẢNH ĐẤT

Xin hãy để dành cho tôi một mảnh đất thật nhỏ trên quê
hương tôi
giữa cánh đồng hoang, hay trên núi cao
giữa ải Nam Quang hay tận Cà Mau
bên giòng Cửu Long hay cạnh Hồng Hà
dưới chân Tháp Mụ hay trên đèo Hải Vân
bên bờ biển vắng hay trong rừng sâu
bên con rạch nhỏ hay giòng sông nước chảy
trên bờ đê hay giữa luống khoai
trong sân chùa hay sau ngôi miếu trong làng
trên đường đến chợ hay bên bến đò ngang
cạnh ngôi trường làng hay giữa sân nhà thờ
hay một mảnh đất khiêm tốn nhất
giữa bao ngôi mộ của anh em tôi
đã hy sinh để bảo vệ bờ cỏi Rồng Tiên
cho tự do và nhân quyền
hơn bốn ngàn năm cang trường
hay ở bất cứ nơi nào trên quê hương nhỏ bé
để mai này chôn tôi vào lòng đất mẹ
vâng, mảnh đất nhỏ bé nào tôi cũng yêu quý vô cùng
vì trong lòng đất ấy là xương máu của bao tổ tiên
ông bà, cha mẹ , láng giềng và bè bạn
hồn tôi sẽ vui mừng yên nghĩ nghìn năm trên đất mẹ
sẽ bay cao theo những cánh diều
trong gió đầy hương thơm ruộng lúa
đầy hơi thở Trường Sơn
đầy tiếng quân reo trên bến Bạch Đằng
đầy dũng cảm cùng can trường củaTrương Vương

đầy hơi đất của hồn thiên dân tộc
và reo vui theo từng con suối qua van ghềnh đá
ra khơi chan hoà sông núi cùng biển cả
để rồi hân hoa theo những cơn mưa về nguồn.
rơi xuổng ruộng vườn sông núi tình tôi
để tôi vui hát khúc ca Tiên Rồng
Tiên Rồng sông núi à ơi
thiên thu tôi vẫn là người Việt Nam

để dành cho tôi người nhé
để dành cho tôi mảnh đất vừa đủ chôn tôi
để thân tôi làm phân bón lòng đất mẹ
cho xương tôi mãi mãi ấm êm trong lòng me Việt Nam
và hồn tôi sống mãi với tổ tiên
Việt Nam - Việt Nam ■

BẢO GIANG
VÁ CỜ

1.
Em kết trong tim một lá cờ,
Như người nước Việt dựng bài thơ.
Cành Nam nắng ấm chim làm tổ,
Lối Bắc rêu phong ngựa thẫn thờ.

Cung điện xứ người hoa nắng nhạt.
Mái tranh quê mẹ đượm tình mơ.
Ai quên tổ quốc ngàn yêu dấu,
Em bé Việt Nam vẫn giữ cờ.

2.
Em bé quê tôi vẫn giữ cờ,
Khối tình nước Việt rạng hồn thơ.
Nghìn thu linh sử còn soi bóng,
Vạn thế đất thiêng dấu chẳng mờ,

Mũi chỉ đường kim em dệt mộng,
Màu vàng sợi đỏ kết nên mơ.
Em ơi Tổ Quốc nhờ em đó,
Mau lớn khôn lên giữ cõi bờ ∎

TRÚC LAN
KHÓC BẠN HỒ VĂN VÂN*

Tôi gởi đến anh bài thơ điếu
Thương khóc người từ giã cuộc chơi
Bao năm vật vã cùng **bịnh khổ**
Và đến bây giờ mới thảnh thơi

Đừng buồn đừng khóc- chị Tuyết ơi!
Anh Vân đà giũ sạch nợ đời
Hãy nén đau thương mà vui sống
Bởi Đời là một cuộc rong chơi! ∎

*Ông Hồ Văn Vân, Pháp danh **Giác Nhàn** cựu đồng nghiệp,
đồng môn Sư Phạm Sài Gòn với tác giả, đã tạ thế ngày 26 tháng
02 năm 2022 tại Laval, Québec, Canada, hưởng thọ 80 tuổi.

NGUYỄN LÊ HỒNG HƯNG
GÓC BIỂN XANH

(Chương 1)
Lên Đường

Chuyến bay qua Marid, thủ đô Tây Ban Nha lúc bảy giờ sáng, mà chỗ ở của tôi xa phi trường quá, đi xe nhà, xe lửa thì không kịp. Hơn nữa phi trường Schiphol - Amsterdam dạo này thiếu nhân viên làm việc nên hành khách chen chúc, chờ đợi cũng khá lâu, sợ trễ chuyến bay nên công ty đặt khách sạn cho tôi ngủ gần phi trường cho tiện. Tôi đi xe lửa tới phi trường lúc năm giờ chiều. Theo điện thư của công ty cho tôi biết, họ có đặt cho tôi phần ăn chiều và sáng, nếu sáng không ăn tại khách sạn thì có thể nói nhân viên phục vụ gói cho tôi mang theo. Thiệt ra thì từ trước tới giờ phần ăn do công ty đặt ít khi tôi quan tâm. Những lúc bình thường, lỡ đường qua đêm trong thành phố lạ, tôi hay xuống phố đi dạo đã rồi thì tìm ăn chút ít đặc sản miền đó và uống ly rượu hoặc ly bia nội địa cho thoả mãn tánh hiếu kỳ. Hôm nào không ra phố được mà đói bụng, tôi mới xuống búp phê ăn bánh mì, uống vài ly bia hay ly nước gì đó cho hết đói rồi đi ngủ. Dạo nầy trong phi trường Schiphol người ta đông như kiến cỏ, xe bus chở người ra vô khách sạn chuyến nào người cũng chật cứng như nêm. Năm nay Hoà Lan mới mùa xuân mà trời nắng chang chang, nóng nực đổ mồ hôi ướt áo mà phải đứng chờ cả hơn hai giờ đồng mới lên được xe. Khi ra tới khách sạn thì đã hơn bảy giờ chiều rồi, sau khi làm thủ tục nhận phòng xong, tôi kéo vali và mang túi xách lên phòng ở từng hai để đó. Tôi trở xuống từng đưới đi một vòng búp phê coi có gì ăn không? Quả thiệt như tôi nghĩ, chỉ có bánh mì và vài thứ xúc xít, thịt nguội cũng bình thường thôi, không có món nào trông bắt mắt hết. Tôi đi ra quày chào và hỏi anh nhân viên khách sạn:

- Ở gần đây có nhà hàng nào không?

Anh ta chỉ ngón tay trỏ ra trước cửa, bên kia đường, nơi có toà nhà cao, nói:

- Ở bên đó kìa.

Tôi đi theo ngón tay chỉ đường của anh ta. Vô tới phía từng trệt của toà nhà là một cửa tiệm treo lủng lẳng những món đồ kỷ niệm và bên hong góc là một sneckbar. Tôi tới chào và hỏi cô gái đứng trong quày bar:

- Xin lỗi, nhà hàng ở đâu?

Cô gái chỉ tay qua chiếc thang máy cuốn và nói:

- Ông lên từng ba.

Theo lời cô gái, tôi đi tới chiếc thang đang chạy, có vài người đứng ở mấy bậc thang trên, tôi cũng bước lên đứng cho thang cuốn lên. Đi hết hai cầu thang cuốn mới tới nơi, nhà hàng thuộc loại búp phê, không sang trọng lắm. Tôi hỏi cô gái đứng trước quày về giá cả. Cô ta cho biết, trả tiền vô cửa ba chục euro được ăn, uống cà phê, trà, nước lạnh, nhưng bia, rượu thì phải trả tiền riêng. Tôi đồng ý và trả tiền xong, vô đứng nối đuôi theo hàng người lấy dĩa, dao, nĩa. Thức ăn trong búp phê trưng bày rất sạch sẽ, sang trọng nhưng vì thực đơn của Hoà Lan nên trông không hấp dẫn lắm. Mấy chục năm qua tôi làm đầu bếp cho tàu buôn của Hoà Lan, chế biến những món ăn của nước này rất thành thạo và biết mùi vị ngon hoặc dở, nhưng ăn cho đỡ đói thì được chớ nhìn thì hổng thấy thèm. Theo tôi những món ăn càng về các nước Bắc Âu thì nó càng nhạt nhẽo, thua xa thức ăn của vùng Địa Trung Hải. Thức ăn ở Địa Trung Hải rất phong phú, đa dạng, nhiều rau, củ và hương vị đậm đà, trưng bày trông bắt mắt. Suy nghĩ vu vơ đi tới cuối cùng búp phê hồi nào không hay, nhìn xuống cái dĩa cầm trên tay còn trống trơn, chưa có món nào ăn được hết. Tôi lưỡng lự một chút, bèn quay trở lại chỗ để đồ nguội, gắp mấy miếng phó mát, vài lát cá hồi hun khói và dưa chua bỏ vô dĩa rồi đi qua quầy rượu mua một ly bia đem ra chiếc bàn lớn. Tới nơi tôi thấy chỉ có một cô gái vừa bưng đồ ăn để trên bàn và ngồi xuống chiếc ghế đầu bàn. Thấy vậy tôi đi lại đầu bàn kia, để bia và dĩa đồ ăn lên bàn rồi ngồi xuống chiếc ghế đầu bàn này, vậy là tôi với cô gái ngồi đối diện xéo mặt nhau, tôi nhâm nhi bia và nhìn người ta ăn uống.

Uống được mấy hớp bia thì có hai người Tàu, người con trai bận áo quần màu đen, người con gái bận áo đầm bông màu đỏ, hai người còn đeo khẩu trang, trông có vẻ khác người. Hồi chiều ngoài bến xe bus ở phi trường tôi thấy hai người này tay xách nách mang và còn đẩy hai cái vali bự tổ chảng, không biết hai người làm gì mà đem đồ nhiều quá, làm tôi có cảm tưởng như hai người dọn nhà sang nước nào đó. Tôi đoán hai người hổng phải là hai vợ chồng thì cũng là cặp tình nhân. Bây giờ vô nhà hàng mỗi người bưng một dĩa lớn đầy nhóc khoai tây chiên, xà lách và croquettes đi lại đứng trước chỗ tôi ngồi. Cô gái cất tiếng hỏi tôi bằng tiếng Tàu, tuy hổng hiểu gì ráo, nhưng cũng đoán được cô ta hỏi chỗ ngồi. Tôi chỉ tay xuống chiếc ghế và nói bằng tiếng Anh:

- Tự nhiên.

Hai người lại ngồi đối diện với tôi rồi kéo khẩu trang xệ xuống cằm và bắt đầu ăn. Tôi day lại uống cạn phần bia của mình và đứng lên lấy nĩa ghim miếng phó mát đút vô miệng rồi bưng ly đi lại quày bar mua thêm bia. Mua bia xong, tôi bưng ly bia trở lại vừa để ly bia xuống bàn thì người con trai day qua nói gì đó với người con gái, người con gái bèn day qua chỉ ly bia hỏi tôi bằng tiếng Anh:

- Cái này lấy ở đâu vậy?

Tôi chỉ tay qua quày bar:

- Ở chỗ kia kìa.

Người con gái dợm đứng lên. Thấy vậy tôi liền hỏi:

- Muốn uống bia hả?

- Yes yes.

Tôi đưa tay ra dấu cho cô gái ngồi xuống và nói:

- Ngồi ăn đi, tui đi lấy cho.

Tôi trở lại quày ba thấy có năm sáu người tới trước đứng sắp hàng, tôi cũng bước vô đứng sắp hàng chờ mua bia. Khi mua được hai ly bia, đem trở lại cho hai người thì thấy họ đã đớp sạch hai dĩa thức ăn. Hai tay bưng hai ly bia chìa ra trước mặt cho mỗi người một ly, hai người bưng bia lên, sẵn trớn chìa qua mời tôi cụng. Tôi bưng ly bia của mình lên cụng, hớp xong hớp bia tôi để bia lên bàn và ngồi xuống. Cô gái đứng dậy đi lại chỗ để tô, dĩa lấy một cái dĩa lớn nhứt, rồi mới đi tới chỗ để đồ ăn. Trong lòng tôi có hơi thắc mắc, tướng tá cô nhỏ thó mà thân hình thì không được mập lắm, phải nói là ốm tong teo vậy mà mới vừa đớp sạch dĩa thức ăn tổ chảng, giờ lại lấy thêm đồ ăn nữa?! Nhìn chiếc bàn dài và rộng có thể ngồi thoải mái cho mười mấy con người ta. Tôi chợt nhớ ra, hồi nãy có cô gái người da trắng ngồi nơi đầu bàn kia, còn tôi thì ngồi đầu bàn bên này, nhưng cô gái đã đi qua bàn bên góc ngồi chung với mấy người khác rồi. Trong khi các bàn khác người da trắng ngồi chen chúc nhau, còn bàn này chỉ có tôi và cặp người Tàu ngồi, cho nên trông chiếc bàn trống trơn và thấy nó dài ra. Tuy cả Âu Châu đã gỡ bỏ luật phòng chống dịch corona và mọi người đi lại trong những quốc gia Âu Châu không cần phải xét nghiệm cô vít và điền giấy tờ khai báo y tế rườm rà như trước kia nữa. Ngoại trừ khi lên xe lửa và máy bay thì vẫn phải đeo khẩu trang, còn những nơi công cộng thì không bắt buộc đeo khẩu trang, nhưng ai muốn đeo thì đeo hổng đeo cũng không sao. Đã vậy mà con người ta vẫn còn chia cách, nhứt là những người dân da trắng họ còn ngại gần gũi với những người Tàu và người

Châu Á. Trước kia, gặp trường hợp như vầy, tôi cảm thấy mình bị phân biệt đối xử, trong lòng có hơi khó chịu, nhưng sau thời gian đại dịch, những chuyện như vầy hổng khiến cho tôi bực tức nữa. Thật ra thì sự kỳ thị chủng tộc là bản tánh của loài người, bình thường thì không sao, bất kể người nước nào, hễ có biến cố về sắc tộc thì sự kỳ thị nó lộ liễu rõ ràng hơn. Tôi day qua hỏi gã thanh niên bằng tiếng Anh:

- Hai người đi đâu vậy?

Gã lắc đầu đưa tay khoát khoát, miệng nói tiếng Tàu, có ý nói với tôi là gã không biết tiếng Anh. Lúc đó người con gái bưng một dĩa thức ăn đầy nhóc với những món y chang trong dĩa của tôi, chỉ khác chút là cô ta lấy thêm mấy trái ô liu, múc thêm chén nhỏ nước tương và một muỗng nhỏ wasabi. Nhìn bộ dạng hai người tôi đoán họ là người Trung Hoa lục địa, chớ hổng phải là người Hồng Kông hay Đài Loan. Cô gái chìa dĩa đồ ăn trước mặt tôi nói:

- Ăn đi.

Giờ tôi mới hiểu cô ta lấy mấy món nhậu để làm mồi uống bia chớ hổng phải để ăn cho no. Tôi cảm ơn và lấy nĩa ghim miếng phó mát và trái ô liu đưa lên ăn. Cô gái đưa qua cho gã thanh niên, gã ghim một miếng cá hồi hun khói, xong cô gái mới chịu để dĩa đồ ăn xuống bàn. Gã thanh niên day qua nói nhỏ với người con gái gì đó. Cô ta day lại tôi hỏi tôi:

- Hồi nãy ông hỏi gì?

- Oh, tui hỏi hai người đi đâu?

- Ngày mai chúng tôi qua Anh, rồi sang máy bay qua Mỹ. Còn ông, ông đi đâu?

- Tôi đi Las Palmas.

- Las Palmas là nước nào?

- Tây Ban Nha, sáng mai tôi qua Madrid, thủ đô của Tây Ban Nha, từ đó sang máy bay ra Las Palmas ở trong quần đảo Canary nằm cạnh Châu Phi.

- Oh, vậy hả?

Nói vậy rồi cô gái bưng bia lên mời. Giọng nói tiếng Anh của cô gái chậm nhưng rất rõ ràng. Trông bộ dạng nhỏ thó, quê mùa của cô gái, nhưng sự hoạt bát của cô ta làm cho tôi suy đoán; có lẽ cô là người thường đi đây, đi đó ra nước ngoài nên cách cư xử của cô ta lanh lợi hơn gã thanh niên. Nhìn sự nhút nhát rụt rè của gã thanh niên, chuyện gì cũng day qua hỏi của cô gái, tôi đoán anh ta mới ra xuất ngoại lần đầu. Có điều tôi thấy hơi thắc mắc là Trung Quốc trai thừa gái thiếu mà sao cô gái nầy lại cặp bồ với một anh chàng coi bộ ngu ngơ như vậy, nhưng ý nghĩ nầy chỉ thoáng qua trong đầu thôi. Cô gái rất tự tin không dè dặt gì hết và ăn, uống cũng rất tự nhiên, gặp tôi chưa đầy một giờ đồng hồ mà làm như quen thân từ lâu lắm, cô cứ vồn vã đưa bia lên cụng, bưng thức ăn chìa qua mời, uống hết bia cô đứng dậy đi mua bia. Cô ta hay thắc mắc và trò chuyện hơi nhiều. Cô ta hỏi tôi sao không đeo khẩu trang. Tôi nói:

- Âu Châu giờ không bắt buộc nữa.

Cô ta moi trong túi xách ra một cái khẩu trang đưa cho tôi và chỉ qua đám đông nói:

- Người da trắng dễ bị nhiễm virus hơn người Tàu, họ nguy hiểm lắm, một lát đi ra ngoài ông nhớ đeo khẩu trang đó.

Tôi làm bộ ra vẻ hổng biết gì, cầm chiếc khẩu trang đưa lên hỏi:

- Ở nước Tàu còn có cô vít nhiều không?

- Còn nhưng không nhiều. Bên Mỹ và Âu Châu mới nhiều, vì corona có từ bên Mỹ mà.

Không còn nghi ngờ gì nữa, hai người này chắc chắn tới từ Trung Cộng rồi. Chánh quyền Trung Cộng hay thiệt, họ tuyên truyền làm sao mà được dân của họ tin tưởng và sẵn sàng làm " dư luận viên" có tầm dốc quốc tế, bất kể gặp người quen hay lạ, họ cũng tuyên truyền được hết. Vừa qua tôi và các bạn có vô ăn một nhà hàng của Trung Cộng, chủ nhà hàng cũng nói với chúng tôi y chang như vậy đó. Ông ta nói qua đây làm kiếm được mớ tiền làm vốn rồi trở về nước mần ăn sanh sống, chớ ở Âu-Mỹ không an toàn, người da trắng rất dễ nhiễm cô vít. Tôi có thói quen trên đường đi, gặp gỡ chốc lát, hỏi nhau vừa đủ để chuyện trò vui vẻ, chớ không nên tra hỏi nhiều quá làm tốn thời gian vô ích.

Đã từ lâu rồi tôi tránh những cuộc tranh cãi về chánh trị, nhưng qua hồi trò chuyện với cô gái, cô làm cho tôi suy nghĩ. Không biết những người Trung Hoa họ hổng hiểu về đất nước, con người bên Âu Châu hay vì sợ hãi mà nói sai sự thật một cách trơn tru như vầy. Tôi không biết cô gái có biết cô ta đang góp phần lên tiếng cho sự dối trá của chánh quyền ở nước cô không? Làm sao con người ta được mở mang trí óc và đừng sợ hãi để cất lên tiếng nói trung thực và vì lòng trắc ẩn mà vạch ra những sự bất công, dối trá, tham lam, dã man và tàn bạo của một nhóm người! Nếu mọi người trên một đất nước, nói riêng và toàn thế giới, nói chung làm được điều này thì cả trái đất sẽ thay đổi theo chiều hướng tốt và đẹp đã biết bao.

(còn tiếp)

Nguyễn Lê Hồng Hưng

Vigo 15 7 2022

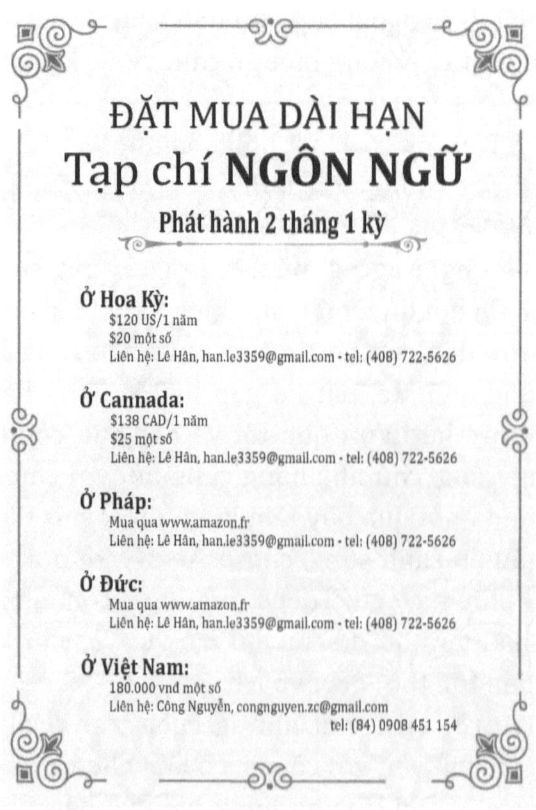

NGUYỄN VĂN GIA
LÊ HÂN
Tin Sách

Sách đã có mặt trong tháng 7 & 8 năm 2022:

A. TẠI VIỆT NAM

1. Đi Qua Thời Khốn Khó

Tác giả: Bùi Thanh Xuân
Thể loại: truyện dài
Sách dày 287 trang
Bìa: Quốc Việt
NXB Hội Nhà Văn - tháng 7/2022
Giá bìa: 160.000 đồng.

2. Gửi Lại Trần Gian

Tác giả: Hoàng Lộc
Thể loại: thơ
Sách dày 482 trang
Bìa: Nguyễn Thiên Chương
NXB Đà Nẵng - tháng 7/2022
Giá bìa: 200.000 đồng.

3. **Dã Tràng**

Tác giả: Phan Đắc Lữ
Thể loại: thơ
Sách dày 176 trang
Bìa: Phan Đắc Lữ
NXB Tự Xuất Bản - tháng 7/2022
Giá bìa: Tác phẩm tặng không bán

.

4. **Cổng Trường Chải Mái Tóc Xưa**

Tác giả: Võ Quê
Thể loại: tạp bút
Sách dày 20 trang
Bìa: Võ Quê
NXB Tự Xuất Bản - tháng 7/2022
Giá bìa: Sách tặng không bán

5. **Văn Cúng Gia Tiên**

Tác giả: Nguyễn Kiên
Thể loại: sưu tầm và chỉnh biên
Sách dày 154 trang
Bìa: Tác giả trình bày
NXB Đà Nẵng - tháng7/2022
Giá bìa: Không đề giá bán.

6. Những Thanh Âm Bên Bờ Sông Lấp

Tác giả: Nguyễn Nhã Tiên
Thể loại: thơ
Sách dày 220 trang
Bìa: Duy Ninh
NXB Hội Nhà Văn - tháng 7/2022
Giá bìa: 180.000 đồng.

7. Tâm Sự Với Dòng Sông

Tác giả: Phan Đắc Lữ
Thể loại: thơ
Sách dày 48 trang
Bìa: Phan Đắc Lữ
NXB Tự Xuất Bản - tháng 7/2022
Giá bìa: sách tặng không bán.

8. Nguồn Gốc Và Sự Thành Hình Giọng Quảng Nam

Tác giả: Andrea Hoa Pham
Thể loại: biên khảo
Sách dày 295 trang
Bìa: Thanh Lưu
NXB Đà Nẵng - tháng 5/2022
Giá bìa: 255.000 đồng.

B. SÁCH DO NHÂN ẢNH XUẤT BẢN TRONG THÁNG 7 & 8 NĂM 2022:

1. Gặp Luân Hoán Trong Đời Sống Thơ

Nhiều Tác Giả
Thể loại: nhận định
Bìa: Uyên Nguyên Trần Triết
Dàn trang: Nguyễn Thành Công
Nxb Nhân Ảnh - 7/2022
Sách dày: 458 trang
Sách có thể mua qua amazon
hay liên lạc: lebao_hoang@yahoo.com
Giá bìa: $30

2. Trong Vườn Mắt Em

Tác giả: Trần C. Trí
Thể loại: dịch thuật
Bìa: Uyên Nguyên Trần Triết
Dàn trang: Trần C. Trí
Nxb Nhân Ảnh - 7/2022
Sách dày: 384 trang
Sách có thể mua qua amazon
hay: trichantran@yahoo.com
Giá bìa: $25 US

3. Kỷ Yếu Triển Lãm Và Hội Thảo Phan Thanh Giản

Nhiều Tác Giả
Thể loại: nghiên cứu & kỷ niệm
Bìa: Nguyễn Đồng
Nxb Nhân Ảnh - 6/2022
Sách dày: 380 trang
Sách in để tặng trong ngày họp mặt

4. Cõi Chữ Cõi Người – Tập 1

Tác giả: Trần Hữu Thục – Trần Doãn Nho
Thể loại: biên khảo & phiếm luận
Bìa: Nguyễn Trọng Khôi
Dàn trang: Nguyễn Thành Công
Nxb Nhân Ảnh - 7/2022
Sách dày: 262 trang
Sách có thể mua qua amazon
hay: trandoannho@yahoo.com
Giá bìa: $20 US.

5. Cõi Chữ Cõi Người – Tập 2

Tác giả: Trần Hữu Thục – Trần Doãn Nho
Thể loại: biên khảo & phiếm luận
Bìa: Nguyễn Trọng Khôi
Dàn trang: Nguyễn Thành Công
Nxb Nhân Ảnh - 7/2022
Sách dày: 254 trang
Sách có thể mua qua amazon
hay: trandoannho@yahoo.com
Giá bìa: $20 US.

6. Đại Lộ Kinh Hoàng

Tác giả: Ngy Thanh
Thể loại: biên khảo
Bìa: Uyên Nguyên Trần Triết
Dàn trang: Nguyễn Thành Công
Nxb Nhân Ảnh - 7/2022
Sách dày: 456 trang
Sách có thể mua qua amazon
hay liên lạc tác giả: ngythanh@gmail.com
Giá bìa: $30 US